D9900030

तुका

राम

दास

तुका'राम'दास

तुलसी आंबिले   समर्थ साधक

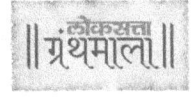

लोकसत्ता
लोकमान्य लोकशक्ती

लोकसत्ता ग्रंथमाला

डायमंड पब्लिकेशन्स

तुका'राम'दास
तुलसी आंबिले, समर्थ साधक

Tuka'Ram'das
Tulasi Aambile, Samartha Sadhak

प्रथम आवृत्ती : जानेवारी २०१७

ISBN : 978-93-86401-00-7

© The Indian Express (P) Ltd., 2017.
All rights reserved throughout the world.

"First published by Diamond Publications, Pune"

मुखपृष्ठ
निलेश जाधव

अक्षरजुळणी
डायमंड पब्लिकेशन्स

प्रकाशक
डायमंड पब्लिकेशन्स
२६४/३ शनिवार पेठ, ३०२ अनुग्रह अपार्टमेंट
ओंकारेश्वर मंदिराजवळ, पुणे-४११ ०३०
☎ ०२०-२४४५२३८७, २४४६६६४२
info@diamondbookspune.com

ऑनलाईन पुस्तक खरेदीसाठी भेट द्या
www.diamondbookspune.com

या पुस्तकातील कोणत्याही भागाचे पुनर्निर्माण अथवा वापर इलेक्ट्रॉनिक अथवा यांत्रिकी साधनांनी-फोटोकॉपिंग, रेकॉर्डिंग किंवा कोणत्याही प्रकारे माहिती साठवणुकीच्या तंत्रज्ञानातून प्रकाशकाच्या आणि लेखकाच्या लेखी परवानगीशिवाय करता येणार नाही. सर्व हक्क राखून ठेवले आहेत.

मनोगत

समर्थ रामदास आणि संत तुकाराम या समकालीन संतांची नव्याने ओळख करून देणारे एखादे सदर दै. 'लोकसत्ता'मध्ये असावे असे अनेकांनी सुचवले होते. या दोघांविषयी मराठीत विपुल लेखन झालेले आहे. त्यामुळे यांच्यावर नव्याने काही लिहावयाचे असेल तर ते लिहिणारेही नवेच हवेत, असा अनेकांचा रास्त आग्रह होता. हे नवे लेखक शोधण्यात बराच वेळ गेला. अखेर ते सापडले आणि २०१६ साली वर्षभर लोकसत्तेच्या लोकरंग या रविवार पुरवणीत या सदराचा अंतर्भाव करण्यात आला. या सदरांस अपेक्षेप्रमाणे उदंड प्रतिसाद लाभला. हे सदर लिहिणाऱ्यांनी ते टोपण नावाने लिहिण्याची इच्छा व्यक्त केली हे आमच्या पथ्यावरच पडले. कारण एकदा का एखादे सदर लोकप्रिय झाले, की संबंधित लेखकाचा लेखकराव होतो हे महाराष्ट्राने अनुभवलेले आहे. त्यात विषय हा रामदास आणि तुकाराम यांचा तेव्हा तो अधिक होता. उभय लेखकांच्या टोपण नावाच्या आग्रहाने तो धोका आणि महाराष्ट्राला नवे निरूपणकार मिळणे टाळता आले.

वर्षभरानंतर लोकसत्ता ग्रंथमाला मालिके अंतर्गत या सदराचे पुस्तक करावे ही कल्पना माझे सहकारी मुकुंद संगोराम यांची. त्यांनी आणि रवी आमले, ब्रँड विभागाच्या महाव्यवस्थापक सुपर्णा नायक तसेच मकरंद पाटील आणि अन्य सहकाऱ्यांनी या पुस्तकासाठी सातत्याने प्रयत्न केले. रविवार लोकरंगची जबाबदारी सांभाळणारे रवींद्र पाथरे, लता दाभोळकर, चित्रकार निलेश जाधव यांचे सहकार्य या पुस्तकासाठी मोलाचे ठरले.

सुरुवातीला रामदास आणि तुकाराम यांच्या सदरांची दोन स्वतंत्र पुस्तके करावीत असे काहींनी सुचवले होते. सध्याच्या वातावरणात रामदास आणि तुकाराम हे अन्य अनेक राष्ट्रपुरुषांप्रमाणे जातीत विभागले गेले आहेत, हे यामागचे कारण. हे

वास्तव दुर्दैवी आहे. म्हणूनच ते बदलण्याच्या सकारात्मक प्रयत्नांचा एक भाग म्हणून या दोघांनाही एकाच पुस्तकातून सादर करण्याचा निर्णय दै. लोकसत्ताने घेतला. समाजाने, किंवा खरेतर समाजातील काही घटकांनी, या दोघांना जातीच्या मुद्द्यांवर वेगळे केले असेल तर तसे करणे हे अयोग्य आहे, हा विचार यामागे आहे. समाजातील शहाण्या वर्गाने तरी तो पटवून घ्यायला हवा. समाजातील सगळ्याच सुष्टांची विभागणी ही अशी दुष्टाव्याने केली जात असेल तर अंतिमतः ते आपल्यालाच मारक आहे, याचे भान आपणास जितके लवकर येईल तितके बरे.

तेव्हा या दोघांवरील सदरांप्रमाणे हे पुस्तक देखील वाचकांच्या पसंतीस पडेल याची खात्री आहे.

आपला
गिरीश कुबेर

अनुक्रम

तुका लोकी निराळा

तुका लोकी निराळा

तुलसी आंबिले

१. शब्दे वाटू धन जनलोका!

संत तुकाराम यांच्या दोन प्रतिमा आहेत. एक लोकप्रिय, समाजमनात ठसलेली. त्यातले तुकाराम म्हणजे भोळेभाबडे, व्यवहारशून्य आणि त्यामुळेच परिस्थितीने गांजलेले. तशात बायको कजाग-कर्कशा. ती प्रत्यक्ष विठ्ठलालाही शिव्या घालते म्हटल्यावर तुकोबांची काय पत्रास? त्यामुळे घर सोडून रानोमाळ, भंडाऱ्यावर वगैरे जाऊन अभंग म्हणत बसणारे. त्यांच्या कविता मात्र उत्तम. त्यामुळे तुकाराम प्रसिद्धीस पावले. अशा संतांच्या आयुष्यात एक तरी चमत्कार असावाच लागतो. नमस्कारासाठी त्यांना ती अर्हता प्राप्त करावीच लागते. त्यामुळे 'दाऊ नेणे जडीबुटी । चमत्कार उठाउठी ।।', म्हणणाऱ्या तुकोबांच्या जीवनातही दोन-तीन चमत्कार टाकण्यात आलेच. वह्यांचा, सदेह वैकुंठगमनाचा. ज्ञानोबांनी रेड्यामुखी वेद वदवून, 'वेद तर काय रेडाही घोकू शकतो', हे दाखवून दिले. तुकोबांनी गाईचे वळ आपल्या अंगावर घेतले. चित्रपटांत असे चमत्कार नक्कीच टाळ्या घेतात. अशा चित्रपटांनी, कादंबऱ्यांनी आणि पोटार्थी कथेकऱ्यांनी निर्माण केलेली ही तुकारामांची एक प्रतिमा.

त्यांची दुसरी प्रतिमा आहे ती मात्र नेमकी याच्या उलट आहे. तेथील तुकाराम भोळाभाबडा नाही. परिस्थितीने गांजलेला आहे, खटनाठाळांमुळे त्रासलेला आहे, प्रपंचातून मन उडालेला आहे; पण तो हरलेला नाही. सत्यासाठी हिमतीने उभा राहणारा असा तो उंच सुळका आहे. त्या काळात सामाजिक दंभ आणि छळवादी पुरोहितशाही यांविरोधात नैतिक बंड करायचे, तर माणूसही तेवढाच ताकदीचा हवा. तुकोबा तसा ताकदीचा पाईक आहे. 'उजळावया आलो वाटा । खरा खोटा निवाड ।।' असा आत्मविश्वास पेलणे हे येरागबाळ्यांचे काम नोहे. तुकोबांमध्ये ते आत्मबळ आहे. 'आम्ही झालों गांवगुंड । अवघ्या पुंड भूतांसी ।।' असा लढाऊ बाणा आहे. आणि 'मीचि मज व्यालों । पोटा आपुलिया आलों ।।' अशी मुक्तीची स्थिती आहे. 'शब्दांचीच रत्ने' आणि 'शस्त्रे' असलेल्या गाथ्यातील अभंगांतून आपल्यासमोर येते ती ही प्रतिमा. तुकोबांच्या कवितांची अनेक वैशिष्ट्ये समीक्षक मंडळी सांगतील. पण त्यांतील एक वैशिष्ट्य मोठे वेधक आहे. ते असे की, या सगळ्या कविता एकत्र केल्या, त्यांतील बिंदू जोडले की; तुकोबांचे एक मोठेच्यामोठे चरित्रचित्र आपल्यासमोर

उभे राहते. तुकोबा म्हणतात, 'अनुभवे आले अंगा । ते या जगा देतसे ।।' तेव्हा गाथा हे तुकोबांचे आत्मचरित्रच जणू. बरे तुकाराम म्हणजे निवृत्तीनंतर प्रकाशकाकडून भरपूर पैसे घेऊन आत्मचरित्र लिहिणारे सनदी अधिकारी नसल्याने, त्यांच्या आत्मचरित्रावर विश्वास ठेवण्यास हरकत असायचे कारण नाही.

पण 'तुका आकाशाएवढा' म्हणता म्हणता आपण त्यांची ही प्रतिमा नेहमीच डोळ्यांआड केली. तुकोबा नावाचे हे आकाश दिठीच्या चिमटीत न मावणारे आहे हे खरे. पण त्याचा जो तुकडा आपणांस दिसला, तोही नेमका असा वेडावाकुडाच का असावा? तुकोबाला भोळाभाबडा, रंजलेला-गांजलेला संत म्हणून उभा करण्यातून आपण त्यांच्या गाथ्यावरच अन्याय करीत आहोत, हे आपल्या लक्षात कसे आले नाही? की जाणीवपूर्वक त्याकडे दुर्लक्ष करण्यात आले?

बहुधा तसेच असावे. अन्यथा उठता-बसता तुकयाचे अभंग गाणाऱ्यांतील अनेकांना त्यांतील खरा अर्थ लक्षात आल्याशिवाय राहिला असता काय? तो टाळून मंडळी तुकारामांना भेटतात याचा अर्थ उघड आहे. त्यात मोठा घोटाळा आहे. तो नेमका काय आहे हे जाणून घेतानाच, तुकारामांच्या अभंगांतील अर्थाला आजच्या काळाच्या संदर्भात भिडण्याचा एक छोटासा प्रयत्न म्हणजे हे लेखन. आता प्रश्न असा येतो की, हे करण्याची आवश्यकता काय? तुकारामांनी त्यांच्या अभंगांतून त्यांचे जे चरित्र मांडले, त्यांतून जे पाठ दिले; त्याच्या अर्थाशी भिडून आजच्या काळात आपण काय कमावणार आहोत? याचे उत्तर तुकारामांचे आपल्या समाजातील जे स्थान आहे त्यामध्ये दडलेले आहे.

पंढरीच्या वारीचा 'इव्हेन्ट' आणि तुकारामांच्या वा अन्य सर्वच संतांच्या पालख्यांचा 'सोहळा' करण्याच्या नादात आपण हे विसरूनच गेलो आहोत की, गेल्या सुमारे आठशे वर्षांपासून महाराष्ट्र समाज-संस्कृतीची पालखी हे संत वाहत आहेत. 'संताळ्यां'नी परमार्थाच्या नादी लागून महाराष्ट्राला पंगू करून टाकले असे इतिहासाचार्य राजवाडे यांनी कितीही म्हटले, तरी एक गोष्ट आता सर्वांनाच समजून चुकली आहे ती ही की, तेराव्या शतकाच्या उत्तरार्धापासून महाराष्ट्राच्या पाचवीला पुजलेल्या अंदाधुंदीतून समाजाची व्यवस्था लावून देणे, या महत्त्वाच्या सामाजिक कार्यात संतांचा थोरला वाटा आहे. महाराष्ट्रातील भागवत धर्मातील संतांच्या या इमारतीचा कळस म्हणजे तुकाराम. त्यांनी त्यांच्या सुमारे साडेचार हजार अभंगांतून, कवितांतून सामाजिक नैतिकतेचा, बंडखोरीचा जो आदर्श घालून दिला आहे, त्यावर आजही मराठी समाज-संस्कृतीचा गाडा चाललेला आहे. साध्या रोजच्या व्यवहारातील बोलीभाषेचा वापर करून त्यांनी रचलेले हे काव्य, ते आजही सर्वसामान्यांच्या नैतिक आधाराच्या कामी येते. एक चांगला माणूस म्हणून जगण्यासाठी कसे वागावे, कसे

बोलावे हे ते सांगते. ही शिकवण जेवढी पारमार्थिक आहे, 'धर्माचा व्यवहार' उलगडून दाखविणारी आहे; तेवढीच ती रोकडी व्यावहारिकही आहे. आणि म्हणूनच तिच्या मूल्यात कणमात्र घसारा झालेला नाही. ते सतराव्या शतकात जेवढे होते, तेवढेच आजही आहे.

> *'रात्रंदिन आम्हा युद्धाचा प्रसंग ।*
> *अंतर्बाह्य जग आणि मन ।।'*

हा त्याच काळातील संघर्ष होता असे नव्हे. तो आजही आहे.

> *'वर्ण अभिमाने कोण जाले पावन ।*
> *ऐसे द्या सांगून मजपाशी ।।'*

हा प्रश्न त्याच काळातील होता असे नव्हे. तो आजही आहे. फरक असेल तर कदाचित एवढाच की, आजच्या काळात हे असे प्रश्न अधिक गडद झाले आहेत. संत तुकारामांचे 'गाथाकृत चरित्र' समजून घेत त्यांच्या या शिकवणीचा ऊहापोह आपण येथे करणार आहोत. त्याने 'जेथे जातो तेथे पडतो मतोळा' (घोटाळा) ही माहिती-तंत्रज्ञानयुगजन्य समस्या दूर होण्यासही कदाचित साह्य होईल. तुकाराम तेवढे 'अप टू डेट' नक्कीच आहेत.

२. उजळावया आलो वाटा...

संतांच्या अनेक खुणा अनेकांनी सांगितल्या आहेत. पण त्यांतील एक खूण मात्र नीट ध्यानी घेतली जात नाही. ती म्हणजे बंडखोरी. संत सारेच बंडखोर असतात. असायला हवेत. तुकाराम तसे होते. खरेतर ते म्हणजे बंडखोरांतले बंडखोर. प्रस्थापितांच्या विरोधात तुकाराम नेहमीच उभे राहिल्याचे दिसतात. ही अर्थातच त्यांच्या 'विष्णुपंत पागनिसी' रुपड्याच्या विरोधातील प्रतिमा आहे. पण गाथ्यातून उभे राहणारे तुकाराम असेच आहेत. नाठाळपणा कराल तर डोक्यात काठी घालणारे. कोणाचीही भीडभाड न बाळगणारे. धीट, फटकळ. बरे पुन्हा 'अभक्त ब्राह्मण जळो त्याचे तोंड । काय त्यासी रांड प्रसवली ।।' असे सतराव्या शतकात ते म्हणत आहेत. तेव्हा हा नुसता फटकळपणा नाही, तर त्यामागे प्रचंड हिंमत आहे. नैतिक ताकद आहे. तुकारामांचे चरित्र आणि विचार समजून घेताना त्यामागील ही नैतिक ताकद कदापि विसरता येणार नाही.

तुकोबांच्या या विचारांमागे एक सूत्र आहे. त्याची एक कडी इतिहासात जोडलेली आहे आणि दुसरी तेव्हाच्या व्यवस्थेत. या इतिहासाला प्रारंभ होतो तेराव्या शतकाच्या उत्तरार्धात. हा महाराष्ट्रातील संतचळवळीच्या प्रारंभीचा काळ. या काळात महाराष्ट्रात यादवांची सत्ता होती. राजा रामदेवराय राज्य करीत होता. हा मोठा कर्ता पुरुष. थेट काशीपर्यंत जाऊन ते तीर्थ जिंकणारा. वैदिक धर्माभिमानी. आपल्या देशीकार लेण्यात ज्ञानदेवांनी त्याचा 'तेथ यदुवंशविलासु । जो सकळकळानिवासु । न्यायातें पोषी क्षितीशु । श्रीरामचंद्रु ।।' असा उल्लेख केला आहे. हेमाद्रीपंडित त्याचा मंत्री. 'चतुर्वर्गचिंतामणी' हा त्याचाच ग्रंथ. त्याच्या व्रतखंडात सुमारे दोन हजार व्रतांची आवश्यकता प्रतिपादन केली आहे. आता एवढी व्रतवैकल्ये करणारा समाज केवढा सुखसंपन्न असणार! रामदेवरायाच्या संपन्नतेची कल्पना फेरिस्ता या बखरकाराने केलेल्या एका उल्लेखातून येते. १२९४ ला अल्लाउद्दीन खिलजीने रामदेवरायाकडून '६०० मण मोती, २०० मण हिरे-माणके-पाचू वगैरे, एक हजार मण चांदी, चार हजार रेशमी तागे, याशिवाय अगणित मौल्यवान वस्तू' खंडणीस्वरूपात नेल्या असे फेरिस्ताने लिहून ठेवले आहे. पण हे वरवरचे चित्र आहे. अगदी आजच्यासारखेच.

त्यातून सत्ताधाऱ्यांचे वैभव दिसते. सर्वसामान्यांची अवस्था मात्र तेव्हाही वाईट होती. ज्ञानेश्वरी हा काही समाजशास्त्रीय ग्रंथ नाही. पण त्यात ज्ञानोबांनी दिलेले काही दृष्टान्त तत्कालीन समाजव्यवस्थेबद्दल बरेच काही सांगून जातात. ज्ञानेश्वरीतील 'कुळवाडी रिणे दाटली' हा उल्लेख तत्कालीन शेतकऱ्यांविषयी बरेच काही सांगून जातो. शेती हा तेव्हाचा प्रमुख व्यवसाय. पण शेतकऱ्यांची अवस्था कशी होती? 'न म्हणे अवसीं पाहाटीं', अमावस्या, पहाट असे काही न पाहता सतत राबायचे. पण शेती निसर्गाच्या भरवशावर. 'जे अवृष्टीचेनि उपद्रवें । गावलें विश्व आघवें ।' अवृष्टीचे, दुष्काळाचे संकट तेव्हाही होते. पण दुष्काळ पडो की, आणखी काही, कुळवाड्यांना कर मात्र भरावेच लागत. ज्ञानोबा त्याला राजवाटा म्हणतात. यापायी शेतकरी कर्जबाजारी होत. 'रिणे दाटत', 'रिणाइतु' होत. शेतकरी कर्जबाजारी होण्याची केवळ हीच कारणे नव्हती. लग्नकार्यासाठीही कर्जे काढली जात. तसाच सरकारी अधिकाऱ्यांचाही त्यांना जाच असे. 'अधिकारिया रिगतां गांवो । होय जैसा उत्साहो । कां रिणावरी विवाहो । विस्तारिला ।।' अधिकारी गावात आले, तर त्यांच्या स्वागतासाठी गावकऱ्यांत कसा उत्साह असणार? तर तो कर्ज काढून साजऱ्या केलेल्या लग्नसोहळ्यात असेल तितकाच. एकंदर यादव काळात एकीकडे सत्ताधाऱ्यांची, उच्चभ्रूंची सुखविलासी राहणी आणि सर्वसामान्य प्रजेची दरिद्री अवस्था असेच चित्र होते.

तत्कालीन महानुभावांच्या साहित्यातही तेव्हाच्या नागरिकांचे दरिद्री जीणे कोठे कोठे डोकावून जाते. एकंदर एकीकडे संपन्न सत्ताधारी वर्ग जो प्रामुख्याने वैदिक धर्मानुयायी, उच्चवर्णीय होता; दुसरीकडे कर आणि कर्जाच्या ओझ्याखाली दबलेली प्रजा आणि तिसरीकडे सनातनी वैदिक धर्माला आलेला बहर असा तो समाज होता. या बहराची साधी कल्पना करायची असेल, तर ज्ञानदेवांचे चरित्र डोळ्यांपुढे आणावे. त्यांच्या माता-पित्याला घ्यावे लागलेले देहान्त प्रायश्चित्त, निवृत्ती-ज्ञानदेव-सोपान-मुक्ता या बालकांची ससेहोलपट नजरेसमोर आणावी. संतांच्या चळवळीला प्रारंभ या अशा वातावरणात झालेला आहे.

सर्वसामान्यांचे जीवन बद्ध करणाऱ्या, व्रतवैकल्यांचा बुजबुजाट असलेल्या, बहुसंख्यांचे जगणे नरकप्राय करणाऱ्या वैदिक धर्माविरोधात तेव्हा आधी चक्रधरांनी बंड पुकारले. 'चातुर्वर्ण्यचरते भैक्ष्यम्' म्हणजे चारही वर्णीयांच्या घरी जाऊन भिक्षा मागा असे आपल्या अनुयायांना सांगत, त्यांनी थेट वेदांनाच आव्हान दिले होते. तेव्हा तत्कालीन वैदिकांनी त्यांचा छळ केला नसता तर नवलच. एकदा विषयुक्त सुपारी खायला देऊन त्यांच्या हत्येचा प्रयत्नही करण्यात आला होता. याचे कारण त्यांनी वर्णविषमतेविरोधात ठोकलेले दंड होते हे उघडच आहे. 'उत्तम भणिजे ब्राह्मणः आन आधम भणिजे मातंगः ऐसे म्हणेः परी तोही मनुष्य देहचीः परिवृथा कल्पना करीः' असे

सांगून भेदाभेद ही वृथा कल्पना असे सांगणारा, 'बाई देवो तो पाखाणाचा नव्हे: देवो काष्टाचा नव्हे: देवो मातीचा नव्हे...' अशी शिकवण देणारा, स्त्रियांच्या मासिक धर्माचीही अस्पृश्यता न मानणारा हा महात्मा. लीळाचरित्रातील त्यांचे याबाबतचे विचार आज तर मुद्दामहून मुळातून पाहण्यासारखे आहेत.

'सर्वज्ञे म्हणीतले: वाइ: ये नवद्वारें: जैसी नाकी सेंबूड ए: डोळ्यों चिपूड: काना मळ: तोंडा थुंका ए: गुदिद्वारा मळ एति: ऐसी हे एकि धातु स्रवे: मग नीवतें: याचा वीटाळ धरूं नए: जरि धरिजे प्रेतदेह होए:'

एकविसाव्या शतकालाही जड जाणारा हा विचार तेराव्या शतकातला आहे हे पाहिले, की त्याची धग किती मोठी असेल हे लक्षात येते.

अशीच आग दिसते ती नामदेवांमध्ये. ज्ञानदेवांवर तत्कालीन ब्रह्मवृंदाने शूद्रत्व लादले होते. नामदेव जन्माने शूद्र. जन्मजात विषमतेचे बळी. ही क्रूर विषमता ज्या सनातनी वैदिक धर्मातून आली त्या विरोधात ते उभे राहिले. 'कुश्चळ भूमीवरी उगवली तुळशी । अपवित्र तियेसी म्हणों नये । नामा म्हणे तैसा जातीचा मी शिंपी । उपमा जातीची देऊं नये ।' असे बजावत त्यांनी मराठी मातीत भक्तिमार्गाची पताका रोवली. या भक्तिमार्गाने आव्हान दिले होते, ते एकीकडे तेव्हाच्या ब्राह्मणशाहीला आणि दुसरीकडे वाढत्या इस्लामी आक्रमणाला. क्षुद्र देवतांची उपासना, तीर्थक्षेत्रांना जाणे, कर्मकांडांत रमणे यांत अजिबात अर्थ नाही असे सांगणे याचा अर्थ पुरोहितवर्गाचा पाया डळमळीत करणे असाच होता. नामदेव तेच करीत होते. तुकोबांना वारसा लाभलेला आहे तो या इतिहासदत्त बंडखोरीचा. 'नामदेवें केलें स्वप्नामाजी जागे' असे आपल्या काव्यप्रेरणेविषयी बोलताना तुकाराम सांगतात, तेव्हा त्याचा अर्थ हा असतो.

नामदेव आणि तुकोबा यांच्यात तीन शतकांचे अंतर आहे. या काळात महाराष्ट्रातील नद्यांमधून बरेच पाणी वाहून गेले. या मधल्या काळात येथील समाजजीवनाचा पुरता ऱ्हास झाला होता. एकीकडे इस्लाम प्रबळ होत होता. धर्मांतराला ऊत आला होता. अनेक ब्राह्मणही मुसलमानांचे दास बनले होते. अनेकांनी इस्लाम स्वीकारला होता. पंधराव्या शतकात वऱ्हाडात इमादशाहीची स्थापना झाली. त्याचा संस्थापक होता फतहुल्ला नावाचा सरदार. तो मूळचा तैलंगी ब्राह्मण. निजामशाहीचा संस्थापकही मूळचा ब्राह्मणच. त्याचे मूळ नाव तिमाभट. वऱ्हाडच्या पाथरी गावचा भैरव कुलकर्णी याचा तो मुलगा. ही काही वानगीदाखल उदाहरणे. अशा प्रकारे इस्लाम स्वीकारावा, मुस्लीम राज्यकर्त्यांची सेवा करावी; हा तेव्हाच्या ब्राह्मण, क्षत्रियांचा परमधर्म बनलेला असतानाच सनातनी वैदिक धर्म पुन्हा प्रबळ होऊ पाहत होता. समाजजीवनात भ्रष्टता दाटून आली होती.

ऐसे धर्म जाले कळी । पुण्य रंक पाप बळी ॥
सांडिले आचार । द्विज चाहाड जाले चोर ॥
राजा प्रजा पीडी । क्षेत्री दुश्चितासीं तोडी ॥
अवघे बाह्य रंग । आत हिरवे वरी सोंग ॥

हे तेव्हाचे समाजचित्र होते. अशा काळात तुकारामांचा उदय होणे ही, आज वाटते, एक प्रकारची अपरिहार्यताच होती. समाजाला ग्लानी येते तेव्हा असे महापुरुष जन्मास येतच असतात.

तुकारामांनी स्पष्टच म्हटले आहे

'उजळावया आलो वाटा । खरा खोटा निवाड ॥'

तुकोबांनी उजळविलेली वाट मुळात होती कशी हे पुढे पाहू. इतिहासाची कडी थोडक्यात समजून घेतल्यानंतर दुसरी कडी जी तत्कालीन व्यवस्थेची, ती समजून घेणेही महत्त्वाचे आहे.

३. पाषाण फुटती ऐसे दुःख

तो सतराव्या शतकाचा प्रारंभीचा काळ होता.

मुहमद तुघलक याच्या पदरीच्या गंगू ब्राह्मणाचा चाकर जफरखान उर्फ हसन याने स्थापन केलेल्या बहमनी ऊर्फ साम्राज्याचे कधीच विघटन झाले होते. निजामशाही, आदिलशाही आणि कुतुबशाही एकमेकांशी आणि दिल्लीशी झगडत होती. तो सत्तेचा लढा होता. पण शिया विरुद्ध सुन्नी असेही त्याचे एक रूप होते. त्यात मराठे सरदार कधी याची तर कधी त्याची चाकरी करीत होते. निजामशाहीत मलिक अंबर सर्वसत्ताधीश झाला होता आणि तो मुघलांबरोबर लढत होता. तशात १६०५मध्ये सम्राट अकबराचा अमांशाने मृत्यू झाला. जहांगीर सत्तेवर आला आणि त्याने पुन्हा दक्षिणेकडे लक्ष वळविले. या वेळी अहमदनगरच्या निजामशाहीची सूत्रे मलिक अंबरच्या हाती होती. महाराष्ट्रात गनिमी काव्याचा पहिल्यांदा वापर करणारा, त्याकरिता येथील मराठा घोडेस्वार आणि शिलेदारांना तयार करणारा हा धोरणी राज्यकर्ता. त्याच्या बंदोबस्तासाठी जहांगीर बादशहाने १६०८मध्ये खानखानान या सरदाराला पाठविले. अहमदनगर हे अर्थातच त्याचे एक लक्ष्य होते. त्या भोवतीचा अवघा परिसर रणभूमी झाला होता. देहू नावाचे एक छोटेसे गाव हे त्याच युद्धछायेतले.

तेथे १६०८मध्ये तुकारामांचा जन्म झाला.

'रात्रंदिन आम्हां युद्धाचा प्रसंग' असे तुकाराम म्हणतात, तेव्हा ते केवळ त्यांच्या आंतरिक संघर्षाबद्दलच नसते, तर ते या युद्धलिप्त परिस्थितीबद्दलही असते. हा युद्धाचा प्रसंग कसा होता? गनिमाची टोळधाड यावी आणि गावेच्यागावे, शेतेच्याशेते उद्‌ध्वस्त करून जावी. पिकल्या वावरांत घोडे घालावेत. उभी पिके कापून न्यावीत. कणग्या लुटून न्याव्यात. जुलूम-जबरदस्ती करावी. बाया बाटवाव्यात. शत्रूची अशी 'रहदारी' झाली, की काय होई याची कल्पना शिवकालीन पत्रसारसंग्रहातील एका पत्रावरून यावी. त्यात पिंपळगावचा पाटील लिहितो,

'साल गुदस्ता मोगली गावावरी धावणी करून गाव मारिला. वस्तभाव, गुरेढोरे तमाम गावाचा बंद धरून नगरास आणिला. माणसे, दादले व बाइला व लेकरे यैसी सेदीडसे बंदी राहिली. कितेक बंदीखानी मेली. मग दरम्यान भले लोक होऊन खंडणी

होनु २५०० झाडा करणे कुलबंद सोडनुक केली.'

अशा परिस्थितीत कसले स्थैर्य आणि कसला धर्म? सारी नैतिकता सत्तेच्या पायी सांडलेली. तुकारामांनी एके ठिकाणी उद्वेगाने म्हटले आहे,

'संता नाहीं मान । देव मानी मुसलमान ।।
ऐसें पोटाचे मारिले । देवा आशा विटंबिले ।।
घाली लोटांगण । वंदी निचाचे चरण ।।'

हे जनसामान्यांचेच लक्षण होते असे नाही. तत्कालीन ब्राह्मण आणि क्षत्रियांमध्येही याच वृत्तीने मूळ धरले होते. तुकयाबंधू कान्होबांनी यावर नेमके बोट ठेवले आहे.-'विडे घेऊनी ब्राह्मण आविंदवाणी वदताती', 'अश्वाचियेपरी कुमारी विकती वेदवक्ते', 'राजे झाले प्रजांचे अंतक'. ब्राह्मण अविंदवाणी बोलतात. वेद सांगणारे घोड्यांप्रमाणे मुलींची विक्री करतात. ज्यांना राखावयाचे तेच प्रजेचे मारेकरी झाले आहेत. आणि सर्वसामान्यांचा व्यवहार कसा होता? तुकयाबंधू सांगतात 'पिते पुत्र सहोदर एकाएक । शत्रुघातें वर्तती ।।' कुटुंबव्यवस्थेची अशी दैना झाली होती. 'पुत्र ते पितियापाशीं । सेवा घेती सेवका ऐसी ।। सुनांचिया दासी । सासा झाल्या आंदण्या ।।' एकंदर 'असत्यासी रिझले जन' ही तेव्हाची समाजगत होती.

याच काळात हिंदू धर्मात पंथापंथांचा गलबला झाला होता. सनातन वैदिक धर्मात कर्मकांडाचा बुजबुजाट झाला होता. वैदिक धर्मासमोर एकीकडून इस्लामचे आव्हान उभे ठाकले होते आणि दुसरीकडून नाथ, महानुभाव, गाणपत्य, शाक्त आदींच्यामागे समाज जात होता. सामान्य लोक 'सांडूनिया द्विजवर । दावलपीर स्मरताती' ही जशी तुकयाबंधुची खंत होती, तसेच ब्राह्मणांतील 'कित्येक दावलमलकास जाती । कित्येक पीरास भजती । कित्येक तुरूक होती । आपले इच्छेने' हा समर्थ रामदासांच्या संतापाचा विषय होता. या विरोधात भक्तीचळवळीने पहिल्यापासूनच आघाडी उघडली होती. एकनाथांसारखे संत हिंदू-तुर्क संवादातून

'आम्हांसी म्हणता पूजिता फत्तरें । तुम्ही का मुड्द्यावर ठेविता चिरे । दगडाचे पूजितां हाजी रे । पीर खरें ते माना ।। केवळ जे का मेले मढें । त्याची जतन करतां हाडें । फूल गफल फातरियावरी चढें । ऊदसो पुढें तुम्ही जाळा ।' असे सांगत,

'हिन्दूकू पकडकर मुसलमान करो । हिन्दू करितां खुदा चुकला । त्याहून थोर तुमच्या अकला । हिन्दुस मुसलमान केला । गुन्हा लावला देवासी ।'

असे बजावत होते आणि इकडे तुकाराम

'अल्ला देवे अल्ला दिलावे । अल्ला दारू अल्ला खिलावे । अल्ला बिगर नहीं कोय ।

अल्ला करे सोहि होय ।' असे सांगतानाच 'सब रसोंका किया मार । भजनगोली एक हि सार ।' असा भक्तिमार्गाचा उपदेश करीत होते. 'मेरी दारू जिन्हें खाया । दिदार दरगा सो हि पाया ।' हा तुकारामांचा दखनी बोल भक्तीचळवळीच्या आत्मविश्वासातूनच प्रकटला होता. पण तुकारामांपुढचे खरे आव्हान होते ते सामाजिक आणि धार्मिक अनैतिकतेचे.

ही अनैतिकता, हा भ्रष्टाचार, समाजाचा ऱ्हास हे सगळे कोठून आले? तुकोबांनाही हा प्रश्न पडलेला आहे. 'वाटे या जनाचें थोर बा आश्चर्य । न करिती विचार कां हिताचा ।।' समाज असा एकाएकी कोसळून का पडला? त्याला सुलतानी संकटे कारणीभूत होतीच; पण अस्मानी संकटांनीही त्याच्या मूल्यविवेकाचा घात केला होता, ही बाब नीट ध्यानी घेतली पाहिजे. या अस्मानी संकटांचे तुकारामांच्या चरित्रात महत्त्वाचे स्थान आहे.

हे संकट होते थोरल्या दुष्काळाचे. साल होते सन १६३०. शिवजन्माचे.

'भेणे मंद झाली मेघवृष्टी ।' त्याकारणे 'अपीक धान्यें दिवसें दिवसें । गाई म्हैसी चेवल्या गोरसें । नगरें दिसती उध्वंसे । पिकली बहुवसे पाखांडे ।।' असे या दुष्काळाबद्दल तुकयाबंधु सांगतात. डच कंपनीतील एक व्यापारी व्हॅन ट्विस्ट यानेही असेच लिहून ठेवले आहे. 'पाऊस इतका अल्प पडला की, पेरणी केलेले बी तर वाया गेलेच; पण साधे गवतसुद्धा उगवले नाही. गुरेढोरे मेली. शहरांतून आणि खेड्यांतून शेतात आणि रस्त्यांवर प्रेतांच्या राशी पडल्यामुळे इतकी दुर्गंधी सुटली होती, की रस्त्यावरून जाणे भयावह होते. गवत नसल्यामुळे गुरेढोरे प्रेतेच खाऊ लागली. लोक प्राण्यांची प्रेते खाण्यासाठी घेऊ लागले. दुष्काळाची तीव्रता वाढू लागली तशी माणसे शहरे आणि खेडी सोडून निराशेने दाही दिशा भटकू लागली. दुष्काळपीडितांना ओळखणे सोपे होते. डोळे खोलवर खोबणीत रुतलेले, ओठ सुकलेले व लाळेने बरबटलेले, कातडी टणक बनलेली असे त्यांचे दर्शन होते आणि जेथे जावे तेथे प्रेतांशिवाय आम्हास काहीच दिसत नव्हते.'

पीटर मुंडी या ब्रिटिश व्यापाऱ्यानेही असेच अंगावर शहारे आणणारे वर्णन करून ठेवले आहे. तो एका काफिल्यासह सुरतहून आग्र्याला निघाला होता. १८ नोव्हेंबर १६३० रोजी त्यांचा मुक्काम नंदुरबारमध्ये पडला. तो सांगतो- 'नेदरबार (नंदुरबार) हे मोठे शहर. पण आम्हाला तेथे आमचा छोटासा तंबू उभारण्यासाठीही जागा मिळेना. कारण त्या नगरात जिकडे तिकडे मृतदेह पडले होते.' या दुष्काळाने लोकांवर आलेल्या परिस्थितीने तोही हेलावला होता. तो सांगतो- 'गरीब लोक अन्नासाठी शेण चिवडताना पाहून अत्यंत वाईट वाटत होते. बैल, घोडे यांचे ते शेण. त्यातून न जाणो न पचलेला एखादा अन्नाचा कण मिळाला, तर म्हणून ते त्राणहीन लोक एकमेकांशी भांडत-तंडत

होते.' शिवजन्मानंतरच्या पाच-सहा महिन्यांतली ही हकिकत. देश नासला नासला, अशा शब्दांत समर्थ रामदासांनी याबद्दल शोक व्यक्त केला आहे.

'पदार्थमात्र तितुका गेला । नुस्ता देश चि उरला ।
येणें करितां बहुताला । संकट जालें ।।
लोकें स्थानभ्रष्ट जालीं । कितेक तेथें चि मेलीं ।
उरली तें मराया आलीं । गांवावरी ।।
माणसा खावया धान्य नाहीं । आंथरूण पांघरूण तें हि नाहीं ।
घर कराया सामग्री नाहीं । कार्ये करिती ।।
कितेक अनाचारी पडिलीं । कितेक यातिभ्रष्ट जालीं ।
कितेक तें आक्रंदली । मुलें बाळें ।।
कितेकी विषें घेतलीं । कितेक जळीं बुडालीं ।
जाळिलीं ना पुरिलीं । किती येक ।।'

अशा शब्दांत रामदासांनी या परिस्थितीचे वर्णन केले आहे.

अशा काळात समाजाला ना नासलेपणाची चिंता असते, ना नीतिमूल्यांची काळजी. त्याला कसेही करून जगायचे असते. केवळ तग धरण्याच्या त्या प्रयत्नांतून येथे सामाजिक नीतिभ्रष्टतेचा, अनैतिकतेचा टारफुला फोफावला.

या दुष्काळाने अवघ्या एकविशीतल्या तुकारामांचे अवघे जगणे विसकटून टाकले. ते सांगतात

'दुष्काळें आटिलें द्रव्य नेला मान । स्त्री एकी अन्न अन्न करितां मेली ।।
लज्जा वाटे जीवा त्रासलों या दुःखे । वेवसाय देखें तुटी येतां ।।'

या दुष्काळाने त्यांचे दिवाळे वाजविले. तुकोबा म्हणतात, 'काय बिटंबना सांगो किती । पाषाण फुटती ऐसे दुःख ।'

ही तशी वैयक्तिक वेदना.

पण व्यक्तीकडून समष्टीकडे, पिंडातून ब्रह्मांडाकडे जातात ते महापुरुष असतात. आपले कौटुंबिक दुःख तुकोबांच्या जीवनी सामाजिक झाले. आणि त्यातून त्यांच्या आयुष्याचा भला थोरला अध्याय सुरू झाला...

४. जिवासी उदार जालो आता

'थोरल्या दुष्काळा'ने तुकारामांच्या अवघ्या मनोधारणा बदलून गेल्या होत्या. १६०८ ते १६२९ या काळातले तुकोबा आता राहिले नव्हते. अवघ्या २१-२२ वर्षांचा हा तरुण स्वतःच्या आणि देवाच्या शोधात वेडापिसा झाला होता. 'सिणलो दातारा । करिता वेरझारा । आता सोडवीं संसारा । पासोनिया ।।' हे त्यांचे मागणे होते.

तशी तुकारामांची वृत्ती पहिल्यापासूनच भाविक. घरात कुटुंबाच्या मालकीचे विठोबाचे देऊळ. माता-पिता, थोरला बंधू विठ्ठलभक्त. तेव्हा घरातील वातावरण भाविक असणे स्वाभाविकच होते. घरचेच विठ्ठलमंदीर म्हटल्यावर तेथे होणाऱ्या भजन-कीर्तनातील चार शब्द आपसूकच कानावरून जात असणार. पण हे अजून तेवढ्यापुरतेच होते. तुकोबा सांगतात,

'आरंभी कीर्तन । करी एकादशी ।
नव्हते अभ्यासी । चित्त आधी ।।'

बाकी हे कुटुंब अन्य चांगल्या सधन, प्रतिष्ठित कुटुंबासारखेच होते. घरात वारसाहक्काने चालत आलेली देहूची महाजनकी होती. ही बाब येथे महत्त्वाची आहे. शिवकालातील गावगाड्यात पाटील, कुलकर्णी, चौगुले यांच्याप्रमाणेच शेटे-महाजन हेही महत्त्वाचे पद आहे. गावात पेठ वठवायची जबाबदारी शेटे-महाजनांकडे असे. शेट्यांकडे पेठेची जबाबदारी असे आणि पेठेचा हिशेब ठेवण्याचे काम महाजनांकडे असे. पेठेकडून या दोघांना रोकड आणि वस्तूंच्या रूपाने हक्क मिळत असत. याशिवाय त्यांचे (बहुधा आठवडे बाजारात लावायचे) दुकानही होते. इनामात मिळालेली १५ एकर बागायती शेती होती. आणि वयाच्या सतराव्या वर्षी माता-पिता गेल्यानंतर, विरक्त होऊन थोरले बंधू घर सोडून गेल्यानंतर तुकोबा हा सारा बारदाना व्यवस्थित सांभाळत होते. ही गोष्ट तुकोबांचा भोळसटपणा दाखवित नाही. त्यातून प्रकट होते ती व्यवहारकुशलता. पुढे एका अभंगात त्यांनी आपल्या या काळातील वर्तनाचे वर्णन केले आहे. ते म्हणतात,

'लक्ष्मीमदें मातें घडले महा दोष । पत्नी दोनी भेदाभेद ।
पितृवचनीं घडली अवज्ञा अविचार । कुटाळ कुचरवादी निंद्य ।।
आणिक किती सांगों तें अवगुण । न वळे जिव्हा कांपे मन ।
भूतदया उपकार नाहीं शब्दा धीर । विषय लंपट शब्दहीन ।।'

या शब्दांमध्ये पश्चात्तापदग्धता आहे. अतिशयोक्ती तर नक्कीच महामूर आहे.
पण तरीही तुकोबा शेती, व्यापार करीत होते; त्याकाळातील त्यांचे वर्तन कसे
चारचौघा प्रापंचिकांसारखेच होते याचे प्रतिबिंब त्यातून उमटत आहे. वयाच्या तेराव्या
वर्षी, १६२१ला तुकोबांचा पहिला विवाह झाला. पत्नीचे नाव रखुमाई. तिला दम्याचा
विकार होता. त्यामुळे काही वर्षांतच त्यांचा दुसरा विवाह करण्यात आला. या पत्नीचे
नाव जिजाई. ती पुण्यातल्या गुळवे सावकारांची कन्या. पहिला विवाह झालेला
असूनही पुण्यातले एक सावकार त्यांना आपली मुलगी देतात, याचा अन्वयार्थ
तुकोबांच्या या व्यवहारकुशल वर्तनातच शोधावा लागतो.

१६३०च्या दुष्काळाने हे सर्व चित्र पालटले. या अकालाने माणसांचे भूकबळी
जात होते. त्यानंतर आलेल्या कॉलऱ्याच्या साथीने माणसे चिलटासारखी मरत होती.
पण सत्ताधीशांना त्याची पर्वा नव्हती. आदिलशाही आणि निजामशाहीमधील सत्तासंघर्ष
सुरूच होता. अशा आपत्काळात १६३१च्या सुमारास आदिलशाही सरदार मुरार
जगदेव याने निजामशाही मुलखावर आक्रमण केले. पुणे, शिरवळ आणि इंदापूर हे
परगणे लुटले. सहा कलमी शकावलीतील नोंदीनुसार मुरार जगदेवाने 'पुणा कसबा
वस्ती जाळून गाढवाचा नांगर पांढरीवर धरिला.' अर्थात हे लाक्षणिक अर्थाने. त्याने
एवढेच केले की, कसबा लुटून, जाळून त्याचा तट पाडून टाकला. गाव बेचिराख
केला. पुण्यापासून देहू अवघ्या काही मैलांवर. त्याला याची झळ बसली असणारच.
तशात १६३३मध्ये पुन्हा अवर्षण आले. पुन्हा तेच दुःख, तीच दैना झाली.

हे सर्व तुकारामांच्या दृष्टीसमोर घडत होते आणि वैराग्य त्यांना खुणावत होते.
'पडिलो बाहेरी । आपल्या कर्तव्ये । संसाराचा जीवे । वीट आला ।।' ही त्यांची
तेव्हाची भावना होती.

ही पुढची, १६३१-३२ ते १६४० पर्यंतची आठ-नऊ वर्षे म्हणजे तुकारामांच्या
परीक्षेचाच काळ. आपल्या अल्पचरित्रात्मक अभंगात या आध्यात्मिक जडणघडणीविषयी
ते सांगतात,

'सत्यअसत्यासी । मन केले ग्वाही ।
मानियेले नाही । बहुमता ।।'

हाही काळ तसा संघर्षाचाच. आंतरिक आणि बाह्य अशा. तसा तो सर्वांच्याच

वाट्याला येतो. पण फक्त काहींना पेलता येतो. या काळात तुकारामांची खरी लढाई सुरू होती ती स्वतःशी, आंतरिक अशांतीशी.

'माझिया मीपणावर । पडो पाषाण । जळो हे भूषण । नाम माझे ।।'
किंवा
'जाळा तुम्ही माझे । जाणते मीपण । येणे माझा खूण । मांडियेला ।।'

अशी चकमक सदा सुरू होती. 'मनासी संवाद' आणि 'आपुलाचि वाद आपणासी' सुरू होता. 'तुका म्हणे बहु । करितो विचार ।। उतरे डोंगर । एक चढे ।।' असे कोणाही अभ्यासकाला सोसावे लागणारे कष्ट, तुकोबाही ते उपसत होते.

भंडाऱ्याच्या डोंगरावरील भामनाथाच्या मंदिरात एकांतवासात ध्यानधारणा करून ते हा लढा लढत होते. वेदना, पश्चाताप, विरक्ती, भक्ती आणि आत्मवेदनेच्या गर्भातून साकारलेली मानवतेबद्दलची असाहाय्य आर्तता ही त्यांची शस्त्रे होती. अध्यात्मातील एकेक गड ते जिंकत होते. त्यांच्या गाथ्यात ठिकठिकाणी याच्या खुणा आढळतात. तुकारामांचे संतत्वात उन्नयन होण्याचा हा काळ. त्याची प्रचिती पुढे त्यांच्या 'आम्ही वैकुंठवासी । आलो या चि कारणासी ।।' किंवा 'आमचा स्वदेश । भुवनत्रयामध्ये वास ।' या उद्गारांतून येते. हे उद्गार साध्या भजनकऱ्याचे नसतात. 'माझे लेखी देव मेला । असो त्याला असेल ।।' ही बंडखोरी भोळ्या भाविकाची नसते. ते 'जाणत्या'चे विचार आहेत.

कृष्णराव केळुसकरांच्या 'तुकारामबावांचे चरित्रा'नुसार भंडाऱ्यावरील साधनेनंतर कधी तरी रात्री तुकारामांना नामदेव आणि विठ्ठलाचे स्वप्नात दर्शन झाले. नामदेवांनी त्यांना कविता करण्याची आज्ञा दिली आणि त्यांच्या कवित्वाला प्रारंभ झाला. यातील बराचसा भाग आत्मनिष्ठ भक्तिपर आहे. ते स्वाभाविकच होते. पण तुकोबांच्या बंडखोर मनाला समाजात माजलेला भ्रष्टाचार, धर्माच्या नावाखाली चाललेला अनाचार, हिंसाचार, नीतिशून्यता हे सगळे अस्वस्थ करीत होते. भक्ती चळवळीतून आलेल्या नैतिक शिकवणुकीच्या विरोधात चाललेले सामाजिक वर्तन बोचत होते. हिंदूंचे वेदप्रामाण्य, चालीरिती, कर्मकांड यांचा तीव्र उपहास ते करीत होते. सामाजिक विषमतेवर कोरडे ओढत होते. त्यामागे 'बुडतां हें जन न देखवे डोळा । येतो कळवळा म्हणऊनि ।।' हे कारण होते,

'धर्माचें पाळण । करणे पाखांड खंडण ।।
हेचिं आम्हां करणें काम । बीज वाढवावें नाम ।
तीक्ष्ण उत्तरें । हातीं घेऊनि बाण फिरे ।
नाहीं भीडा भार । तुका म्हणे साना थोर ।।'

ही भूमिका होती. आणि ‘करीन कोल्हाळ । आतां हाचि सर्वकाळ ।।’ ही प्रतिज्ञा होती. हे महाराष्ट्रीय समाजाची नवी मनोभूमिका घडविण्याचे काम होते. त्याला विरोध हा होणारच होता.

तुकारामांच्या चरित्रातील हा गाभ्याचा भाग आहे. एकीकडे त्यांचे संतत्व आणि कवित्व खुपणारे धर्ममार्तंड त्यांच्या विरोधात दंड थोपटून उभे आहेत आणि दुसरीकडे ज्या समाजाच्या भल्याची तळमळ त्यांच्या मनाला लागलेली आहे, तो विविध पंथांच्या, दैवतांच्या आणि कर्मकांडाच्या नादी लागून भुललेला आहे. त्याच्या सामाजिक-सांस्कृतिक गुलामीत ज्यांचे हितसंबंध अडकलेले आहेत अशांचा धर्म आणि ज्ञानदेवांनी ज्याचा पाया रचला आहे तो धर्म, यांची चकमक आता उडणारच होती.

‘माझिये मनींचा । जाणा हा निर्धार । जिवासीं उदार । जालों आता ।।’ असे सांगत तुकोबा जनलोकांत उतरले होते. हाती ‘शब्दाचीच शस्त्रे’ होती आणि अंतरी ‘आपुलिया बळें । नाही मी बोलत । सखा भगवंत । वाचा त्याची ।’ हा आत्मविश्वास होता.

अजून शिवराय शहाजी राजांसमवेत बेंगळुरूला होते. स्वराज्याचे रणशिंग फुंकले जाण्यास बराच अवकाश होता. मराठी मातीतला सामाजिक लढा मात्र पुन्हा एकदा सुरू झाला होता...

५. तेणे जन नाडिले...

सतराव्या शतकातील महाराष्ट्र पाहा. पुरोहितवर्गाचा कर्मठ सनातन धर्म; त्यातून फारकत घेऊन निर्माण झालेले काही पंथ; शूद्रातिशूद्रांचा बहुदेवतात्मक, जादूमंत्रादी आचारावर आधारलेला आदिम धर्म आणि या सर्वांना आव्हान देत उभा राहिलेला आक्रमक इस्लाम असे तेव्हाचे धार्मिक वातावरण आहे. गोव्यात तोवर ख्रिस्ती धर्माने बस्तान बसविले होते. परंतु त्याची झळ अजून उर्वरित महाराष्ट्रीय भूभागास लागलेली नव्हती. सुफी संत आणि मुस्लीम सत्ताधीश यांमुळे हिंदू धर्मापुढे मात्र चांगलेच आव्हान उभे ठाकले होते. भारतात मुस्लीम राजवटी स्थापन होण्याच्या आधीपासूनच सुफी संतांचे आगमन झालेले होते. दक्षिणेत ज्ञानदेवांच्या काळाआधीपासून सुफी संतांची वर्दळ असल्याचे दिसते. हे सारे मुस्लीम धर्मप्रचारक. सुफी समरस्त या संताचा मृत्यू १२८०च्या सुमाराचा. त्या आधी ते गुलबर्गा जिल्ह्यातील सागर शहापूर येथे त्यांच्या शिष्यांसह येऊन राहिले होते. तेथील कुमार राजास ठार मारून त्याने आपला जम बसवला होता. वऱ्हाडात १२५८मध्ये मंगरूळपीर येथे हयात कलंदर हा सुफी संत होता. त्याने तेथील मंगरूळ राजास ठार मारून अनेकांस इस्लामची दीक्षा दिली. या सर्व गोष्टी अल्लाउद्दीन खिलजीने देवगिरीवर पहिला हल्ला केला त्याआधीच्या. एकंदर मुस्लीम सत्ता येण्याआधी हे संत येथे धर्मप्रचार करीत होते. मुस्लीम राजवटींत त्यांना ते सोपे झाले. याचा येथील समाज आणि धर्मजीवनावर परिणाम होणे स्वाभाविकच होते. मात्र हा परिणाम सर्रास धर्मांतर, बाटवाबाटवी, काफिरांच्या कत्तली असा जो प्रचार केला जातो तसा नव्हता; हे म. श्री. माटे यांनी 'मध्ययुगीन महाराष्ट्र सामाजिक आणि सांस्कृतिक जीवन' या ग्रंथातून स्पष्ट केले आहे. मग इस्लामचा महाराष्ट्रावर परिणाम काय झाला? तर बहुजन समाजाच्या धार्मिक जीवनात पीर आणि दर्गे यांचाही समावेश झाला. मध्ययुगीन महाराष्ट्रात उदयाला आलेला एक पंथ म्हणजे दत्त संप्रदाय. यात दत्तात्रेय हा मलंग म्हणजे फकिराच्या वेषात वावरतो व दर्शन देतो अशा आख्यायिका रूढ आहेत. खुद्द समर्थ रामदासस्वामींना दत्ताने फकिराच्या वेषात दर्शन दिले असा उल्लेख 'दासविश्रामधामा'त आलेला आहे. रामदासस्वामी अंबेजोगाईच्या रानात श्रीदत्तात्रेयाच्या स्थानी बसले असता, 'रात्रीचा समय प्राप्त झाला, तों बरोबर

स्त्री व पोरें पाच, कोंबडी पंचवीस, बकरी सहा, एक बोकड, एक छोकरी, अशी गोणींत घालून ती गोणी एका रेड्याच्या पाठीवर लादून, अशा लटांबरासह फकिराच्या वेषांत श्रीदत्तात्रेयांचें तेथें आगमन झालें,' अशी ती कथा शंकरराव देवांनी 'समर्थावतार' या त्यांच्या ग्रंथात दिली आहे. एकूण हिंदुंचे देवही मुसलमानी वेषात दिसू लागण्याएवढी सरमिसळ झाली होती. दुसरीकडे सुफी संप्रदायाचा अतिश्रेष्ठ पुरुष म्हणून ओळखल्या जाणाऱ्या अजमेरच्या ख्वाजा मुईनुद्दीन चिश्ती (मृत्यू १२३६) याच्या अनुयायांमध्ये आपणास हुसैनी ब्राह्मण नावाचा वर्ग दिसतो. हे स्वतःस अथर्ववेदी समजत. आणि त्यांचे अनेक पूर्वज ब्राह्मण करबल्याच्या लढाईत इमाम हुसैन यांच्या बाजूने लढले होते असे सांगितले जाते. आजच्या पुण्यातही असे ब्राह्मण आहेत. हा सुफींचा, इस्लामचा प्रभाव. हिंदू वैदिकच नव्हे, तर जैन, बौद्ध धर्मापुढे हेही एक मोठे आव्हान निर्माण झाले होते. तशात विविध पंथ, त्यांचे भिन्न आचारधर्म, काळाच्या ओघात त्यांना लागलेली कीड असे एक चित्र उभे राहिले होते.

तेव्हाच्या हिंदू धर्माची, समाजाची अवस्था काय होती? तुकोबा सांगतात,

'ऐसें कलियुगाच्या मुळें । झाले धर्माचें वाटोळें ।।
सांडूनिया रामराम । ब्राह्मण म्हणती दोम दोम ।।
शिवों नये ती निळीं । वस्त्रें पांघरती काळीं ।।
तुका म्हणे वृत्ति । सांडूनि गदा मागत जाती ।।'

धर्माचे वाटोळे झाले म्हणजे काय झाले, तर ब्राह्मण दावलमलकाचा म्हणजे फकिराचा वेष घेऊन दोमदोम म्हणून भीक मागू लागले आहेत. ज्यांना स्पर्शही करू नये अशी काळीनिळी वस्त्रे पांघरत आहेत. महानुभाव पंथाचा स्वीकार करीत आहेत. वृत्ती सांडून गदा मागत आहेत, म्हणजे ओले अन्न वा धान्य मागून आणत आहेत. भीक मागत आहेत. ते कशासाठी तर कंदुरीसाठी. पण हे एवढेच नाही. 'गुरुमार्गामुळें भ्रष्ट झाले सकळ' हेही तुकोबांचे निरीक्षण आहे. हा गुरुमार्ग म्हणजे शाक्तांचा मार्ग. समाजाचे पुढारपण करणाऱ्या वर्गाचे सामाजिक चारित्र्य असे बिघडत चालले होते आणि शूद्रातिशूद्र बहुजन समाज शेंदऱ्या हेंदऱ्या शूद्र देवतांच्या पूजेत रमलेला होता. 'सेंदराचे दैवत केलें । नवस बोले तयासी ।।' हाच त्याचा धर्म उरला होता. 'सेंदरीहेंदरी दैवतें । कोण तीं पूजी भूतेंखेतें ।। आपुल्या पोटा जीं रडतें । मागती शितें अवदान ।।' अशा दैवतांची पूजा कशासाठी करावी, हा तुकोबांचा सवाल आहे. पण सर्वत्र तेच केले जात होते. हा जो शूद्रातिशूद्रांचा बहुदेवतात्मक धर्म आहे, तो केवळ तुकोबांनी नव्हे, तर सर्वच वारकरी संतांनी सातत्याने धिक्कारला आहे. याचे साधे कारण म्हणजे वारकरी संतमंडळींच्या साम्यवादी भाषेत सांगायचे तर वर्गचरित्र. ते प्रामुख्याने

अलुत्येदार-बलुतेदारांचे आहे. अलुत्ये म्हणजे तांबोळी, साळी, माळी, घडशी, तराळ, सोनार, शिंपी, गोंधळी, रामोशई, खाटीक, डावऱ्या, कळवंत आणि बलुत्यांत येतात सुतार, लोहार, महार, मांग, कुंभार, चांभार, परीट, न्हावी, भाट, तेली, गुरव आणि कोळी या जाती. बहुतेक संत हे याच वर्गांतून आलेले आहेत. आणि ते ज्या समाजव्यवस्थेचे भाग आहेत ती या अधोगतीस आलेल्या धर्मामुळे मोडकळीस आलेली आहे. ती इमारत पुन्हा उभारायची असेल, तर त्या व्यवस्थेतील कमअस्सल ते बाजूला सारणे आवश्यक होते. धर्माचा 'खोटा उदीम' बंद करणे आवश्यक होते. विविध दैवतांच्या पूजा-उपासनेतून सामाजिक शक्ती आणि नैतिकतेचा होणारा ऱ्हास थांबविणे गरजेचे होते. तुकोबांनी त्यासाठीच शब्दांची शस्त्रे परजली होती. ते म्हणतात,

नव्हे जाखाई जोखाई । मायाराणी मेसाबाई ।।
बळिया माझा पंढरीराव । जो ह्या देवांचाही देव ।।
रंडी चंडी शक्ती । मद्यमांस भक्षिती ।।
बहिरव खंडेराव । रोटी सुटीसाठी देव ।।
गणोबा विक्राळ । लाडुमोदकांचा काळ ।।
मुंजा म्हैसासुरें । हें तों कोण लेखी पोरें ।
वेताळें फेताळें । जळो त्यांचें तोंड काळें ।।

जाखाई, जोखाई, रंडी, चंडी अशा शूद्र देवतांचा तर ते धिक्कार करतातच; परंतु खंडोबा, बहिरोबा या अनेकांच्या कुलदेवतांनाही त्यांनी तुच्छले आहे. ते भरीत आणि रोडग्याचे देव आहेत, अशा शब्दांत त्यांचे स्थान दर्शविले आहे. गणपती ही लोकप्रिय देवता. देहूजवळच चिंचवडला गणेशाचे महत्त्वाचे मंदिर आहे. तेथे मोरया (मोरोबा) गोसावी यांची समाधी आहे. ते तुकोबांचे समकालीन. थोर गणेशभक्त. त्यांना गणेशाचा अवतार मानले जाते. त्यांची आणि तुकोबांची भेट झाल्याचेही दाखले आहेत. असे असतानाही तुकोबांनी गणपतीची लाडू-मोदकांचा काळ अशी संभावना केलेली आहे. गणपतीच्या तांत्रिकांशी असलेल्या संबंधांमुळे ते असे म्हणत आहेत हे निश्चित. गाथ्यात तंत्रवादी शाक्तांवर १३ अभंग आहेत. त्यांतील एका अभंगात शाक्तांना 'मनुष्य परी कुतरी ती' असे संबोधून ते पुढे म्हणतात, 'पूजिती विकट दोंद । पशु सोंड गजाची ।।' हे गणपतीचे वर्णन आहे.

एकंदरच तुकोबांचा शाक्तांवर प्रचंडच राग आहे. 'शाक्ताची सूकरी माय । विष्ठा खाय बिदीची ।।', 'शाक्ताची गाढवी माय । भुंकत जाय वेसदारा ।।' अशा शिव्याच घालतात ते त्यांना. ते म्हणतात, हा 'शाक्त गधडा जये देशीं । तेथें राशी पापाच्या' असतात. 'शाक्त वास करिती' तो देश, तेथील राजा, प्रजा यांचे 'द्वाड'च

होते. ते एवढे चिडून, संतापून बोलतात याचे कारण त्या पंथाच्या स्वरूपात दडलेले आहे. हा तसा जुनाच पंथ. गुप्तोत्तर काळात उदयाला आलेला. तो एवढा लोकप्रिय होता की, हिंदू धर्मातील वैष्णव, शैव, शाक्त, सौर आणि गाणपत्य या पाच महत्त्वाच्या संप्रदायांत त्याचा समावेश आहे. याच्या उपासनाविधीमध्ये पाच म-कारांना महत्त्व असते. ते म्हणजे मत्स्य, मांस, मुद्रा, मद्य आणि मैथुन. धर्माच्या नावाने व्यभिचाराचा मिळालेला खुला परवानाच तो.

या शाक्तांचे कौलमत सांगणारा एक ग्रंथ आहे कुलार्णवतंत्र. त्यात म्हटले आहे,

सुरादर्शनमात्रेण सर्वपापैः प्रमुच्यते ।
तद्गन्धघ्राणमात्रेण शतक्रतुफलं लभेत ।
तस्य सन्दर्शमात्रेण तीर्थकोटिफलं लभेत ।
तस्य तत पानतः साक्षाल्लभेन्मुक्तिं चतुर्विधाम ।।

म्हणजे मद्याच्या नुसत्या दर्शनानेच सगळी पापे धुवून जातात... नि मद्यपान केलेत तर मग काही विचारूच नका. तेणे मुक्ती चारी साधियेल्या! असा हा सगळा मामला.

हठयोगप्रदीपिका या चौदाव्या-पंधराव्या शतकातील योगी स्वात्मारामकृत ग्रंथात म्हटले आहे,

गोमांसं भक्षयेन्नित्यं पिबेदमरवारूणीम ।
कुलीनं तमहं मन्ये इतरे कुलघातकः ।।

यात गोमांस आणि अमरवारूणी अर्थात दारू यांच्या सेवनाचेच अध्यात्मिकरण केले आहे. त्याचे सेवन करणारे ते कुलीन. बाकीचे कुलघातक.

तुकोबा त्या विरोधात एवढ्या पोटतिडकीने आणि चिडीने बोलत होते, ते उगाच नाही. त्यांची ही चीड पाहता त्या काळात महाराष्ट्रात हा संप्रदाय चांगलाच बोकाळला होता असे दिसते. तुकोबा सांगतच आहेत की, 'गुरुमार्गामुळें भ्रष्ट झाले सकळ ।'

'डोहोर लोहार दासी बलुती बारा । उपदेशिती फारा रांडापोरें ।।'

हे शाक्त ढोर, लोहार आदी बारा बलुतेदारांना, त्यांच्या बायका-पोरांना उपदेश करतातच; पण-

'कांही टाण्या टोण्या विप्र शिष्य होती । उघडी फजिती स्वधर्माची ।।'

त्यांच्या मंत्र-तंत्राच्या लालचेने ब्राह्मणही त्यांचे शिष्य होऊन आपल्याच धर्माची फजिती करतात. तुकोबारायांना गुरू मानणारे, महाराजांच्या निर्याणानंतर काही काळाने तुकोबांच्या अभंगांच्या शोधात नारायणबाबांना जाऊन भेटलेले चाकणचे कचेश्वरभट्ट ब्रह्मे यांनी त्यांचे आत्मचरित्रपर अभंग लिहून ठेवले आहेत. त्यात त्यांचा या शाक्तांबाबतचा एक अनुभव येतो. ते सांगतात,

'प्रपंचाच्या योगे । गेलो जीर्णपुरा । होतो निदसुरा । कृष्णघरी ।। कोण्ही येक काही । उपदेश केला । पूजनासि चला देवतेच्या ।। भ्रमास्तव त्याणी । आधिं हाकारिलें । मग उपेक्षिले । नका येऊं ।।'

-काही प्रापंचिक कामानिमित्ताने कचेश्वर जुन्नरला गेले असता, तेथे त्यांच्या काही स्नेह्यांनी त्यांना पूजेला चला म्हणून बोलाविले. पण हे 'आपल्यातले' नाहीत म्हटल्यावर मात्र नका येऊ म्हणून सांगितले. ही कसली पूजा होती? तर शाक्तांची. कचेश्वर म्हणतात, 'तेव्हा वाटे चित्ता । शाक्त मी असतो । तरि हो बैसतों । शाक्तामाजि ।।' पण त्याच रात्री त्यांच्या स्वप्नात कोणी कृष्णभट आले, त्यांनी हे मंत्रशास्त्र बरे नाही म्हणून सांगितले आणि कचेश्वर वाचले. यातून एक गोष्ट स्पष्ट होते ती ही की, त्या काळातही महाराष्ट्रातील शहरे-नगरांतून शाक्तांचे अड्डे कसे फोफावले होते. महाराष्ट्रात हे होण्याचे एक कारण म्हणजे शाक्तांचा 'योगिनी कौलमत' या नावाने ओळखला जाणारा जो संप्रदाय आहे, त्याची एक मठिका त्र्यंबकेश्वरला होती.

हे शाक्त -

'नसता करूनि होम खातीं एके ठायीं । म्हणती पाप नाहीं मोक्ष येणें ।।
इंद्रियांचे पेटे भला कौल देती । मर्यादा जकाती माफ केली ।।'

खोटाच एखादा होम करून एकत्र बसून खातात आणि वर सांगतात की, यात काहीही पाप नाही, मोक्षच आहे. मर्यादारूपी जकातीची माफी देऊन इंद्रिय व्यवहारांत चांगलीच मोकळीक देतात. सर्वच वर्गांमध्ये असा वामाचार बळावलेला असणे हे समाजाला लागलेल्या किडीचेच लक्षण. ती साफ करणे हे काम सोपे नव्हते. कारण तो नुसताच मूळ धरून नव्हता, तर प्रभावीही होता. अगदी छत्रपती शिवरायांनाही गागाभट्टाने केलेल्या राज्याभिषेकानंतर काही दिवसांनी तांत्रिक पद्धतीने अभिषेक करवून घ्यावा लागला होता. यातून त्या तंत्रसांप्रदायिकांच्या प्रभावाची कल्पना यावी. अगदी शिवकालानंतरही हा संप्रदाय महाराष्ट्रात टिकून राहिल्याचे दिसते. पेशवाईत याचाच एक पंथ 'घटकंचुकी पंथ' या नावाने ओळखला जात होता. पुढे ओशो

रजनीशांनी या 'अध्यात्मविचारा'लाच नव्याने उजाळा दिला. आजही अनेक बाबा-बापूंच्या तंत्रलीला पाहायला मिळतात. तो या धर्माचाच भाग.

तुकारामांभोवताली असलेल्या समाजाची नैतिक पातळी किती खालावलेली होती हेच यातून दिसत आहे. एकीकडे शूद्र दैवतांची उपासना आणि दुसरीकडे असा वामाचार. यातून आपण काही वाईट, गलिच्छ करतो आहोत याचे भानही त्या समाजाला राहिलेले नव्हते. त्यांना हाताला धरून आडमार्गाला जाऊ नका असे सांगितले, तरी ऐकत नाहीत.

'वारितां बळें धरितां हाती । जुलुमें जाती नरकामधीं ।।
रंडीदासाप्रति कांहीं । उपदेश तोही चालेना ।।'

ही तुकारामांची खंत होती. विशेष म्हणजे ती आजही तेवढीच ताजी आहे. आजही धर्माचा खोटा उदीम बळावलेला आहे. आजही बुवाबाजी माजलेली आहे. तेव्हाही ती होती आणि तुकोबा त्याविरोधात लढत होते. कारण 'तेणे जन नाडिलें' हा त्यांच्या काळजीचा विषय होता...

६. ऐसे कैसे झाले भोंदू

रंजल्या-गांजल्यांना आपले म्हणणारा तो साधू. ज्याचे अंतःकरण लोण्यासारखे मऊ आहे तो साधू. निराश्रितांना हृदयी धरतो तो साधू. आपल्या नोकरांवर पुत्रवत प्रेम करतो तो साधू.

'जें का रंजले गांजले । त्यांसी म्हणे जो आपुले ।।
तोचि साधु ओळखावा । देव तेथेचि जाणावा ।।
मृदु सबाह्य नवनीत । तैसें सज्जनांचें चित्त ।।
ज्यासि आपंगिता नाहीं । त्यांसी धरी जो हृदयी ।।
दया करणें जें पुत्रासी । तेचि दासा आणि दासी ।।
तुका म्हणे सांगूं किती । तेचि भगवंताची मूर्ति ।।'

ही तुकोबांनी सांगितलेली साधुसंतांची व्याख्या. साधीच; पण असे साधू भर दिवसा दिवा लावूनही दिसणे कठीण, ही आजची गत. सतराव्या शतकातही याहून वेगळी अवस्था नव्हती. बुवाबाजीचा टारफुला तसा कोणत्याही भूमीत तरारतो. भूमी दारिद्र्याची, वेदनेची, भूकेची असो की; श्रीमंतीची, ऐश्वर्याची असो; असमाधान, असुरक्षितता, भय आदी भावना तेथे वस्तीला असतातच. सर्वांनाच त्यातून सुटका हवी असते. त्या सुटकेचे मार्ग सांगणारे धर्माच्या हाटात दुकाने मांडून असतातच. धर्माच्या नावाखाली धार्मिक कर्मकांडांची अवडंबरे माजवून हे तथाकथित साधू, संत, बाबा, महाराज स्वतःच्या तुंबड्या तेवढ्या भरत असतात. त्यांचा धंदा म्हणजे- 'पाषांड करोनि मांडिली जीविका । बुडवी भाविकां लोकांप्रति ।।' अशा भिन्न पंथीय बाबाबुवांची बंडे तुकोबांच्या काळातही माजलेली होतीच. तुकोबा हे काही भारतभर फिरलेले नाहीत. त्यांचा वावर प्रामुख्याने देहू, लोहगाव असा मावळातला. मीठ वगैरे नेण्यासाठी ते कधी कोकणात पेण-पनवेलाकडे उतरत असत, असे सांगतात. तेव्हा भ्रमंती अशी फार नाहीच. पण त्यांच्याकडे दृष्टी होती आणि त्या दृष्टीला पडत होते ते चित्र बुवाबाजीचा बुजबुजाट झालेल्या, 'आणिक पाखांडे असती उदंडें' अशा समाजाचेही होते.

चार ग्रंथ वाचायचे. चार मंत्र म्हणायचे. भगवी, सफेद, काळी, पिवळी वस्त्रे पांघरायची. आध्यात्मिक गडबडगुंडा करायचा. चमत्कार दाखवायचे आणि जन नाडायचे हाच या भोंदू संतांचा उद्योग. पण त्यावर त्यांनी इतका धार्मिक मुलामा चढविलेला असतो की, त्यांच्याविरोधात आवाज काढणाराच देव आणि धर्मद्रोही ठरण्याची शक्यता. पण तुकाराम त्याची पर्वा करणाऱ्यांतले नाहीत. त्यांनी शाक्तांवर आसूड ओढले, तसेच ते अन्य धर्मपंथांवरही तुटून पडले आहेत. त्यांनी 'भगवी लुगडी' नेसणाऱ्या, कदान्नाची निंदा करीत देवान्नाची इच्छा करणाऱ्या, विषयांच्या वासनेत बुडालेल्या आणि मान मिळवू पाहणाऱ्या संन्याशांची निंदा केली आहे. जटा वाढवून, कासोटा नेसून, सर्वांगावर विभूती लेपन करून मिष्टान्नाची आशा धरणाऱ्या संतांवर कोरडे ओढले आहेत. ते म्हणतात,

'होऊनि संन्यासी भगवीं लुगडीं । वासना न सोडी विषयांची ।।
निंदिती कदान्न इच्छिती देवान्न । पाहताती मान आदराचा ।।
तुका म्हणे ऐसें दांभिक भजन । तया जनार्दन भेटें केवीं ।।'

तसेच –

'लांबवूनि जटा नेसोनि कासोटा । अभिमान मोठा करिताती ।।
सर्वांगा करिती विभूती लेपन । पाहाती मिष्टान्न भक्षावया ।।
तुका म्हणे त्यांचा नव्हे हा स्वधर्म । न कळतां वर्म मिथ्या वाद ।।'

सनातनी वैदिक ब्राह्मणी धर्माविरुद्ध हिंदूंच्या महानुभावांपासून वारकऱ्यांपर्यंतचे अनेक पंथ उभे राहिलेले आहेत. मत्स्येंद्र–गोरखप्रणीत नाथपंथ हा त्यांतलाच एक अखिल हिंदुस्थानात पसरलेला पंथ. खुद्द ज्ञानेश्वर महाराज, निवृत्तीनाथ या पंथाचे. (संत निळोबारायांनी 'नाथ संप्रदायाची थोरी । प्रगट केली ज्ञानेश्वरी ।।' अशा शब्दांत ज्ञानेश्वरीचे वर्णन केले आहे.) 'विषयविध्वंसैकवीर' अशा विशेषणाने ज्ञानदेव ज्यांचा गौरव करतात, त्या गोरक्षनाथांनी त्यांचे गुरू मत्स्येंद्रनाथ यांची योगिनींच्या जाळ्यातून सुटका केल्याची कथा सांगितली जाते. मत्स्येंद्रनाथ वामाचारी कौलमताचे अनुयायी बनले होते. गोरक्षांनी त्यांना त्या मार्गापासून दूर आणले असा याचा अर्थ. शाक्त, कापालिक, वज्रयान, सहजयान या तंत्रसाधनांविरोधात गोरक्षनाथ उभे राहिले; म्हणून ते विषयविध्वंसैकवीर ठरले. पण पुढे नाथपंथात वामाचारी साधना शिरल्या. बाह्य अवडंबराला महत्त्व आले. तेव्हा तुकोबांनी त्यांच्यावरही टीकेची झोड उठविली.

'कान फाडूनियां मुद्रा तें घालिती । नाथ म्हणविती जगामाजीं ।।
घालोनिया फेरा मागती द्रव्यासी । परि शंकरासी नोळखती ।।
पोट भरावया शिकती उपाय । तुका म्हणे जाय नरकलोका ।।'

अशा शब्दांत तुकोबा त्यांचा समाचार घेतात. अशा संतांची आणखी एक जात आपणास अलीकडे प्रामुख्याने कुंभमेळ्याच्या निमित्ताने किंवा दूरचित्रवणी वाहिन्यांवरील धर्मविषयक चर्चांमध्ये हटकून दिसते. तुकारामांनी त्यांच्याविषयी लिहून ठेवले आहे, की–

'ऐसें संत झाले कळीं । तोंडी तमाखूचि नळी ।।
स्नानसंध्या बुडविली । पुढें भांग ओढवली ।।
भांगभुर्का हें साधन । पची पडे मद्यपान ।।
तुका म्हणे अवघें सोंग । तेथें कैंचा पांडुरंग ।।'

अशा भोंदूबद्दल ते म्हणतात–

'अल्प असे ज्ञान । अंगीं ताठा अभिमान ।।
तुका म्हणे लंड । त्याचें हाणोनि फोडा तोंड ।।'

अशाच प्रकारे त्यांनी मलंगांचाही धिक्कार केला आहे. हा इस्लाममधील सुफी दरवेशांचा एक संप्रदाय. त्यांच्याबद्दल तुकोबा म्हणतात, 'कौडी कौडीसाठी फोडिताती शिर । काढूनि रुधीर मलंग ते ।।' चार पैशांसाठी डोके फोडून रक्त काढून दाखवतात. पण त्यांना त्यांचा स्वधर्म समजलेलाच नाही.

या सुफी संप्रदायाचे आणि दत्त संप्रदायाचे आत्मीयतेचे संबंध होते. ही प्रक्रिया तेराव्या शतकानंतरची असावी. त्या काळात धर्मांतर करून मुसलमान झालेल्या कनिष्ठ वर्गातल्या काही लोकांनी दत्तात्रेय पंथाला इस्लामी रूप दिले. पुढे मलंग, पीर अशा रूपांत त्याला पाहिले जाऊ लागले. संत एकनाथांना दत्तदर्शन मलंगाच्या वेशात झाले असा उल्लेख यादृष्टीने महत्त्वाचा आहे. एकंदर तुकोबांच्या काळात या पीर, फकिरांचा उदोउदो वाढलेला होता. महाराष्ट्रात ठिकठिकाणी त्यांची ठाणी तयार झाली होती. लोक त्यांना भजत-पूजत होते. 'संता नाहीं मान । देव मानी मुसलमान ।।' अशी परिस्थिती होती. तुकोबांनी 'तुका म्हणे धर्म । न कळे माजल्याचा भ्रम ।।' अशा शब्दांत त्याचा समाचार घेतला आहे.

महानुभाव, वीरशैव यांच्यावरही तुकारामांचे टीकास्त्र चाललेले आहे. महानुभावांबद्दल ते म्हणतात, 'महानुभाव पंथाचे लोक हे दाढी आणि डोके यांचे मुंडन करतात. काळी वस्त्रे परिधान करतात. उफराटी काठी हातात घेऊन सर्वांना उपदेश करतात. बायकामुलांना फसवून आपला वेश त्यांना देतात. अशा लोकांना यम शिक्षा करील.'

तुकोबा ही सगळी टीका करीत आहेत ती दोन स्तरीय आहे, हे येथे लक्षात

घेतले पाहिजे. वारकरी संप्रदायाहून भिन्न असलेल्या धर्मपंथांचा ते उपहास करीत आहेतच, परंतु तो उपहास त्या पंथांच्या पालटलेल्या स्वरूपामुळे आलेला आहे. हे करतानाच ते वाभाडे काढीत आहेत ते 'ऐसे नाना वेष घेऊनी हिंडती । पोटासाठीं घेती परिग्रह ।।' म्हणजे असे नानाप्रकारचे वेष घेऊन हिंडणाऱ्या, पोटासाठी दान घेणाऱ्या भोंदू बाबाबुवांचे, संतमहंतांचे. वाट्टेल ते कर्म करून स्वतःला साधू म्हणविणारे, सर्वांगाला राख लावून लोकांच्या नजरेआड पापकर्म करणारे, वैराग्य दाखवून विषयात लोळणारे असे भोंदू, हे त्यांचे लक्ष्य आहेत. ते म्हणतात

'ऐसें कैसें झाले भोंदू । कर्म करोनि म्हणती साधु ।।
अंगा लावूनिया राख । डोळे झांकूनि करिती पाप ।।
दावूनि वैराग्याची कळा । भोगी विषयांचा सोहळा ।।
तुका म्हणे सांगों किती । जळो तयांची संगती ।।'

विविध कर्मकांडे, आचार, नवससायास यांतून होत असलेल्या लोकांच्या मानसिक आणि आर्थिक शोषणाबद्दलच्या रागातून आलेला हा विरोध आहे. ते म्हणतात-

द्रव्यइच्छेसाठी करितसे कथा । काय त्या पापिष्टा न मिळे खाया ।।
पोट पोसावया तोंडें बडबडी । नाहीं धडफुडी एक गोष्टी ।।

'पैशासाठी जो धर्म सांगतो, तो पापी असतो. पोट भरण्यासाठी जो वृथा बडबड करतो, त्याच्याजवळ निश्चयात्मक अशी एकही गोष्ट नसते.' या शब्दांत ते धर्माच्या नावाखाली केल्या जाणाऱ्या आर्थिक शोषणाविरोधात बोलत आहेत. असा धर्माचा 'लटिका वेव्हार' करणाऱ्याची संभावना ते महाखर, महागाढव म्हणून करतात. त्याच्याबद्दल 'तुका म्हणे तया काय व्याली रांड' असा सवाल करतात. हा कळवळ्यातून आलेला संताप आहे. समाजात माजलेल्या अनाचाराविरोधातली चीड आहे. जेथे 'दोष बळीवंत' झाले आहेत, 'पापाचिया मुळें' 'सत्याचे वाटोळे' झाले आहे, असा समाज त्यांच्या आजूबाजूला आहे. त्या विरोधातले हे नैतिक आंदोलन आहे.

पण त्यांच्या आयुष्यातील पाखंड खंडनाची खरी लढाई आणखी वेगळीच होती. ती अधिक मोठी, अधिक व्यापक होती. अक्षरशः जीवन-मरणाची होती. कारण त्यांच्यासमोर उभा होता सनातन वैदिक धर्म. त्याविरोधात लढण्याचा प्रयत्न यापूर्वी अनेकदा झाला होता. तो चक्रधरांनी केला होता, गोरक्षनाथांनी केला होता, नामदेवांनी केला होता. आता तुकाराम महाराज आपल्या भक्तिसामर्थ्यानिशी त्याला धडक देत होते. प्रत्यक्ष वेदांनाच त्यांनी आव्हान दिले होते. संत बहिणाबाई तुकोबांना बुद्धाचा अवतार का मानतात त्याचे उत्तर या आव्हानात होते...

७. वेदाचा तो अर्थ आम्हांसीच ठावा

हिंदू धर्म 'किताबी' नाही. त्याला एकचएक धर्मग्रंथ नाही. वेद, उपनिषदे, इतिहास, ब्राह्मणे, पुराणे, भगवद्‌गीता हे आणि असे सर्वच ग्रंथ हे हिंदूंचे धर्मग्रंथ. त्यात पुन्हा तंत्राधिष्ठित आगमही आले. यातही मौज अशी, हे सर्व धर्मग्रंथ मानणारे जसे हिंदू असतात, तसेच ते न मानणारेही हिंदू असतात. वैदिक जसे हिंदू असतात, तसेच अवैदिकही. हिंदूंमधील बहुसंख्य लोकांचे काम या ग्रंथांतून चालू शकते, चाललेले आहे. या ग्रंथांमध्ये वेद सर्वांत महत्त्वाचे. कारण ते अपौरुषेय मानले जातात. ते श्रुतींमध्ये मोडतात. त्यांना कोणी रचयिता नाही. ते ऋषींना दिसले. त्यांनी ते नोंदवून ठेवले अशी धार्मिक मान्यता आहे. हे वेद हाच सनातन हिंदू धर्माचा आधार असल्याची कल्पना आहे. हजारो वर्षे लोक ही समजूत बाळगून आहेत. आजही ती श्रद्धा आहे. तशीच ती सतराव्या शतकातही होती. सनातन वैदिक आर्यधर्म ही हिंदूंमधील प्रमुख धारा होती आणि वेदप्रामाण्य हा त्याचा आधार होता.

या वेदांचा अभ्यास करण्याची जी 'षडंग' वेदाध्ययनाची पद्धत आहे, त्यातला 'कल्प' हा एक भाग आहे. त्यात पौराहित्याचे सर्व कर्म आणि पुरोहितांच्या संरक्षणाच्या सोयी आहेत. या कल्पाचे तीन भाग असतात. 'गृह्यसूत्र', 'श्रौतसूत्र' आणि 'धर्मसूत्रे'. सर्वसाधारणतः गृह्यसूत्रात घरगुती धर्मकृत्ये, संस्कार यांची माहिती असते. श्रौतसूत्रात सार्वजनिक यज्ञयागांचे विवेचन असते आणि धर्मसूत्रात इहलौकिक आचारविचार, पाप-पुण्य, न्याय-अन्याय अशा गोष्टी येतात. मनुस्मृती हा याच धर्मसूत्रांचा भाग. हा हिंदूंचा कायदा सांगणारा ग्रंथ. इ.स.२०० ते ३०० या कालखंडातील हा ग्रंथ. तोही पुन्हा धर्माचा आधार वेद हाच असल्याचे सांगतो. आता कोणत्याही काळात मनुस्मृतीचा कायदा जसाच्या तसा लागू होणे व्यवहारतः शक्य नव्हते. पण मनुने सांगितलेली विषमता हा मात्र सगळ्याच सामाजिक व्यवहारांचा पाया होता. या विषमतेच्या व्यवहाराला, चातुर्वर्ण्याला वेदांचे समर्थन होते. या सनातन वैदिक धर्माचे एकंदर स्वरूप आधार वेदांचा, व्यवहार पौराण धर्माचा आणि सामाजिक कायद्यात अंतिम शब्द मनुस्मृतीचा असे होते. वस्तुतः सर्व देशभर

हिंदूंचा जो कायदा प्रचलित आहे तो बाराव्या शतकात विज्ञानेश्वराने लिहिलेल्या 'मिताक्षरा' या ग्रंथावर आधारलेला आहे. याशिवाय जिमूतवाहनाच्या 'दायभाग' या टीकाग्रंथावरील एक कायदा आहे. तो बंगाल, आसामात लागू होता. हे दोन्ही टीकाग्रंथ याज्ञवल्क्यस्मृतीवरील आहेत. पण या स्मृतीलाही आधार घेतला जातो तो अखेरीस मनुस्मृतीचा.

हा श्रुती-स्मृती-पुराणोक्त धर्म तुकोबांच्या काळात पुन्हा प्रबळ बनू लागलेला होता. तुकारामांचा खरा लढा या सनातन वैदिक धर्मातून येणाऱ्या विषमतेच्या विरोधात होता. वेदप्रामाण्याविरोधात येथे गौतम बुद्ध, महावीर, चक्रधरस्वामी यांसारख्या अनेक महामानवांनी बंड पुकारले होते. तुकाराम हे त्याच परंपरेचे वारसदार होते. 'धर्मरक्षणासाठी करणे आटी आम्हांसी' असे सांगतच ते वेदप्रामाण्याला आव्हान देत होते.

सनातनी वैदिक ब्राह्मणांचे महाराष्ट्रातील सर्वांत मोठे पीठ जे पैठण, त्याला सोळाव्या शतकात संत एकनाथांनी हादरे दिले होते. १५९९मध्ये त्यांचे देहावसान झाले. त्यांच्यानंतर अवघ्या नऊ वर्षांनी जन्मलेल्या तुकारामांनी पुन्हा एकदा त्या पीठाचा पाया खिळखिळा करण्याचा प्रयत्न सुरू केला होता. वेदपाठ करणाऱ्या ब्राह्मणांना त्याचा अर्थच कळत नाही आणि इतरांना तर वेदश्रवण-पठणाचा अधिकारच नाही. 'वेदाचें गव्हर न कळे पाठकां । अधिकार लोकां नाही येरा' असे ते सांगत होते. हे वैदिक ब्राह्मण म्हणजे निव्वळ हमाल. धनाने भरलेला हंडा घेऊन जाणाऱ्या मजुराला जसा आतील धनाचा लाभ नसतो, नुसत्याच पाहणाऱ्याला जशी खाण्याची गोडी अनुभवता येत नसते; तसेच त्यांचे. अशी टीका करतानाच तुकोबा आत्मविश्वासाने सांगत होते, वेदाचा अर्थ त्या भारवाहकांना नव्हे, तर केवळ आम्हालाच ठाऊक आहे.

'वेदाचा तो अर्थ आम्हांसीच ठावा । येरांनी वाहावा भार माथां ।
खादल्याची गोडी देखिल्यासी नाहीं । भार धन वाही मजुरीचें ।।'

मग वेदाचा खरा अर्थ काय आहे? तुकोबा सांगतात,

'वेद अनंत बोलिला । अर्थ इतुलाचि शोधिला ।।
विठोबासी शरण जावें । निजनिष्ठा नाम गावें ।।
सकळशास्त्रांचा विचार । अंतीं इतुलाचि निर्धार ।।
अठरापुराणी सिद्धांत । तुका म्हणे हाचि हेत ।।'

वेदांनी अनेक विषय सांगितले आहेत. पण त्यांचा मुख्य अर्थ हाच की,

विठ्ठलाला शरण जाऊन निजनिष्ठेने त्याचे नाम गावे. सगळ्या शास्त्रांचा, अठरा पुराणांचा हाच सारांश आहे; सिद्धांत आहे. याही पुढे जाऊन ते म्हणतात, विठ्ठल हा शास्त्रांचें सार आहे, वेदांची मूर्ती आहे. आणि तोच आमचा सांगाती प्राणसखा आहे. 'म्हणऊनि नाही आणिकांचा पांग । सर्व झालें सांग नामें एका ।।'

विठ्ठलाच्या नावातच सगळा वेदांचा अर्थ आहे, असे सांगून तुकोबा वेदप्रामाण्यावर आधारलेल्या सनातन वैदिक धर्माला धक्का देत आहेत. 'नेणती वेद श्रुती कोणी । आम्हां भाविकांवाचूनि ।।' असे म्हणत, ते ब्राह्मणांच्या अधिकारांनाही आव्हान देत आहेत. वेदांचा बोल ऐकण्याचाही अधिकार ज्या वैश्य, शूद्र, चांडाळांना नाही, त्यांच्यापुढे ते हा नवाच वेदार्थ ठेवत आहेत.

'सकळ शास्त्रांचे सार । हें वेदांचे गव्हर ।
पाहतां विचार । हाचि करिती पुराणें ।।
ब्राह्मण क्षत्रिय वैश्य शूद्र । चांडाळांही अधिकार ।
बाळें नारीनर । आदिकरोनि वेश्याही ।।'

पंढरीचा हा जो स्वामी आहे, तोच सकळ शास्त्रांचे सार आहे. वेदांचाही मुख्यार्थ तोच आहे. सर्व वर्णियांना, आबालवृद्धांना, स्त्री-पुरुषांना, एवढेच काय चांडाळ आणि कसबिणींनाही त्याच्या भक्तीचा अधिकार आहे; असे ठामपणे ते सांगत आहेत. एवढेच नव्हे, तर चातुर्वर्ण्याचे समर्थन करणाऱ्या धर्माला एकीकडे 'समर्थासी नाही वर्णावर्ण भेद' असे बजावत आहेत, तर दुसरीकडे वेदअभिमानी ब्राह्मणांना 'शूद्रवंशी जन्मलो । म्हणोनि दंभे मोकलिलो', 'बरें देवा कुणबी केलो । नाही तरी दंभे असतो मेलो', अशी चपराक देत आहेत.

वर्णभेद, जातीभेद, त्यांतून आलेली पुरोहितशाही यांना हा असा रांगडा विरोध हा तुकोबांच्या संघर्षाचा केंद्रबिंदू आहे. आता हा विरोध केवळ चंद्रभागेच्या वाळवंटापुरताच मर्यादित आहे, अध्यात्माच्या क्षेत्रापुरताच सीमित आहे; तो सामाजिक पातळीवर नाही असे म्हणणे सोपे आहे. पण ज्या समाजात शतकानुशतके सर्वच पातळ्यांवर अत्यंत खोलवर चातुर्वण्य व्यवस्था रुजलेली आहे, जिच्या समर्थनार्थ सगळे धर्मग्रंथ उभे आहेत, धार्मिक कायदा जिच्या बाजूला आहे; त्या व्यवस्थेला त्या काळात अध्यात्माच्या क्षेत्रापुरता का होईना विरोध करणे, हे किती कठीण काम होते हे पुढे खुद्द तुकोबांनाच जे सहन करावे लागले, त्यावरून सहज लक्षात यावे. दुसरी बाब म्हणजे अध्यात्मातील समतेच्या पुरस्काराने विषमतेचे समर्थक जर एवढे संतापत असतील, तर त्या समता पुरस्काराचा परिणाम अध्यात्मक्षेत्रापुरताच मर्यादित होता असे तरी कसे म्हणता येईल? तरीही न डगमगता त्यांनी हे वेदाधारित पाखांड

मोडण्याचा प्रयत्न केलेला आहे. या प्रयत्नांना जोड होती; अभ्यासाची, नैतिकतेची, आत्मविश्वासाची. ते म्हणतात, 'वेदान्त वेदान्त तुम्ही आम्हांला काय सांगता?' 'तुका तरी सहज बोले वाणी । त्याचे घरी वेदान्त वाहे पाणी ।।' कारण

'तुका म्हणे आम्ही विधीचे जनिते ।
स्वयंभू आइते केले नव्हों ।।'

'आम्ही साधेसुधे नाही, तर विधीचे बाप आहोत! आम्ही स्वतःसिद्ध आहोत!!'

८. घोंटविन लाळ ब्रह्मज्ञान्याहातीं!

एक शूद्र, ज्याला वेद पठनाचा अधिकार नाही ('घोकाया अक्षर मज नाहीं अधिकार'), तो जेव्हा 'वेदाचा तो अर्थ आम्हांसीच ठावा' असे म्हणतो, तेव्हा त्या कृत्याचा परिणाम काय होऊ शकतो, हे आजच्या काळात समजणे तसे कठीणच. वेदांच्या विरोधातील अशी बंडे आधी झाली नव्हती असे नाही. त्या सर्वांत लोकायतांचे वा बृहस्पतींचे बंड सर्वांत मोठे होते. त्यांनी तर 'त्रयो वेदस्य कर्तारः । भण्ड धूर्त निशाचराः।' म्हणजे तिन्ही वेदांचे कर्ते हे धूर्त, ढोंगी, लोकापहार करणारे आहेत; एवढेच नव्हे, तर

'अग्निहोत्रं त्रयो वेदास्त्रिदण्डं भस्मगुंठनम् ।
बुद्धिपौरूषहीनानां जीविकेति बृहस्पतिः ।।'

म्हणजे वेदोक्त धर्म, त्यातील कर्मकांडे ही निर्बुद्ध आणि पौरुषहीन यांच्या उपजीविकेची साधने असल्याचे बृहस्पतीचे (हा बृहस्पती म्हणजे चार्वाकदर्शनाचा संस्थापक) मत आहे, असे सांगून वेदप्रामाण्याच्या चिंधड्या केल्या होत्या. त्याचा परिणाम पुढे असा झाला की, हे जडवादी चिंतन पाखंडमत म्हणून धिक्कारण्यात आले. लोकायतांचा एक सुप्रसिद्ध श्लोक आहे.

'यावत् जिवेत् सुखम् जिवेत्
नास्ति मृत्युरगोचरः
भस्मिभूतस्य देहस्य पुनरागमनं कुतः'

हा आहे मूळचा श्लोक. हा पाठ 'मन्माधवाचार्यप्रणीत सर्वदर्शनसंग्रहा'त आहे, तसाच तो नैयायिक जयंताच्या 'न्यायमंजिरी'तही येतो. परंतु त्यातील नास्ति मृत्योरगोचरः म्हणजे जोवर जगत आहात तोवर सुखाने जगा, कारण मृत्यूनंतर काहीही नसते. हा पाठ नंतर बदलून तेथे 'ऋणं कृत्वा घृतं पिबेत्' म्हणजे कर्ज काढून तूप प्या, असे प्रचलित करण्यात आले. हे कशासाठी; तर लोकायतांच्या तत्त्वज्ञानाविषयी लोकांच्या मनात तिरस्कार निर्माण करण्यासाठी, त्यांची टवाळी करण्यासाठी. आज त्या दर्शनाचा

एकही मूळ ग्रंथ अस्तित्वात नाही. अपवाद फक्त ‘तत्त्वोपप्लवसिंह’ हा जयराशिभट्ट यांचा ग्रंथ.

‘तुमचेनि मुंगी रांड न होआवी’ (तुमच्या हातून मुंगीलाही वैधव्य येता कामा नये) असा अहिंसेचा संदेश देणाऱ्या, ‘उत्तम भणिजे ब्राह्मणः आन आधम भणिजे मातंगः ऐसे म्हणेः परी तोही मनुष्य देहचीः परिवृथा कल्पना करीः’ असे परिवर्तनवादी विचार मांडून धर्माधिष्ठित विषमतेच्या मुळांवर घाव घालणाऱ्या चक्रधरांचेही उदाहरण येथे घेता येईल. त्यांच्यावर या महाराष्ट्रात दोनदा विषप्रयोग करण्यात आले होते. पैठण येथे यंत्रासनावर बसवून त्यांना ठार मारण्याचाही प्रयत्न झाला होता. हे प्रयत्न करणारे होते यादवांचे प्रधानमंत्री पंडित हेमाद्री, राजगुरू ब्रह्मसानु आदी वैदिक चातुर्वर्ण्य व्यवस्थेचे कट्टर पुरस्कर्ते. कारण काय, तर ‘आता हे आमुचा मार्ग उच्छेदिती’, ही भीती.

याच महाराष्ट्रात सनातनी ब्राह्मणांनी ज्ञानेश्वरांच्या माता-पित्याला धर्माच्या नावाखाली आत्महत्येला प्रवृत्त केले होते. निवृत्ती, ज्ञानेश्वर, सोपान, मुक्ताबाई या चार बालकांचा छळ केला होता. हा अवघा इतिहास तुकारामांच्या समोर होता. त्याचप्रमाणे वेदांना कृपण म्हणणारे (वेदु संपन्न होय ठायीं । परि कृपणु ऐसा आनु नाही ।), त्यांना ईश्वराच्या घोरण्याची उपमा देणारे (हा वेदार्थसागरू । जया निद्रिताचा घोरू ।), वेद काय रेडाही बोलू शकतो हे दाखविणारे ज्ञानेश्वर वेदांचा ‘नाही श्रुतिपरौती । माऊली जगी ।’ असा गौरवही करीत होते. हाही इतिहास तुकारामांच्यासमोर होता. आणि तरीही ते वेदांच्या विरोधात हाती शब्दांचीच शस्त्रे घेऊन ठाम उभे राहिले होते. याचा अर्थ नीट समजून घेणे आवश्यक आहे.

तुकोबांच्या या बंडाचे मूळ पुन्हा वारकरी परंपरेत आहे, हे लक्षात घेतले पाहिजे. आज स्वतःस वारकरी म्हणवून घेणारे वारकऱ्यांचे पीठाधीश आणि मठाधिपती जी परंपरा सांगतात, ती मात्र ही नाही, हेही लक्षात घेतले पाहिजे. ज्ञानेश्वरीमध्ये सनातन वैदिक धर्मप्रणीत चातुर्वर्ण्यव्यवस्थेचे समर्थन सरसहा आढळेल. ‘सांगे शूद्रघरी आघवी । पक्वान्नें आहाति बरवीं । तीं द्विजें केवीं सेवावीं । दुर्बळु जरी जाहला ।’ अशा नाना ओव्या सांगता येतील. परंतु याच व्यवस्थेला आध्यात्माच्या क्षेत्रात ज्ञानेश्वरीने छेदही दिला आहे आणि ‘हा वेदार्थसागरू । जया निद्रिताचा घोरू । तो स्वयें सर्वेश्वरू । प्रत्यक्ष अनुवादला ।।’ या ओवीतून वेदांपेक्षा गीता श्रेष्ठ असल्याचे प्रतिपादनही केले आहे. वेदांच्या श्रवण, अध्ययनापासून कित्येक मैल दूर असणारांची सोय लावण्यासाठी व्यासांनी भगवद्गीता रचली, अशी ज्ञानदेवांची भूमिका आहे आणि त्यातूनच त्यांनी गीतेवरील भाष्य रचले. स्त्री, शूद्रांना ब्रह्मज्ञान खुले केले. वेदांवर विशेष श्रद्धा नसणाऱ्या नाथपंथाची थोरवी आपल्या भावार्थदीपिकेतून

मांडणाऱ्या, गोरक्ष-गहिनी-निवृत्ती अशी गुरुपरंपरा असणाऱ्या ज्ञानेश्वरांनी वैदिक धर्म वाचविण्याकरिता केलेले हे अवैदिक वर्तनच. आयुष्याच्या अखेरीस ज्ञानोबा, चोखा महार, सावता माळी, गोरा कुंभार, नामदेव महाराज यांच्यासोबत भोजन करतात हेही एक बंडच होते.

इ. स. ११९६मध्ये ज्ञानोबांनी समाधी घेतली. त्यानंतर चार शतकांनी एकनाथ येतात. त्यांचा जन्म इ.स.१५३२ मधला. ते एकीकडे 'वेदबळे वर्णाश्रम । नीज स्वधर्म चालविती', असे सांगत आहेत. 'एका जनार्दनी ब्राह्मणांची पूजा । चुकवील खेपा संसारीच्या ।', असे म्हणत आहेत आणि त्याच वेळी 'आम्ही ब्राह्मण अनुष्ठानी । नित्य गांजा सुरापानी ।। आम्ही करितों नित्य स्नान । वरवर धुतों अंतरीं बकध्यान ।।' असे कोरडेही ओढत आहेत. दुसरीकडे महाराच्या मुलाला कडेवर उचलून घेत आहेत, त्यांच्या घरी भोजन करीत आहेत. वारकरी संप्रदायाने चंद्रभागेच्या वाळवंटात आध्यात्मिक समतेचा घोष केला, त्याला ही अशी सामाजिक जीवनातील कृतीची जोड लाभलेली आहे. ही वारकऱ्यांची परंपरा. तुकोबांचे वेदांविरोधातील बंड या परंपरेतून आलेले आहे. परंतु-

'अतिवादी नव्हे शुद्ध या बीजाचा । ओळखा जातीचा अंत्यज तो ।।
वेद श्रुति नाहीं ग्रंथ ज्या प्रमाण । श्रेष्ठाचें वचन न मनी जो ।।
तुका म्हणे मद्यपानाचे मिष्टान्न । तैसा तो दुर्जन शिवों नये ।।'

म्हणजे अति वितंडवाद करणारा शुद्ध बीजाचा नसतो. तो जातीने अंत्यज आहे असे समजा. तो वेद, उपनिषदे आदींचे प्रमाण मानत नाही. तो श्रेष्ठांची वचने मानत नाही. जसे मद्यपानाबरोबरचे मिष्टान्न, तसाच तो दुर्जन. त्याला शिवू नये, असेही तुकोबा सांगत आहेत. यातून तर ते वेदांचे प्रामाण्यच सांगत आहेत. मग त्यांना वेदविरोधी कसे म्हणायचे, असा प्रश्न उभा राहतो. त्याचे उत्तर तुकोबांच्या एका वचनात येते -

'गाळुनिया भेद । प्रमाण तो ऐसा वेद ।।'

भेदभावाचा भाग गाळला, की उरलेला वेद आम्हाला प्रमाण आहे, असे तुकोबा सांगतात. हा उरलेला वेद कसा आहे? 'वेदाचा तो अर्थ' तुकोबांनी कसा लावलेला आहे? ते सांगतात,

'वेद अनंत बोलिला । अर्थ इतुलाचि शोधिला ।।
विठोबासी शरण जावें । निजनिष्ठा नाम गावें ।।'

थोडक्यात वेद म्हणजे दुसरे तिसरे काहीही नसून त्याचा अर्थ विठ्ठलाची भक्ती

करावी. त्यासाठी काय लागते? काही नाही. कोणाची दलाली नाही, की काही कर्मकांडे नाहीत. नामजप केला की बस.

हे सांगून तुकोबा वर पुन्हा वेदांचा अधिकार असलेल्या ब्रह्मवृंदांना तरी वेदांचा अर्थ किती कळतो, असा प्रश्न उभा करतात. –

'ब्राह्मण तो नव्हे ऐसी ज्याची बुद्धि । पाहा श्रुतीमधीं विचारूनि ।।
जयासी नावडे हरिनामकीर्तन । आणिक नर्तन वैष्णवांचे ।।
सत्य त्याचे वेळे घडला व्यभिचार । मातेशीं वेव्हार अंत्यजाचा ।।'

ज्याला हरिनामकीर्तन आवडत नाही, तो ब्राह्मण नाहीच. श्रुतींमध्ये हेच म्हटले आहे! येथे अवघा वेदार्थच ते उलटा-पालटा करीत आहेत. हे करताना ते येथील वेदप्रामाण्यवादी धर्मरचनेलाच आव्हान देत असतात.

हा सनातन वैदिक धर्मविचार व्यवहारात पुरोहित वर्गाच्या हातातील शोषणाचे यंत्र असतो, हे तुकोबा अनुभवत होते. त्या विचाराला आणि व्यवस्थेलाच त्यांनी सरळसरळ आव्हान दिले होते. आणि ते आव्हान लोकप्रिय होत होते. तिकडे समर्थ रामदास 'गुरुत्व आले नीच याती । काही येक वाढली महंती । शूद्र आचार बुडविती । ब्राह्मणाचा' अशी व्यथा मांडत होते आणि इकडे काही ब्राह्मणच तुकोबांच्या भजनी लागल्याचे दिसत होते.

येथील पुरोहितशाहीला हा 'धर्मद्रोह' सहन होणे शक्यच नव्हते.

आणि तुकोबा तर सांगत होते–'घोंटविन लाळ ब्रह्मज्ञान्याहातीं ।' मी असे रसपूर्ण कीर्तन करीन की, त्याने ब्रह्मज्ञान्यालाही लाळ घोटायला लावीन.

अक्षर घोकण्याचाही अधिकार नसलेल्या शूद्राचे हे बंड. ते चिरडणे हे आता पुरोहितशाहीचे 'धर्मकार्य' बनले होते. पुरोहितशाहीचा परशू तुकोबांवर कोसळणार होता...

९. निषेधाचा कांही पडिला आघात!

'महाराष्ट्री शब्दांत वेदान्ताचा अर्थ ।
बोलिला लोकांत सर्वद्रष्टा ।।'

या संत बहिणाबाईंच्या ओळी. तत्कालीन सनातनी पुरोहितशाहीचा परशू तुकोबांवर कोसळणार होता तो यामुळेच. बहिणाबाईंच्या या ओळींतील दोन बाबी अत्यंत महत्त्वाच्या आहेत. एक 'वेदान्ताचा अर्थ' आणि दुसरी 'महाराष्ट्री शब्दांत'. तुकोबांसारखा 'शूद्र' वेदान्त सांगून 'घोर पातक' तर करीत होताच, परंतु त्यावर कडी म्हणजे तो ते अर्थ थेट महाराष्ट्री शब्दांत, मराठीत, सर्वसामान्यांच्या भाषेत सांगत होता. पुरोहितशाहीच्या दृष्टीने हे महत्पाप होते. कारण तुकोबांची ही भाषिक कृती थेट पुरोहितशाहीच्या मुळावरच येणारी होती. हा भाषेच्या राजकारणाचा भाग आहे. काळ कोणताही असो, भाषा हे नेहमीच सत्ताधारी वर्गाच्या वर्चस्वाचे एक महत्त्वाचे साधन राहिलेले आहे. आज ते काम इंग्रजी भाषा करीत आहे. प्राचीन काळी संस्कृत करीत असे. ख्रिस्तपूर्व ६०० पर्यंत तरी भारतात संस्कृत ही बोलीभाषा होती. पुढे तिचे महत्त्व कमी होत गेले आणि ख्रिस्तपूर्व २०० पर्यंत प्राकृत भाषांचा व्यवहारात वापर सुरू झाला. तरीही धर्म आणि ज्ञानाच्या क्षेत्रांतील संस्कृतचे स्थान अबाधित होते. कारण ती वेदांची आणि देवांची भाषा. ती ज्ञानभाषा, विश्वातील सगळे ज्ञान तिच्यात. ते सामान्यांच्या भाषेत आणणे म्हणजे देवभाषेचे महत्त्व कमी करणे आणि त्यातून संस्कृत भाषकांच्या वर्चस्वावर, त्यांच्या मक्तेदारीवर घाला घालणे. गौतम बुद्धाने नूतन धर्मप्रसारासाठी तेव्हाच्या व्यवहारातील पाली भाषेचा वापर केला, तो यामुळेच. महाराष्ट्रात हे 'भाषिक राजकारण' पहिल्यांदा केले चक्रधर स्वामींनी. त्यांनी मऱ्हाटीला धर्मभाषेचे स्थान दिले. 'तुमचा अस्मात् कस्मात् मी नेणें गाः मज श्री चक्रधरे निरिपिली मऱ्हाटीः तियाचि पुसाः' हे चक्रधरशिष्य नागदेवाचार्यांचे विधान. हे मराठीचे अभिमानवाक्यच! पुढे हा वारसा ज्ञानोबांनीही चालविला. पण हे करताना त्यांनी आणखी एक 'गुन्हा' केला. त्यांनी अमृतातें पैजे जिंकणाऱ्या मराठीत भाष्य तर केलेच; पण त्यासाठी बाकीचे धर्मग्रंथ बाजूला ठेवून निवडली ती भगवद्‌गीता.

आपल्या धर्मपरंपरेनुसार गीतेचे स्थान वेदांच्या खालचे आहे. कारण गीता

स्मृती आहे, वेद श्रुती. तेव्हा जेव्हा प्रामाण्याचा प्रश्न येतो, तेव्हा प्रमाण वेद असतात. तरीही ज्ञानोबांनी भाष्यासाठी वेद, उपनिषदांऐवजी गीता निवडली. सर्वसामान्यांना कळेल अशा भाषेत ज्ञानेश्वरी सांगितली. त्याचा परिणाम काय झाला, तर येथील सनातनी वैदिकांनी चक्क गीतेशी वैर धरले. गीतेवर बहिष्कार टाकला. का? तर मराठी भाषेमुळे गीतेतील विचार स्त्री-शूद्रांपर्यंत गेले आणि ती विटाळशी झाली. हे आज अगदीच अविश्वासार्ह वाटते; पण त्यास खुद्द बहिणाबाईंचा दाखला आहे. त्या सांगतात –

'नामाचा विटाळ आमुचिये घरी । गीता शास्त्र वैरी कुळी आम्हां ।।'

तुकारामांचे शिष्य कचेश्वरभट्ट ब्रह्मे यांचाही हाच अनुभव आहे. त्यांचे घराणेही वैदिक ब्राह्मणांचे. ते चाकणचे. (आणि थोरल्या शाहू महाराजांचे राजगुरू. त्यावरून पुढे ब्रह्मेंचे राजगुरू असे झाले. हुतात्मा शिवराम राजगुरू हे त्यांच्याच घराण्यातील.) या कचेश्वरांना त्या काळी गीतावाचनाबद्दल मार खावा लागला होता. आपल्या आत्मचरित्रात्मक अभंगांत त्यांनी म्हटले आहे.

'चित्ता दृढ आलें गीता ही पढावी । आनंदे पहावी नित्य टीका ।।
एक दिसीं घरी पुस्तक वाचितां । कांहीं आलें चित्ता वडिलांच्या ।।
तीर्थस्वरूपांनी घातलें ताडन । गीतार्थ नमन करूं नको ।।
चोरूनियां गीता भावें पाठ केली । अविद्या चालली हळूहळू ।।'

कचेश्वरभट्ट यांना केवळ मारहाणच नव्हे, तर त्यांच्यावर विषप्रयोगही झाल्याचे सांगण्यात येते. तुकोबांचा गुन्हा त्यांच्याहून थोर. त्यांनी ज्ञानेश्वरांप्रमाणेच गीताभाष्य लिहिले, तेही आपल्या मऱ्हाटमोळ्या बोलीमध्ये.

तुकोबांच्या नावावर असा एक गीतेचा अनुवाद आहे हेच अनेकांना माहीत नसते. त्यांच्या अनेक अभंगांतून गीतेचा भावार्थ प्रकट होतो, हे सर्वांना मान्य आहे. परंतु त्यांनी 'मंत्रगीता' हा गीतानुवाद रचला हा मात्र वादविषय आहे. वारकरी परंपरेला ही बाब मुळातूनच नामंजूर आहे. डॉ. भा. पं. बहिरट, डॉ. रा. चिं. ढेरे यांच्याही मते हा ग्रंथ तुकोबांचा नाही. मात्र वा. सी. बेंद्रे यांच्यासारख्या इतिहाससंशोधकांच्या मते हा ग्रंथ देहूच्या तुकोबांचाच आहे. स्वतः बेंद्रे यांनी १९५०मध्ये हा गीतानुवाद विविध पुराव्यांनिशी प्रसिद्ध केला. बहिणाबाईंच्या अभंगातील एक उल्लेख हा त्यांतील एक महत्त्वाचा पुरावा. त्या कोल्हापुरास असताना तुकोबांनी त्यांना स्वप्नात गुरुपदेश केला.

'ठेवोनिया कर मस्तकीं बोलिला । मंत्र सांगितला कर्णरंध्री ।।
म्यांही पायावरी ठेविलें मस्तक । दिधलें पुस्तक मंत्र गीता ।।'

येथे 'मंत्रगीता' असा स्पष्ट उल्लेख आहे, ही बाब लक्षणीय आहे. बहिणाबाईंना गुरुपदेश झाला तो १६४०मध्ये. याचा अर्थ तुकोबांनी त्यापूर्वीच मंत्रगीता लिहिली होती. (बेंद्रे यांच्या मते हे साल १६४७ आहे. पण जलदिव्यात बुडविली ती मंत्रगीता, या आपल्या मताच्या पुष्ट्यर्थ त्यांनी हे साल पुढे आणले असावे अशी शक्यता आहे.)

गाथ्यात 'स्वामीस संतांनी पुसलें कीं, तुम्हांस वैराग्य कोणत्या प्रकारे झाले तें सांगा' या प्रकरणातील तीन अभंगांतून तुकोबांनी आपले आत्मवृत्तच सांगितले आहे. त्यानुसार १६३०च्या थोरल्या दुष्काळाने 'आटिले द्रव्य नेला मान.' व्यवसायाचे दिवाळे निघाले. 'स्त्री एकी अन्न अन्न करितां मेली.' तुकोबांना वैराग्य आले ते या आपदांनी. त्यानंतर दुष्काळाची छाया जरा दूर होताच तुकोबांनी काय केले, तर आपल्या घरातील देवळाचा जीर्णोद्धार. पूर्वी ते कीर्तनास जात, एकादशी करीत; परंतु 'नव्हते अभ्यासीं चित्त आधीं.' यानंतर मात्र त्यांनी 'काही पाठ केलीं संतांचीं उत्तरे.' कीर्तनात ध्रुपद धरण्यास सुरुवात केली. त्यांची साधना सुरू झाली. दूर डोंगरावर जावे. तेथील गुंफेत बसावे. ग्रंथ वाचावेत, चिंतन-मनन करावे, 'सत्यअसत्यासी मन ग्वाही' करावे; हा तुकोबांचा दिनक्रम बनला होता. हा तुकारामांच्या आयुष्यातील आंतरिक उलथापालथीचा काळ होता. तशात एके दिवशी, नेमके सांगायचे तर माघ शुद्ध दशमी, वार गुरुवार, ता. १० जानेवारी १६३३ रोजी तुकोबांना स्वप्नात गुरुपदेश झाला.

तुकोबा सांगतात,

'मानियेला स्वप्नीं गुरुचा उपदेश । धरिला विश्वास दृढ नामीं ।।
यावरी या झाली कवित्वाची स्फूर्ति । पाय धरिलें चित्तीं विठोबाचे ।।'

म्हणजे तुकारामांच्या कवित्वाला प्रारंभ झाला तो १६३३ नंतर. याच काळात नामदेवांनी त्यांना स्वप्नात येऊन कवित्व करण्यास सांगितले असावे. त्यांची मंत्रगीता ही अर्थातच यानंतरची आणि १६४० आधीची.

तुकोबा कवित्व करतात, मराठीत गीतानुवाद करतात, 'गोब्राह्मणाहिता होऊनि निराळें । वेदाचें तें मूळ तुका म्हणे ।।' असा वेदांचा भलताच अर्थ सांगतात; हे कारण वैदिकांच्या दृष्टीने तुकोबांना शिक्षा करण्यास पुरेसे होते. याकामी पुढाकार घेतला तो रामेश्वरभट्ट यांनी. आपल्या आयुष्यातील या अत्यंत अवघड, खरे तर जीवघेण्या प्रसंगाबद्दल तुकोबा सांगतात,

'निषेधाचा कांही पडिला आघात । तेणें मध्यें चित्त दुखवलें ।।'

तुकोबांनी किती मवाळपणे हा प्रसंग उडवून लावला आहे. खरेतर तो त्यांच्या जगण्याच्या प्रयोजनालाच नख लावणारा असा प्रसंग होता. 'महाराष्ट्री शब्दांत वेदान्ताचा अर्थ' सांगून पुरोहितशाहीच्या मक्तेदारीला दिलेल्या आव्हानाबद्दल रामेश्वरभट्टाच्या माध्यमातून अवघ्या सनातनी संस्कृतीने तुकारामांना मरणाहून भयंकर अशी शिक्षा फर्मावली होती.

नामदेवाने पांडुरंगासवे स्वप्नात येऊन जागे केले होते.

'नामदेवें केलें स्वप्नामाजीं जागे । सवें पांडुरंगें येऊनियां ।।
सांगितले काम करावें कवित्व । वाऊगें निमित्य बोलों नको ।।'

'करावे कवित्व' हे 'काम सांगितले' होते.

तो अवघा 'अक्षरांचा श्रम' आता पाण्यात बुडवायचा होता...

१०. निवाडा करिती दिवाणांत

सन १६३८.

महाराष्ट्राची भूमी थोरल्या दुष्काळातून आता सावरली होती. कमकुवत झालेली अहमदनगरची निजामशाही वाचविण्यासाठी चाललेले शहाजीराजांचे प्रयत्न फोल ठरले होते. दोन वर्षांपूर्वीच त्यांनी शरणागती पत्करून आदिलशाहीची चाकरी धरली होती. ते कर्नाटकात निघून गेले होते. अजून बालशिवाजी आणि जिजाबाई यांचे वास्तव्य शिवनेरीवरच होते. पुणे जहागिरीची देखरेख करण्यासाठी दादोजी कोंडदेव यांची नियुक्ती करण्यात आली होती. जहागिरीच्या प्रदेशात लावणी-संचणीची व्यवस्था लावण्याचे काम त्यांनी सुरू केले होते. तरीही अस्मानी आणि सुलतानी संकटांनी अंधारलेल्या या प्रदेशात नवी पहाट अजून उजाडायची होती. त्यासाठी अजून चार वर्षांचा अवधी होता. १६४२मध्ये शिवराय बंगळुरातून पुण्यास परतणार होते.

याच काळात देहूच्या पंचक्रोशीत तुकाराम महाराज समाजात सद्विचारांची लावणी-संचणी करीत होते. १६३३ पासून, म्हणजे गेल्या सुमारे पाच वर्षांपासून ते अभंगरचना करीत होते. त्यांच्या भजन-कीर्तनाची कीर्ती पंचक्रोशीत निनादत होती. बारा मावळातले बारा बलुतेदार, बळीभद्र कुणबी त्यांच्या अभंगवाणीवर जीव टाकू लागले होतेच; पण देहूचे कुळकर्णी महादजी पंत, चिखलीचे कुळकर्णी मल्हारपंत, पुण्याचे कोंडोपंत लोहोकरे, तळेगावचे गंगाराम मवाळ यांच्यासारखे कित्येक ब्राह्मणही त्यांच्या भजनी लागले होते.

धर्मशास्त्रानुसार 'गुरू तो सकळांसी ब्राह्मण' असे असताना, ते काम हा शूद्र कुणबी-वाणी करीत होता. सेंदरी-हेंदरी दैवते, तंत्र, शाक्त असे पंथ-मार्ग तर तो धिक्कारीत होताच; पण वैदिक कर्मकांडांलाही विरोध करीत होता. 'तीर्थी धोंडापाणी । देव रोकडा सज्जनी', 'काय काशी करिती गंगा । भीतरि चांगा नाही तो' असे सांगून पुरोहितशाहीच्या पोटावरच पाय आणण्याचा प्रयत्न करीत होता. 'आली सिंहस्थ पर्वणी । न्हाव्या भटा झाली धणी ।।' असे म्हणणे म्हणजे तर पुरोहितांच्या धंद्यालाच हात घालण्यासारखे. वर 'गोब्राह्मणाहिता होऊनी निराळें । वेदाचें तें मूळ तुका म्हणे' असे सांगतानाच 'तुका म्हणे कांही । वेदा वीर्य शक्ति नाहीं' असे जाहीर करून थेट

वेदांनाच आव्हान देत होता. कर्मकांडे टाळून साध्या सरळ सोप्या भक्तीमार्गाचा प्रचार करणाऱ्या या कुणबीवाण्याला सहन करणे आता कट्टर वैदिकांना अशक्य झाले होते. रामेश्वरभट्ट हे त्यांतलेच एक.

सत्तरी पार केलेला हा वृद्ध ब्राह्मण मूळचा पुण्याजवळच्या वाघोलीचा. त्यांचे घराणे ऋग्वेदी आश्वलायन मौन भार्गव गोत्री. वडलांकडून चालत आलेली वाघोलीच्या कुलकर्णपणाची आणि जोशीपणाची वृत्ती त्यांच्याकडे होती; शिवाय बहुळ, चिंचोसी आणि सिंदेगव्हाण या गावांचेही ते कुलकर्णी, जोशी होते. या वृत्तीवरून त्यांचे भाऊबंदांशी वाद झाले होते. ती भांडणे न्यायालयात गेली होती आणि त्याला कंटाळून ते योगसाधनेकडे वळले होते. वतन सोडून आळंदीला जाऊन राहिले होते. ज्ञानेश्वरांवर त्यांची भक्ती होती. ल. रा. पांगारकर, वा. सी. बेंद्रे यांच्यासारख्या तुकाराम चरित्रकारांनी त्यांचा सच्छील वगैरे शब्दांत गौरव केलेला आहे. पांगारकरांनी तर 'आतां प्राकृत भाषेंत अधिकारसंपन्न शूद्रालाही धर्मरहस्य सांगायला हरकत नाहीं; कारण धर्मरहस्य भगवत्कृपेनें कोणत्याही जातीच्या शुद्धचित्त मनुष्यांत प्रगट होतें, ही गोष्ट सिद्ध करून देण्याला तुकोबाचा छळ होऊन ते त्यांत यशस्वी व्हावयास पाहिजे होते व ह्या छळाचा कस होण्याचा मान रामेश्वरभटास मिळाला!' अशा शब्दांत रामेश्वरभट्टांची भलामण केली आहे. याचा साधा अर्थ असा की, तुकोबांचा छळ झाल्याशिवाय आणि त्यातून ते तावूनसुलाखून निघाल्याशिवाय ते शुद्धचित्त मनुष्य आहेत हे सिद्ध झाले नसते. ते सिद्ध झाले नसते, तर त्यांच्यात देवाच्या कृपेने धर्मरहस्य प्रगट झाले आहे, असे म्हणता आले नसते. आणि मग त्यांना धर्मरहस्य सांगण्याचा अधिकारच प्राप्त झाला नसता. पण रामेश्वरभट्ट हे मोठे दयाळू. त्यांनी तुकोबा हा शूद्र शुद्धचित्त आहे हे जगास जाहीर व्हावे यासाठीच तुकोबांचा छळ केला. म्हणजे छळ करण्यामागेही रामेश्वरभट्टांची दयाबुद्धी होती, हे पांगारकरांचे म्हणणे. तर अशा या सच्छील रामेश्वरभट्टांनी तुकोबांवर दिवाणात दावा केला. संतचरित्रकार महिपतबाबा भक्तलीलामृतात रामेश्वरभट्टांबद्दल मात्र वेगळेच सांगतात –

'त्याणें तुकयाची सत्कीर्ति पूर्ण। परस्परें केली श्रवण ।
ऐकोनि द्वेष उपजला मनें । म्हणे पाखंड पूर्ण माजविलें ।।
यासि उपाय योजावा निका । देशोधडी करावा तुका ।'

तुकारामबुवांची सत्कीर्ती ऐकून या 'सच्छील' वैदिकाच्या मनात द्वेष उपजला आणि त्याने तुकारामांना देशोधडी लावण्याचे ठरविले. त्यासाठी त्याने दिवाणात अर्ज केला.

'म्हणे तुका शूद्र जातीचा निश्चित । श्रुति मथितार्थ बोलतो ।।
हरिकीर्तन करूनि तेणें । भाविक लोकांसि घातलें मोहन ।
त्यासी नमस्कार करिती ब्राह्मण । हे आम्हांकारणें अश्लाघ्य ।।
सकळ धर्म उडवूनि निश्चित । नाममहिमा बोले अद्भुत ।
जनांत स्थापिला भक्तिपंथ । पाखांड मत हें दिसे ।।'

महिपतबुवांच्या या श्लोकांतून रामेश्वरभट्टांसारख्या वैदिक ब्राह्मणांच्या तळपायाची आग मस्तकी कशामुळे जात होती, ते समजते. रामेश्वरभट्टांनी तुकारामांवर खटला गुदरला. तुकाराम सांगतात 'केला चौघाचार नेलों पांचामधीं ।' चौघाचारांपुढे, पंचांपुढे नेणे, दिवाणांत घालणे ही तेव्हाची पद्धत. त्यानुसार ग्रामाधिकाऱ्याकडे तुकोबांविरुद्ध तक्रार करण्यात आली. ती ऐकून 'चित्ती क्षोभला ग्रामाधिकारी'. त्याने देहूच्या पाटलास आदेश दिला की, 'तुक्यासि बाहेरी दवडावा.' आपल्या मतांच्या विरोधात असणाऱ्यांना आपला भाग सोडून जाण्यास सांगणे ही रीत तशी जुनीच.

तुकोबा या प्रसंगाबाबत लिहितात,

'काय खावें आतां कोणीकडे जावें । गावात रहावें कोण्या बळें ।।
कोपला पाटील गांवींचे हे लोक । आता घाली भीक कोण मज ।।
आतां येणें चवीं सांडिली म्हणती । निवाडा करिती दिवाणांत ।।
भले लोकीं याची सांगितलीं मात । केला माझा घात दुर्बळाचा ।'

गावचा पाटील कोपला आहे. विरोधातील लोक संतापले आहेत. गाव सोडून जाण्याचा निवाडा दिवाणात झाला आहे. याचे कारण काय, तर एका 'भल्या माणसाने' घात केला. तुकारामांनी 'चव सांडली', अशी तक्रार केली. तुकोबा 'भले लोकी' म्हणून येथे ज्यांचा उल्लेख करतात ते रामेश्वरभट्टच. हा उल्लेख अर्थात उपहासाने आलेला आहे. पण मौज अशी की, पांगारकरांसारखे चरित्रकार हे तुकोबांनी रामेश्वरांना दिलेले प्रमाणपत्र मानत आहेत! रामेश्वरांच्या आणि अन्य विरोधातील लोकांच्या मते तुकोबांनी चव सांडली म्हणजे नेमके काय केले? तर ते आपल्या कवितांमधून श्रुतींचा मथितार्थ सांगतात, हे त्यांचे पहिले पाप. दुसरे पाप म्हणजे, त्यांना ब्राह्मण नमस्कार करतात. आणि तिसरे पाप म्हणजे हरिकीर्तनाच्या माध्यमातून त्यांनी भाविक लोकांना मोहविले. या पापांची शिक्षा त्यांना भोगावीच लागणार होती. त्यांपैकी पहिली शिक्षा होती गाव सोडून जाण्याची. ज्या गावात तुकोबांच्या विठोबाचे मंदिर होते, ज्याची इतकी वर्षे सेवा केली, जेथे त्यांच्या पूर्वजांचे घर होते, आनंदओवरी होती, कुटुंबीय होते, सगेसोयरे होते; ते सोडून जाण्याची, तडीपारीची ही शिक्षा. सर्वत्र अंदाधुंदी

असल्याच्या त्या काळात अशी शिक्षा मरणप्रायच. पण त्याहून अधिक भयंकर शिक्षा तुकारामांना देण्यात येणार होती.

महिपतीबुवांनी सांगितलेल्या चरित्रानुसार, हा आदेश मिळाल्यानंतर तुकोबा रामेश्वरभट्टांना भेटण्यासाठी तातडीने वाघोलीला गेले. त्या वेळी रामेश्वरभट्ट स्नानसंध्येस बसले होते. त्यांना तुकोबांनी दंडवत घातले आणि तेथेच हरिकीर्तन मांडले. तुकोबांना वाटले असावे, आपले अभंग ऐकून या द्विजश्रेष्ठाचे मन द्रवेल. पण तो वैदिक धर्माचा अभिमानी ब्राह्मण म्हणाला,

'तूं तरी जातीचा शूद्र निश्चित । कवित्व बोलसी कीर्तनांत । त्यात अर्थ उमटत श्रुतीचे ॥

अधिकार नसतां बोलसी कैसें । शास्त्रविरुद्ध आम्हांसि दिसे । तरी वक्तया आणि श्रोतयांस । रौरव असे यातना ॥'

तू अधिकार नसतानाही जो धर्म सांगतो आहे, तो शास्त्रांविरोधात आहे. तो ऐकल्यास तुझ्याबरोबरच श्रोत्यांनाही रौरवनरकात पडावे लागेल. या पापकृत्याचा नाश करायचा एकच मार्ग होता. तो म्हणजे तुकोबांनी कविता करणे थांबविणे. आता प्रश्न उरला तो आधीच केलेल्या अभंगांचा. त्यांचे काय करायचे? रामेश्वराने सांगितले–
'लिहिले कवित्व आपुल्या हातें । बुडवीं उदकांत नेऊनी ॥'

ही धर्माची सेन्सॉरशिप. कोणाही कवीला, लेखकाला त्याच्याच हातून त्याचे साहित्य नष्ट करण्यास सांगणे, म्हणजे जणू आत्महत्या करण्यासच भाग पाडणे. खरेतर येथे विचारांचा मुकाबला विचारांनी करता आला असता. पण धार्मिक कट्टरतेला मुळात विचारांचेच वावडे असते. विरोधी ते संपविणे हेच त्यांचे ध्येय असते. म्हणूनच तुकोबांना त्यांच्या कविता पाण्यात बुडविण्याचे दिव्य करण्यास सांगण्यात आले. तुकोबांच्या मनावर केवढा आघात झाला असेल त्याचा. कारण त्या कविता म्हणजे काही जग चाळविण्यासाठी केलेला उपद्व्याप नव्हता. आणि तुकारामही काही 'घरोघरी बहु जालें कवी । नेणें प्रसादाची चवी ॥' या जातीचे कवी नव्हते. त्यांच्यासाठी 'शब्द चि हा देव' होता आणि ती 'शब्दविवंचना सत्यासाठी' होती. महत्त्वाचे म्हणजे 'फोडिले भांडार धन्याचा हा माल । मी तंव हामाल भारवाही ॥' ही त्यांची भूमिका होती. प्रत्यक्ष देवच आपणांस बोलवितो, 'माझिये युक्तीचा नव्हें हा प्रकार । मज विश्वंभर बोलवितो ॥' ही त्यांची भावना होती. अशी ही शब्दरत्ने आता इंद्रायणीत बुडवायची होती...

११. चुकविला जनवाद!

'लिहिले कवित्व आपुल्या हातें ।
बुडवीं उदकांत नेऊनी ।।'

तुकारामांना कवित्व नष्ट करण्याचा आदेश रामेश्वरभट्टांनी दिला. काही अभ्यासकांच्या मते यात त्यांचा काहीच संबंध नाही. त्यांना खलनायक ठरवून महाराष्ट्राने त्यांच्यावर अन्याय केला आहे. काहींच्या मते रामेश्वरभट्टांनी वह्या बुडविण्याचा आदेश दिला खरा; पण त्यामागे त्यांचा हेतू चांगला होता. तुकोबा हे थोर आहेत हे लोकांना कळायला पाहिजे, तर त्यासाठी त्यांच्या नावावर एखादा चमत्कार हवा. तुकोबा भलेही चमत्कारांना धिक्कारतात. पण चमत्काराशिवाय नमस्कार नाही, ही येथील जनरीत आहे. म्हणूनच ज्ञानोबांच्या चरित्रात रेड्यामुखी वेद बोलविणे, भिंत चालायला लावणे यांसारखे चमत्कार आवश्यक झाले. तुकोबांनाही ते करणे आवश्यकच होते. आणि म्हणून आपल्या या रामेश्वरभट्टांनी त्यांना न्यायालयात खेचले. जलदिव्य करायला लावले. रामेश्वरभट्ट पुढे जाऊन तुकोबांचे शिष्य होतात, म्हणून त्यांच्या आधीच्या कृत्यांवर असा मुलामा ज्यांना चढवायचा, त्यांनी तो खुशाल चढवावा. पण महिपतीबाबा ताहराबादकर यांची साक्ष प्रमाण मानायची, तर रामेश्वरभट्ट हे प्रारंभी सनातन वैदिक धर्माची ध्वजा खांद्यावर घेऊन तुकोबांना निखंदण्यास निघाले होते. 'देशोधडी करावा तुका' असे त्यांनी ठरविले होते. ही वस्तुस्थिती आहे आणि नंतर ते तुकोबांचे अनुयायी बनले हेही खरे आहे. पण या प्रसंगात रामेश्वरभट्ट ही व्यक्ती एकूणच बिनमहत्त्वाची आहे. गाथ्याच्या पंडिती आणि देहू प्रतीतला याबाबतचा उल्लेख पाहण्यासारखा आहे.—'अलकापुरीं स्वामी कीर्तनास उभे राहिले, तेव्हां कवित्वाचा निषेध करून लोक बोलिले कीं, कवित्व बुडविणे...' तेव्हा कवित्व बुडविण्याचा आदेश कोणी दिला याला फारसे महत्त्व नाहीच. तो आदेश रामेश्वरभट्टांचा नव्हताच. तो धर्मसत्तेचा आदेश होता.

त्या आदेशामागे सनातन वैदिक धर्माचे अवघे बळ उभे होते. त्याला दंडसत्तेचा पाठिंबा होता. तिकडे राज्याचा अधिपती कोणीही असो, निजामशहा असो की

आदिलशहा; जहागिरी कोणाचीही असो, मुसलमानांची असो की स्वकीयांची–शहाजीराजांची; सामाजिक सत्ता होती ती पुरोहितशाहीचीच, धार्मिक ग्रंथांचीच. मुसलमानांच्या बाबतीत हा ग्रंथ अर्थातच कुराण होता. त्यांना शरियतचे कायदे लागू असत. हिंदूंचा न्याय प्रचलित हिंदू धर्मशास्त्राने होत असे. अर्थात मुसलमानी आणि हिंदू कायदा यांत मतभेद असतील, तेथे मुसलमानी कायद्याचेच पारडे जड असे. पण या मध्ययुगीन कालखंडातही हिंदूंच्या पंचायती, गणसभा, गोतसभा चालूच होत्या. ही मुस्लीम राज्यकर्त्यांवर परिस्थितीने लादलेली सहिष्णुता होती. त्यामागील खरे कारण त्यांच्याकडील मनुष्यबळाच्या कमतरतेचे होते. परंतु यामुळे हिंदूंच्या किमान धार्मिक बाबतीत तरी परंपरागत कायद्यांचीच सत्ता चालत होती. त्याची 'घटना' स्मृती आणि धर्मसूत्रांची होती. तुकोबांना कवितेच्या वह्या पाण्यात बुडविण्याचा जो आदेश देण्यात आला, तो या घटनेला धरूनच. एरवी वह्या नष्ट करायच्या, तर त्या बुडवायच्या कशाला? त्या जाळून नष्ट करणे अधिक सोपे होते. परंतु एखाद्या रामेश्वरभट्टाच्या मनी द्वेष उपजला म्हणून झालेली ही शिक्षा नव्हती. हे धर्मशास्त्राने सांगितलेले दिव्य होते.

तुकारामांच्या काळातील या दिव्यपद्धतीची माहिती गागाभट्टांच्या 'व्यवहारनिर्णया'त मिळते. दिव्याचे अनेक प्रकार असत. पण कोणते कोणाला आणि कोणत्या वर्णांना, तसेच कधी द्यायचे याचे काही नियम होते. त्यानुसार वैश्याला जलदिव्य सांगितले आहे. त्यात चौदा दिवसांची मुदत असते. दिव्य घेण्यापूर्वी तीन दिवस आणि तीन रात्री उपोषण करायचे. चौथ्या दिवशी दिव्याच्या जागेची पूजा करायची. मग जलदिव्य सुरू करायचे. दिव्य घेणाऱ्यास छातीभर पाण्यापेक्षा अधिक खोल जाण्याची परवानगी नाही. तुकारामांना हे जलदिव्य सांगितले असेल, तर मग यात त्यांच्या वह्या कोठून येतात असा एक प्रश्न येतो. इतिहाससंशोधक वा. सी. बेंद्रे यांनी 'तुकाराम चरित्रा'त याची चर्चा केली आहे. ते सांगतात, 'तुकोबांनी (कवित्व) लिहिले हेही तुकोबांना मान्यच होते. प्रश्न होता हे सर्व देवाच्या आदेशाप्रमाणे होते की नाही हे देवानेच प्रत्यक्षाप्रत्यक्ष मार्गाने पटवून द्यायचे होते. तेव्हा हे जलदिव्य वह्यांनीच करून त्यांनी आपली सत्य वस्तुस्थिती लोकांस जाहीर करायची होती. त्यानुसार तुकोबांनी दिव्य करण्यास संमती दिली. तीन दिवस उपवास, नंतर चौथ्या दिवशी वह्या सविधी पाण्यात बुडवून दुपारचे सुमारास दिव्य केले.'

तेरा दिवस झाले. वह्या वर आल्याच नाहीत. तुकोबा सांगतात,

'तेरा दिवस झाले निश्चक्र करितां । न पवसी अनंता मायबापा ।।
पाषाणाची खोळ घेऊनि बैसलासी । काय हृषिकेशी झालें तुज ।।'

मी तेरा दिवस उपोषण केले. पण तू अजून मला पावत नाहीस. दगडाची खोळ

घेऊन बसलास की काय? तुला झाले तरी काय? एवढेच विचारून तुकोबा थांबत नाहीत. ते विठ्ठलाला थेट धमकीच देतात. म्हणतात-

'तुजवरी आतां प्राण मी त्यजीन । हत्या मी घालीन पांडुरंगा ।।'

(गाथ्यात जलदिव्याबद्दलचे २७ अभंग एकत्र येतात. त्याच संदर्भातला हा एक अभंग. तो मात्र भलताच कुठेतरी येतो. तसे का हा प्रश्नच आहे.)

तर सलग तेरा दिवस तुकोबा इंद्रायणीकाठी विठ्ठलाची करुणा भाकत होते.

'द्यावे अभयदान । भूमी न पडावें वचन ।।'

आम्हांला अभयदान द्या, आमचे शब्द भूमीवर पडल्यासारखे निरर्थक होऊ देऊ नका, असे विनवित होते.

'जाणवलें आतां करीं ये उद्देश । जोडी किंवा नाश तुमची जीवें ।।'

तुम्हास काकुळती येण्यात मी आपल्या जीवाचा नाश करून घेईन, असे बजावत होते. जलदिव्यास आता एकच दिवस उरला होता. आणि त्याच दिवशी चमत्कार झाला. तुकोबांच्या विठ्ठलाने

'उदकी राखिलें कागद । चुकविला जनवाद ।
तुका म्हणे ब्रीद । साच केलें आपुलें ।।'

गाथ्यात उल्लेख आहे 'स्वामींनी तेरा दिवस निद्रा केली, मग भगवंते येऊन समाधान केलें की, कवित्व कोरडें आहे, तें काढणे उदकांतून.'

तुकोबांसह अवघी परंपरा सांगते की, पांडुरंगाने वह्या राखल्या. महिपतीनेही या प्रसंगाचे मोठे रसाळ वर्णन केले आहे. ते सांगतात

'रात्रीं दृष्टांत बहुतांस । दाखवितसे जगदात्मा ।।
म्हणे तुकयाचे अभंग निश्चित । म्यां कोरडेचि रक्षिले जळांत ।
आता वह्या तरंगोनि वरत्या येत । तरी काढाव्या त्वरित जावोनि ।।'

तुकोबांच्या आयुष्यातील हा एक सर्वांत मोठा चमत्कार. गेली चार शतके महाराष्ट्र या चमत्काराचा अर्थ शोधत आहे. ज्यांना अशा चमत्कारांवर विश्वास ठेवायचा असतो, त्यांचा प्रश्नच नसतो. पण चमत्कारापलीकडे जाऊन जे संतांचे जीवन समजून घेऊ इच्छितात, त्यांच्यासाठी मात्र हे सारे अवघड होऊन बसते. मग महिपतीबाबा म्हणतात त्याप्रमाणे तेराव्या रात्री देहूतल्या काही लोकांना हे अर्थातच तुकोबांच्या बाजूचे असणार-परमेश्वराने दृष्टांत दिला आणि मग त्यांनी सकाळी येऊन वह्या तरंगून

वर आल्याचे सांगितले. या घटनेतून काही खोल अर्थ शोधावे लागतात.

महिपतीबाबांच्या 'भक्त लीलामृता'त तुकोबांचे इतके चमत्कार दिले आहेत, की ते वाचून वाटावे, गाथ्यातले तुकाराम वेगळे आणि हे चमत्कारी तुकाराम वेगळे. परंतु त्याच्या ३५व्या अध्यायात जलदिव्याचा प्रसंग वर्णिताना महिपतबाबांनी त्यातला चमत्काराचा अंश नकळत सुटा केला आहे. ते लिहितात,

'ऐसें लोटतां तेरा दिवस । काय करी जगन्निवास ।
रात्रीं दृष्टांत बहुतांस । दाखवितसे जगदात्मा ।।
म्हणे तुकयाचे अभंग निश्चित । म्यां कोरडेचि रक्षिले जळांत ।
आता वह्या तरंगोनि वरत्या येत । तरी काढाव्या त्वरित जावोनी ।।
ऐसा दृष्टांत देखतां रातीं । प्रभातसमयीं लोक येती ।
तों उदकावरी वह्या दिसती । जेवीं तुंबे तरती जळांत ।।
मग नामघोषें पिटोनी टाळी । आनंदली भक्तमंडळी ।
म्हणती तुकयासि पावला वनमाळी । अनुपम नव्हाळी दिसत ।।
त्या माजीं कोणी पोहणारे होत । त्यांनीं उड्या टाकिल्या डोहांत ।
वह्या काढिल्या हातोहात । म्हणती पंढरीनाथ पावला ।।
मग देऊळासि येऊनि सकळ जन । तुकयासि सांगती वर्तमान ।
तुझा भक्तिभावार्थ पूर्ण । रूक्मिणीरमण पावला ।।'

यावरून एक वेगळेच चित्र समोर येते. तेरा दिवस झाले, तरी वह्या वर आल्या नव्हत्या. पण त्या रात्री देवाने अनेकांना दृष्टांत दिला. हे अनेक म्हणजे तुकोबांचे अनुयायी आणि हितचिंतकच असणार. त्यांना देवाने सांगितले, की वह्या तरंगून वर आल्या आहेत. 'अनेकांना' हे स्वप्न पडल्यावर त्यांनी काय केले, तर भल्या सकाळी उठले आणि नदीवर गेले. मग त्यात पोहता येत असलेल्या काहींनी त्या 'तरंगत' असलेल्या वह्या काढल्या. तुकोबांकडे गेले आणि त्यांना सांगितले, की महाराज, परमेश्वर पावला. त्याने पाण्यात वह्या कोरड्या राखल्या. याचा अर्थ वह्या तुकोबांच्या भक्तांनी काढून दिल्या. नाटक-सिनेमा आणि कथा-कादंबऱ्यांत दाखविले जाते, त्याप्रमाणे विठ्ठल इंद्रायणीच्या डोहातून आला आणि त्याने वह्या आणून तुकारामांच्या हाती दिल्या असे नाही.

तरीही इंद्रायणीच्या डोहात त्या दिवशी काय झाले हा सवाल अद्याप कायम असला, तरी लोकगंगेने तुकोबांचे अभंग राखले हे खरे. आणि हे पु.ल.देशपांडे सारखे साहित्यिकच म्हणत नाहीत, तर महिपतीबुवाही म्हणत आहेत. दोघांच्या प्रतिपादनाचा अर्थ मात्र भिन्न आहे.

यात हेही तेवढेच खरे, की खुद्द तुकारामांना या चमत्काराचे काहीच कौतुक नव्हते. 'याती शूद्र वैश्य' या अभंगातून त्यांनी आपले आत्मवृत्त सांगितले आहे. त्यात त्यांनी हा प्रसंग असा काही किरकोळीत उडवून लावला आहे, की पाहतच राहावे. ते एवढेच सांगतात,

> *'बुडविल्या वह्या बैसलों धरणें । केलें नारायणें समाधान ॥*
> *विस्तारी सांगतां बहुत प्रकार । होईल उशीर आतां पुरे ॥'*

१२. व्याघ्रवाडां गाय सापडली

देहूतला तीस वर्षांचा तुकावाणी. त्याने जलदिव्य केले. कवित्व पाण्यात बुडविले. तेरा दिवस सत्याग्रह केला. अखेर ते कागद तरले. ते कसे हे गूढच आहे. तर्कानेच त्याचा अर्थ लावावा लागतो. तुकोबाही केवळ विठ्ठलाने आपले ब्रीद खरे केले आणि कागद उदकी राखले, एवढेच सांगतात. बाकी मग त्यांना या प्रसंगाचे काहीही कौतुक नाही. त्यांनी ही गोष्ट कधीही, कोठेही मिरवल्याचे दिसत नाही. एके ठिकाणी ती सांगण्याचा जेव्हा प्रसंग आला, तेव्हा त्यांनी, 'केले नारायणें समाधान', या तीन शब्दांत ती उडवून लावली आहे. तुकारामांना अशा चमत्कारांच्या कोंदणात बसविणाऱ्यांनी ही बाब नीटच समजून घेतली पाहिजे. पण स्वतःला अभ्यासू वारकरी म्हणवून घेणारेही तुकोबांच्या मोठेपणाचे गमक अशा प्रसंगांत शोधताना सापडतात, म्हटल्यावर सतराव्या शतकाची तर गोष्टच सांगायला नको.

तुकोबांचे जलदिव्य यशस्वी झाल्याची बातमी लपून राहणार नव्हतीच. त्यांच्या कवित्वाची ख्यातीही यापूर्वीच सर्वत्र पसरली होती. पण आता त्याला या 'चमत्कारा'ची जोड लाभली होती. सर्वत्र त्याचा बोभाटा झाला होता. बहिणाबाईंचा गाथा म्हणजे तुकोबांचे समकालीन चरित्रच. बहिणाबाईंना १६४०मध्ये तुकोबांचा स्वप्नानुग्रह झाला. त्या वेळी त्या १२ वर्षांच्या होत्या. या वेळी त्या त्यांच्या पतीसमवेत कोल्हापुरात राहात होत्या. तेथे बहुधा जयरामस्वामी वडगावकर यांच्या कीर्तनातून त्यांनी तुकोबांची पदे ऐकली असावीत. त्या लिहितात,

'पूर्वील हरिकथा आयकिल्या होत्या । त्या मनी मागुत्या आठवती ।।
तुकोबाची पदे अद्वैत प्रसिद्ध । त्यांचा अनुवाद चित्त झुरवी ।।'

याचा अर्थ तोवर महाराष्ट्रात तुकोबांची पदे पसरली होती. ते 'महाराष्ट्री शब्दांत' सांगत असलेला 'वेदांताचा अर्थ' दूरदूरच्या मुलखात पोचला होता. बहिणाबाईंपर्यंत तर 'तेरा दिवस ज्यानें वह्या उदकांत । घालोनीया सत्य वांचविल्या ।।' ही कहाणीही पोचली होती. आणि म्हणूनच असंख्य भाविकांसाठी आता तुकोबाच देव बनले होते.

'बहिणी म्हणे लोक बोलती सकळ । तुकया केवळ पांडुरंग ।।'

ज्या रामेश्वरभट्टांमुळे तुकोबांना अभंगाच्या वह्या पाण्यात बुडवाव्या लागल्या होत्या, जे रामेश्वरभट्ट सनातन वैदिक धर्माच्या नावे त्यांना निखंदण्यास निघाले होते, तेही या प्रसंगानंतर त्यांचे भक्त बनले होते. गावात महादजीपंत कुलकर्णी, कोंडाजीपंत हे ब्राह्मण तुकोबांचे चाहते होतेच. पुढे जाऊन तुकारामांच्या टाळकऱ्यांतही काही ब्राह्मण आढळतात. पण शूद्र म्हणून तुकोबांचा द्वेष करणारेही अनेक ब्राह्मण होते. त्यांना उद्देशून आता रामेश्वरभट्ट सांगू लागले होते

'म्हणे रामेश्वरभट द्विजा । तुका विष्णु नाही दुजा ।।'

अर्थात उपाध्यांचे हे लचांड तुकोबांना मान्य असण्याचा प्रश्नच नव्हता. आपणास देव मानणाऱ्या लोकांना त्यांनी झोडूनच काढले आहे. 'लोक म्हणती मज देव । हा तो अधर्म उपाव ।।' असे त्यांनी स्पष्ट म्हटले आहे. या सगळ्याचा त्यांना त्रासच होत होता. ते म्हणतात 'कोठें देवा आले अंगा थोरपण । बरें होतें दीन होतों तरी ।।' अन्य एका अभंगात ते म्हणतात,

'नाही सुख मज नलगे हा मान । न राहे हें जन काय करूं ।।
देह उपचारें पोळतसे अंग । विषतुल्य चांग मिष्टान्न तें ।।
नाइकवे स्तुती वाणीतां थोरीव । होतो माझा जीव कासावीस ।।
तुज पावे ऐसी सांग कांहीं कळा । नको मृगजळा गोवूं मज ।।
तुका म्हणे आतां करीं माझे हित । काढावें जळत आगींतूनि ।।'

हे तुकोबांचे मोठेपण! हे खऱ्या संतांचे लक्षण! आपली लोकप्रियता वाढावी, सत्संगाला अधिक गर्दी व्हावी, आपली संस्थाने स्थापन व्हावीत, यासाठी लटपटी, खटपटी करतात ते संत नसतात. ते अध्यात्माच्या क्षेत्रातील ठग. तुकोबांना अशा लोकांचा, अशा प्रवृत्तीचा तिटकारा होता. लोकप्रियता, स्तुती हे मृगजळ. त्यात ते रमणारे नव्हते. प्रसिद्धी त्यांच्यासाठी जळती आग होती. पण आता त्यांच्या अनुयायांची, चाहत्यांची संख्या वाढत चालली होती. इंद्रायणीच्या वाळवंटी त्यांनी मांडलेल्या खेळात वैष्णवभाई मोठ्या संख्येने सहभागी होऊ लागले होते. नामावळीचे पवित्र गाणे गात आनंदकल्लोळी नाचू लागले होते.

'वर्णाभिमान विसरली याती । एक एकां लोटांगणीं जाती रे ।।
निर्मळ चित्तें झालीं नवनीतें । पाषाणा पाझर सुटती रे ।।
होतो जयजयकार गर्जत अंबर । मातले वैष्णव वीर रे ।।'

असा तो सगळा अनुपम्य सोहळा सुरू झाला होता. 'विष्णुमय जग वैष्णवांचा धर्म । भेदाभेद भ्रम अमंगळ ।।' हे त्या सोहळ्याचे विचारवैशिष्ट्य होते. तो जेवढा रंगत होता, तेवढा तुकोबांच्या विरोधातील सनातनी विचार गडद होत चालला होता. 'कोणाही जीवाचा न घडावा मत्सर । वर्म सर्वेश्वर पूजनाचें ।।' असे तुकाराम सांगत होते आणि कर्मठ वैदिक ब्राह्मण त्यांच्या मत्सराने मत्त झाले होते. तुकोबांचा छळ अखंड सुरू होता. त्यांच्या कीर्तनात विघ्ने आणली जात होती. असह्य त्रास दिला जात होता. तुकोबा म्हणतात,

'न वजतां घरा । आम्ही कोणाच्या दातारा ।।
कां हे छळूं येती लोक । दाटे बळेंचि कंटक ।।
नाही आम्ही खात । काहीं कोणाचें लागत ।।'

आम्ही काही कोणाच्या घरी जात नाही. कोणाचे काही खात नाही की, कोणाचे काही लागत नाही. तरीही हे दातारा, हे दुर्जन आम्हांला बळेच छळायला का येत आहेत; हा तुकोबांचा सवाल आहे. अर्थ स्पष्ट आहे. तुकोबांच्या भजन-कीर्तनात घुसून लोक त्यांना त्रास देत होते. नाही नाही ते विचारून त्यांना भंडावून सोडत होते. भांडणे काढीत होते. तुकोबा म्हणतात,

'पाखांड्यांनी पाठी पुरविला दुमाला । तेथें मी विठ्ठला काय बोलों ।।
कांद्याचा खाणारा चोजवी कस्तुरी । आपण भिकारी अर्थ नेणें ।।
न कळें ते मज पुसती छळूनी । लागता चरणीं न सोडिती ।।
तुझ्या पायांविण दुजें नेणें काही । तूंचि सर्वांठायीं एक मज ।।
तुका म्हणे खीळ पडो त्यांच्या तोंडा । किती बोलों भांडा वादकांशीं ।।'

या पाखंड्यांनी, धर्म न जाणणारांनी माझी पाठच धरली आहे. नाही नाही ते विचारून छळत असतात. त्यांची वाचा का बंद पडत नाही? या अशा भांडखोरांशी मी काय बोलू?

दुसऱ्या एका अभंगात ते असाच प्रश्न करीत आहेत. अक्षरशः वैतागून विचारीत आहेत-

'नावडे तरी कां येतील हे भांड । घेऊनिया तोंड काळें येथें ।।'

हे बोलभांड होते तरी कोण? सरळ आहे. तुकोबांचे विचार ज्यांना पटत नव्हते, जे त्यांचा मत्सर करीत होते, द्वेष करीत होते; तेच हे लोक होते. त्यांत केवळ वैदिक ब्राह्मणच होते असे मानण्याचे कारण नाही. एक मात्र खरे की, त्या परंपरेचे पाइक असलेले सगळेच तुकोबांच्या विरोधात उभे होते. वैदिक परंपरावाद आणि

ज्ञानदेव-नामदेव-एकनाथ-तुकारामांचा सुधारणावाद असा हा संघर्ष होता. तो जसा आज आहे, तसाच तेव्हाही होता. त्यात तुकोबा ठामपणे उभे होते. लढत होते. पण कोणत्याही समाजात परंपरावाद्यांचे बळ नेहमीच मोठे असते. 'अभक्ताचे गावी साधु म्हणजे काय । व्याघ्रवाडां गाय सापडली ।।' असे तुकोबा म्हणतात ते उगाच नाही. जलदिव्याच्या संदर्भात तुकोबांनी लिहिलेल्या अभंगात 'कोपला पाटील गावीचे हे लोक' असा उल्लेख आहे. हे पाटील म्हणजे तावरे. त्यांच्यासारखे लोकही तुकोबांच्या पक्षात नव्हते, याचे कारण त्यांची धार्मिक परंपराग्रस्तता आणि व्यवस्थाशरणता. तुकोबा आपल्या विचारांतून जो सुधारणावाद सांगत होते, तो तेव्हाच्या प्रस्थापित धार्मिक व्यवस्थेला धक्का देणारा होता. त्या व्यवस्थेतील आर्थिक हितसंबंधांना हादरा देणारा होता. हे हितसंबंधी एकत्र येऊन तुकोबाप्रणीत नवी विचारधारा थोपविण्याचा प्रयत्न करीत होते. रामेश्वरभट्टांनी तुकोबांचे अनुयायित्व पत्करल्यानंतर देहूत आता या विरोधकांचे नेतृत्त्व मंबाजीकडे होते...

१३. बहु फार विटंबिले...

तुकारामांच्या चरित्रातील खरा खलनायक तसा एकच.

तो म्हणजे तेव्हाची सनातनी प्रवृत्ती. समाजातील सुधारणांना, मानवतावादी बदलांना परंपरेच्या नावाखाली विरोध करणारी. द्वेषाने आणि तिरस्काराने पछाडलेली. समाजातील संतांना, सुधारकांना, सज्जनांना छळणारी; हिंसक सनातनी प्रवृत्ती. मंबाजी हा त्या प्रवृत्तीचा एक वारसदार.

मंबाजी हे देहूमधील एक मोठे प्रस्थ होते. ते मूळचे चिंचवडचे ब्राह्मण. पुढे वैराग्य धारण करून गोसावी बनले. पण वृत्तीने असे की, तुकोबांच्या एका अभंगात जणू यांचेच वर्णन आहे.

> 'होऊनि संन्यासी भगवीं लुगडीं । वासना न सोडी विषयांची ।।
> निंदिती कदान्न इच्छिती देवान्न । पाहताती मान आदराचा ।।
> तुका म्हणे ऐसें दांभिक भजन । तया जनार्दन भेटें केवीं ।।'

या पंथाचे 'मिथ्या भगल वाढवून आपुली आपण पूजा घेणारे' अनेक तथाकथित संत आज तथाकथित सत्संग भरविताना दिसतात. मंबाजी हा त्यांचा आद्यगुरूच. त्याचा देहूमध्ये मठ होता. शिष्यपरिवार होता. पुढेमागे कदाचित त्याचे तेथे मोठे संस्थान तयार झाले असते. पण तुकोबा त्याच्या आड आले होते. लोकांपुढे अशा प्रवृत्तीच्या धार्मिक लांड्यालबाड्या उघड करून दाखवित होते. पाखंडखंडन करीत होते. सांगत होते, हे गोसावी शिष्यांकरवी लोकांना सांगतात, की आमचे गुरू अयाचितवृत्तीचे आहेत. कोणाकडून काही मागत नाहीत. कोणी स्वखुशीने दिले तरच घेतात. पण हे असे गुरू म्हणजे दगडाची नाव. ते काय दुसऱ्या दगडांना तारणार?

> 'आमचे गोसावी आयाचितवृत्ती । करवी शिष्याहातीं उपदेश ।।
> दगडाची नाव आधींच ते जेड । ते काय दगड तारूं जाणे ।।
> तुका म्हणे वेष विटंबिला त्यांनी । सोंगसंपादणी करिती परी ।।'

साधूच्या वेशाची विटंबना करणारे हे खरे सोंगाडेच. यांच्यामुळेच 'ऐसे धर्म झाले कळीं । पुण्य रंक पाप बळी ।।'. वर्णाश्रम हाच धर्म असे हे लोक सांगतात. पण ते खरे नव्हे. तुकोबा सांगतात-'अवघी एकाचीच वीण । तेथें कैसें भिन्नाभिन्न ।' आणि हे काही आपल्या पदरचे नाही. 'वेदपुरुष नारायण, तेणे केला निवाडा!' प्रत्यक्ष वेदपुरुषानेच सांगितले आहे, की माणसां माणसांत भेद नसतो.

हा खरे तर वेदांचा वेदद्रोही अर्थच तुकोबा सांगत होते. सनातन्यांच्या दृष्टीने तो नुसताच वेदद्रोह नव्हता, तर ते त्यांच्या सत्तेला दिलेले आव्हानही होते. त्यांचे हितसंबंध त्यामुळे धोक्यात येऊ लागले होते. मंबाजी तुकोबांचा द्वेष करीत होता, तो अशा धार्मिक आणि व्यावहारिक कारणांसाठी.

वस्तुतः सुरुवातीला याच मंबाजीला तुकोबांनी आपल्या देवळात पूजाअर्चा करण्याचे काम दिले होते. त्याच्याकडे देवळाच्या व्यवस्थेसाठी मिळालेली विठ्ठलटिके नावाची जमीन होती. ती त्यांनी त्याला कसायलाही दिली होती. पण तुकोबांचे विचार, त्यांना मिळणारी जनमान्यता आणि त्यामुळे आपल्या धर्माच्या धंद्यावर होणारा परिणाम हे मंबाजीला सहन होत नव्हते. आपण एवढे मोठे महंत येथे असताना लोक या शूद्र कुणब्याच्या भजनी लागत आहेत, हे पाहणे मंबाजीच्या उच्चवर्णीय मानसिकतेला शक्य नव्हते. आणि तुकोबा तर 'बरा कुणबी केलो । नाही तरी दंभे असतो मेलो ।।' असे सांगत या मानसिकतेला डिवचत होते. मंबाजीच्या मनात त्यामुळेच तुकोबांविषयीच्या द्वेषाचे विष उकळत होते.

तुकोबा हे धर्मद्रोही आहेत, ते धर्मनिंदा करीत आहेत; असे मानणाऱ्या परंपरावाद्यांकडून तुकोबांचा छळ सुरूच होता. अपप्रचार हा त्या छळाचाच एक भाग. आपल्या विरोधकांविषयी खोट्यानाट्या कंड्या पिकवणे, कुजबूज मोहीम चालविणे; हा त्यांना संपविण्याचा एक प्रभावी उपाय. तो तुकोबांबाबतही अंमलात आणला जात होता. तुकोबांनाही त्याची जाणीव होती. त्यांचा एक अभंग आहे,

'तुका वेडा अविचार । करी बडबड फार ।।...
बोल नाईकें कोणाचे । कथे नागवाचि नाचे ।।
संग उपचारें कांटाळे । सुखें भलते ठायीं लोळे ।।...
केला बहुतीं फजित । तरी हेंचि करी नित्य ।।'

हा तुका वेडा आहे. अविचारी आहे. फार बडबड करतो. कोणाचे काही ऐकत नाही. कीर्तनात नागवा नाचतो. त्याला चांगल्या गोष्टी चालत नाहीत. कुठेही लोळत असतो. त्याची किती वेळा फजिती केली; पण तो काही सुधारत नाही, असे हे लोक सांगत असत. पण अशा छळवाद्या निंदकांना तुकोबांचे सांगणे एवढेच होते,

'अहो पंडित जन । तुका टाकावा थुंकोन ।।'

हे पंडितांनो, तुका तुम्हाला पचणार नाही!

तुकाराम अशा प्रचाराला भीक घालणारे नाहीत, हे पाहिल्यानंतर हे धर्मवीर त्यापुढचे पाऊल उचलणार हे निश्चित होते. इतिहासाचा दाखला तसाच आहे. हे पाऊल होते शारीरिक दंडाचे. महिपतीबुवा आणि नंतरच्या काही चरित्रकारांनुसार, द्वेषाने पेटलेल्या मंबाजीने क्षुल्लक कारणावरून तुकोबांना काटेरी फांदीने मारहाण केली. त्याबद्दलचे अभंग 'मंबाजी गोसावी यांनी स्वामीस पीडा केली' (देहू संस्थान) किंवा 'तुकोबास मंबाजी गोसाव्याने मारिलें त्याजबद्दल देवाजवळ परिहार' (जोगमहाराज) या मथळ्याखाली गाथ्यात येतात. कृष्णराव केळुसकर, ल. रा. पांगारकर, बाळकृष्ण भिडे अशा काही चरित्रकारांनुसार तुकोबांच्या देवळाच्या बाजूला मंबाजीने बाग केली होती. एके दिवशी तुकोबांची म्हैस बागेत घुसली. तेव्हा त्याने तुकोबांना खूप शिव्या दिल्या. त्यानंतर देवळापासून बागेपर्यंत काटेरी कुंपण घातले. त्यामुळे देवळाच्या प्रदक्षिणेची वाट बंद झाली. लोकांना अडचण होऊ लागली. तेव्हा तुकोबांनी त्या काट्या बाजूला सारल्या. तुकोबा सांगतात 'सोज्वळ कंटकवाटा । भावें करूं गेलों रे ।' ते पाहिल्यावर मंबाजीला आयतेच कारण मिळाले आणि त्याने तुकोबांना मारले. त्या प्रसंगाबद्दल तुकोबा सांगतात,

'बरवें बरवें । केलें विठोबा बरवें ।
पाहोनिया अंत क्षमा । अंगी कांटी वरी मारविलें ।।
शिव्या गाळीं नीत नाहीं । बहु फार विटंबिलें ।।'

आपणास कोटेरी फांद्यांनी मारले. शिवीगाळ केली. फार विटंबना केली.

पारंपरिक चरित्रकथेनुसार, हा मंबाजी नेहमी तुकोबांच्या कीर्तनास येत असे. त्या मारहाणीच्या दिवशी काही तो आला नाही. तेव्हा तुकोबा त्याच्या समाचारास गेले. पाहतात, तर तुकोबांना मारल्यामुळे मंबाजीचे अंग दुखत होते. तेव्हा पश्चात्ताप होऊन तुकोबांनी त्याचे अंग रगडून दिले. तुकोबा म्हणजे कसे भोळेभाबडे, शत्रूमित्रांपक्षी कसे समबुद्धी असे सांगण्यासाठी रचलेली ही कथा. तुकारामांचा द्वेष करणारा मंबाजी नेहमी त्यांच्या कीर्तनाला जात असे. तुकोबांना मारून मारून त्याचे अंग दुखले, असे सांगणारी ही कथा सरळच बनावट आहे. मारहाण प्रकरणाविषयीच्या अभंगात 'तुका म्हणे पुरे आता । दुर्जनाची संगती रे ।।' असा उद्गार आहे. हे म्हणणारे तुकोबा नंतर त्या दुर्जनाची विचारपूस करण्यासाठी जातात, असे मानणे हा भाबडेपणाचाच पुरावा. वास्तवाच्या जवळही ते जात नाही. परंतु मंबाजीने तुकोबांना कोणत्या कारणावरून मारहाण केली, तुकोबा त्याचे दुखते

अंग रगडून देण्यास गेले की नाही, यापेक्षा या घटनेतून जे वास्तव दिसते ते अधिक महत्त्वाचे आहे. ते म्हणजे–ज्याला देवपूजेचे काम दिले, कसण्यासाठी जमीन दिली, त्यानेच खाल्ल्या घरचे वासे मोजत तुकोबांना विटंबिले.

पण हा छळ एवढ्यावरच थांबलेला नव्हता. तुकोबांना केलेल्या मारहाणीनंतरही मंबाजीचे मन निवले नव्हते. एकदा रामेश्वरभट्टांनी तुकोबांना देशोधडी लावण्याचा प्रयत्न करून पाहिला होता. पुढे तेच त्यांचे अनुयायी बनले. आता मंबाजीने तो विडा उचलला होता.

हा शूद्र कुणबी कीर्तन करतो. धर्मद्रोह करतो. वेदवाक्ये खोटी ठरवतो. शूद्र असूनही ब्राह्मणांचा गुरू बनतो. याला तुरूंगातच टाकून स्वधर्माची जपणूक केली पाहिजे. धर्म अशा प्रकारे जपला नाही, तर राज्याचे तर वाटोळेच होईल. ते होऊ देता कामा नये. याला शिक्षा झालीच पाहिजे, या विचारांनी मंबाजी पेटला होता...

१४. याचे लागले पीसे...

संत बहिणाबाईंचे हे उपकारच म्हणावयास हवेत की, त्यांनी आत्मनिवेदन लिहिले. मराठीतील पहिल्या आत्मचरित्राचा मान रमाबाई रानडे यांच्या 'आमच्या आयुष्यातील काही आठवणी'ला (१९१०) दिला जातो. पण त्याच्या तीन शतके आधी बहिणाबाईंचे आत्मनिवेदन आलेले आहे. त्या तुकोबांच्या समकालीन. तुकोबांचे दर्शन लाभलेल्या. तुकोबांबरोबर वावरलेल्या. त्यांचे अभंग त्यांच्याच तोंडून ऐकण्याचे भाग्य मिळालेल्या. ११६ अभंगांचे ते आत्मचरित्र त्यांनी लिहून ठेवले, म्हणून आज आपणास तत्कालीन समाजाचा सनातनी विचारांमुळे विद्रूप झालेला चेहरा दिसू शकला. तुकोबांचे देहू कसे होते, ते समजू शकले आणि मंबाजी गोसावी नावाचा खलपुरुष तुकोबांचा कशा प्रकारे छळ करीत होता, हे कळू शकले. ते एक बरे झाले. अन्यथा आज आपल्या काही अभ्यासकांनी या मंबाजीलाही शुद्धचारित्र्याचे प्रमाणपत्र देऊन टाकले असते! या मंबाजीवर तुकारामांनी उपकार केले होते. त्याला कसण्यासाठी विठ्ठलटिके नावाची जिराईत जमीन दिली होती. तरीही तो तुकोबांचा द्वेष करीत होता. त्याचे कारण केवळ व्यावहारिक होते? दोन शेतकऱ्यांनी जमिनीच्या बांधावरून भांडावे तसे ते होते? त्यामागील कारणांचा नीट उलगडा करण्यासाठी आपणास बहिणाबाईंच्या चरित्राकडे जावे लागते. कारण त्या घटनांच्या त्या एकमेव समकालीन साक्षीदार आहेत.

संत बहिणाबाई (जन्म १६२८) या वैजापूर तालुक्यातील देवगावच्या. ब्राह्मण कुटुंबातल्या. तीन वर्षांच्या असताना गंगाधरपंत पाठक या तीस वर्षीय बीजवराशी त्यांचा विवाह लावून देण्यात आला. गृहस्थ हुशार. व्यवसाय भिक्षुकीचा. वैद्यकीही करीत. स्वभावाने मात्र भलताच तापट आणि वेदांचा अभिमानी. बहिणाबाई सांगतात,

'नामाचा विटाळ आमुचीये घरीं । गीताशास्त्र वैरी कुळीं आम्हां ।।
देव तीर्थ यात्रा नावडती हरी । ऐसीयांचे घरीं संग दिला ।।'

याचा ताप बाईंना फार झाला. लग्नानंतर काही वर्षांनी भाऊबंदकीमुळे बाईंचे

आई-वडील, भाऊ आणि नवरा या सगळ्यांना गाव सोडावे लागले. तेव्हा बाईंचे वय साधारण नऊ वर्षांचे होते. तीर्थे करत करत ते सगळे पंढरपूरला आले. नंतर त्यांच्या भ्रताराच्या मनात आले की, ब्राह्मणाचे गाव पाहून तेथे राहावे. त्यानुसार ते रहिमतपूरला काही काळ राहिले. नंतर कोल्हापूरला गेले. बहिणाबाईंना याच काळात हरिकथा श्रवणाची गोडी लागली. तेथे जयरामस्वामी गोसावी या कथाकारांनी त्यांच्यातील संतत्व ओळखले. बहुधा त्यांच्याकडूनच बहिणाबाईंच्या कानावर तुकारामांचे अभंग पडले असावेत. त्या अभंगांनी बाईंना जणू वेडच लावले. त्या सांगतात,

'तुकोबाचीं पदें अद्वैत प्रसिद्ध । त्यांचा अनुवाद चित्त झुरवीं ।।
ऐसीं ज्याची पदें तो मज भेटतां । जीवास या होतां तोष बहू ।।'

अवघ्या बारा वर्षांची ती मुलगी. तुकोबांच्या भेटीचा तिने ध्यास घेतला. तुकोबांनी आपणांस शिष्यत्व द्यावे यासाठी त्यांचे मन आक्रंदू लागले. ध्यास एवढा की, त्यात त्या आजारीच पडल्या. 'त्रिविध तापानें तापलें मी बहू । जाईना कां जीऊ प्राण माझा ।।' असे त्यांना झाले. त्या अवस्थेतच सात दिवस गेले आणि अचानक एके दिवशी कार्तिक वद्य पंचमीस, रविवारी-तुकोबांनी त्यांना स्वप्नात दर्शन दिले. ही घटना १६४० मधील. त्या सांगतात,

'ठेवोनीया कर मस्तकीं बोलींला । मंत्र सांगीतला कर्णरंध्री ।।
म्यांही पायांवरी ठेविलें मस्तक । दिधलें पुस्तक मंत्र गीता ।।'

इतिहास संशोधक वा. सी. बेंद्रे यांच्या मते 'मंत्रगीता' हे तुकोबांचे गीताभाष्य असल्याचा हा मोठा पुरावा आहे. स्वप्नातील गुरुपदेशाच्या या घटनेनंतर बहिणाबाईंनी केलेले तुकोबांचे वर्णन पाहण्यासारखे आहे.

'पांडुरंग-तुका पांडुरंग-तुका । वेगळीक देखा होय केवीं ।।
कलियुगीं बौद्धरूप धरी हरी । तुकोबा शरीरीं प्रवेशला ।।...
तुकोबाचे हात लिहिताती जें जें । तेंचि तें सहजें पांडुरंग ।।'

अशा तुकोबांचा छंद त्या बारा वर्षांच्या मुलीला लागल्याचे पाहून लोक नवल व्यक्त करू लागले. तिला भेटण्यासाठी येऊ लागले. ते पाहून बहिणाबाईंच्या पतीचा मात्र मस्तकशूळ उठला. तो बहिणाबाईंना छळू लागला.

'भ्रतार हा माझा देखोनी तयासी । माझीया देहासी पीडा करी ।।
न देखवे तया द्वेषी जनाप्रती । क्षणाक्षणा चित्तीं द्वेष वाढे ।।
म्हणे ही बाईल मरे तरी बरें । इस कां पामरें भेटताती ।।'

हा केवळ आपल्या बायकोला मिळणारा मानसन्मान पाहून पेटलेला द्वेषाचा जाळ नाही. पुरुषत्वाचा गंड त्यात आहेच. परंतु त्यात वैदिक धर्माचा अभिमानही आहे. गंगाधरपंत बहिणाबाईंना सांगत होते,

'भ्रतार म्हणतसे आम्हीं कीं ब्राह्मण । वेदाचे पठण सदा करूं ।।'

'आपण ब्राह्मण आहोत. आपण वेदांचे पठण करायचे. तू कसली त्या शूद्राच्या नादी लागली आहेस!'

'कैचा शूद्र तुका स्वप्नींचे दर्शनीं । बिघडली पत्नी काय करूं'

गंगाधरपंतांचे खरे दुखणे हे होते. त्यामुळे ते तिला सोडून निघाले. म्हणाले, 'न पाहे मी मुख सर्वथा इयेचें । हीनत्व आमुचें कोण फेडी ।।'

येथे पुन्हा तोच मुद्दा आहे. ब्राह्मणाने नीचाचे गुरुत्व स्वीकारण्याचा. ती नीच जातीची व्यक्ती तुकाराम असली म्हणून काय झाले? सनातन धर्म बुडालाच ना त्याने! ब्राह्मणाला हीनत्व आलेच ना त्याने!

दुसऱ्या दिवशी गंगाधरपंत घर सोडून जाणार, तर त्याच रात्री त्यांना ताप भरला. महिना झाला तरी औषधाचा गुण येईना. त्यांना वाटले, आपण तुकोबांची निंदा केली म्हणूनच हे झाले. पश्चात्तापाने त्यांचे मन निवले. बहिणाबाईंनी केलेल्या सेवेने आजारातून बरे झाले. आणि मग तेच म्हणू लागले,

'होवो आतां कल्याण किंवा अकल्याण । आम्ही तो संपूर्ण भक्ती करूं ।।
तुकोबाचे गांवां जाऊनीया राहीं । मनींचा दृढावा धरोनीया ।।'

यानंतर बहिणाबाई सहपरिवार देहूला आल्या. इंद्रायणीत स्नान केले आणि तुकोबांच्या दर्शनाला देवळात गेल्या. त्या सांगतात,

'तुकोबा आरती करित होते तेथे । नमस्कारें स्वस्थ चित्त केलें ।।
स्वप्नीं जो देखीला तेंच ध्यान तेथें । देखीले नेमस्त पूर्ण दृष्टी ।।'

बहिणाबाईंनी डोळे भरून तुकोबांचे दर्शन घेतले. कसे दिसत असत तुकोबा? बाईंनी त्याचे मात्र वर्णन केलेले नाही. ते केले आहे कचेश्वरभट्ट ब्रह्मे यांनी. ते चाकणचे. तुकारामभक्त. भारत इतिहास संशोधक मंडळाच्या वार्षिक इतिवृत्तात (शके १८३५) पांडुरंग नरसिंह पटवर्धन यांनी त्यांचे समग्र आत्मचरित्र प्रसिद्ध केले आहे. या कचेश्वरांनी तुकारामांना प्रत्यक्ष पाहिलेले नाही. पण तुकोबांना ज्यांनी समक्ष पाहिले, त्यांना मात्र ते भेटले आहेत. त्यांनी तुकोबांच्या आरतीत जे वर्णन केले आहे, त्यावरून तुकोबा वर्णाने सावळे होते, पोट जरा सुटलेले होते, नाक नीट सरळ होते

आणि उंची सर्वसामान्य मराठी माणसासारखी मध्यम होती, असे दिसते. कचेश्वर सांगतात -

'सावळे रूप बापा, याचें लागलें पीसें ।।
वर्तूळ दोंद पोट, नेत्र नासिका नीट ।
देखिल्या दंत-पंक्ती, लघु आरक्त वोट ।।
उंच ना ठेंगणें हो, ध्यान हेंचि हे राहो ।'

बहिणाबाई आणि त्यांच्या पतीने या मूर्तीचे दर्शन घेतले. पण त्यांना काय माहीत की, यानंतर त्यांच्यासमोर कोणाचे दर्शन वाढून ठेवलेले होते. बाई तुकोबांच्या दर्शनाची आस घेऊन देहूस आल्या होत्या. आजवर नवऱ्याने त्यांना कमालीचे छळले, मारले होते. त्या सांगतात- 'सोसियले क्लेश जिवें बहू फार.' खूप कष्ट सोसले या जीवाने. पण आता तो नवरा वळणावर आला होता. परंतु तरीही बहिणाबाईंचे सोसणे संपणार नव्हते. कारण त्यांच्या राशीला मंबाजी गोसावी येणार होता...

१५. आम्ही बळकट झालो फिराऊनि!

इंद्रायणीत स्नान करून बहिणाबाई तुकोबांच्या विठ्ठलमंदिरात गेल्या, तेव्हा तुकोबा आरती करीत होते. आरती झाली. बहिणाबाईंनी सहपरिवार तुकोबांचे दर्शन घेतले. बोलणे-चालणे झाले. चित्त स्वस्थ झाले. आता राहण्या-खाण्याचा प्रबंध करायचा होता. तो तसाही तुकोबांच्या घरी झाला असता. परंतु ब्राह्मण कुटुंब शूद्राच्या पंगतीला बसणार कसे? तेव्हा बाईंचे पती गंगाधरपंत गावात गेले. फिरता फिरता त्यांची गाठ कोंडाजीपंतांशी पडली. त्यांनी या कुटुंबाला भोजनाचे आमंत्रण दिले. माध्यान्ही या म्हणाले. आता वास्तव्याची सोय करायची होती. जागेचा शोध घेत ते एका प्रशस्त वाड्यात गेले. तो होता मंबाजी गोसाव्याचा. ही त्यांची मंबाजीशी झालेली पहिली भेट. बहिणाबाई सांगतात,

> 'मंबाजी गोसावी त्या स्थळीं नांदतां । गृह प्रवेशतां देखीयेले ।।
> जाऊनी तयासी मागीतलें स्थळ । तो अति चंचळ क्रोध तया ।।
> मारावया उठे घातलें बाहेरी । आनंदें वो वरी प्रार्थियेले ।।'

राहण्यासाठी जागा मागितली, तर त्यांच्या अंगावरच हा गोसावी धावून गेला. त्यांना हुसकूनच दिले त्याने. अखेर ही मंडळी पुन्हा देऊळवाड्यावर आली. पुढे हाच मंबाजी गंगाधरपंतांच्या मागे माझे शिष्य व्हा म्हणून लागला होता. 'तुम्हीही हरिभक्त आहात. विरक्त दिसता. तेव्हा माझे गुरुत्व स्वीकारा.' बहिणाबाईंनी हे दोन-चार वेळा ऐकून घेतले. मग सरळच सांगितले, की बाबा रे, आम्ही आधीच अनुग्रह घेतला आहे. पण त्याला ते पटेनाच. अखेर गंगाधरपंतांनी त्याला आधीची सर्व कथा सांगितली. ते ऐकून मंबाजी भडकलाच. म्हणू लागला, 'या स्वप्नातल्या गुरुपदेशात काय अर्थ आहे? आणि तो गुरूही कोण? तर शूद्र! 'शूद्राचीया अंतरा ज्ञान कैचें?' स्वप्नात गुरू केला तर केला; पण तोही असा शूद्र आणि बळीभद्र म्हणजे नांगरमुठा! तुम्ही मला ही अशी गुरुभक्ती सांगूच नका. तुम्हांला वाळीतच टाकले पाहिजे.' बहिणाबाई सांगतात, 'ऐसे मंबाजी बोलीला । द्वेषही मांडीला तेच क्षणीं ।।'

द्वेष करावा तरी किती? एकदा वाटेत बहिणाबाईंना तो दिसला. तेव्हा त्या

नमस्कार करायला गेल्या, तर याने त्यांना अस्पृश्यासारखी वागणूक दिली. 'येरू हा न शिवे दुरी पळे!' म्हणाला, 'तुमची जात कोणतीही असो. मी तुम्हाला शूद्रच मानणार. तुमच्यात ब्राह्मणत्व नाहीच. तुम्ही आता कुठे कुणा ब्राह्मणाच्या घरी भोजनाला गेलात ना, तर तुमच्याविरुद्ध मी दिवाणांत तक्रार करीन.'

हा मंबाजी केवळ पोकळ धमक्या देणाऱ्यातला नव्हता. याआधी त्याने खुद्द तुकोबांना मारहाण केली होती. 'अंगी काटी वरी मारविलें' असे तुकोबांनीच लिहून ठेवले आहे. त्यांच्या या क्रौर्याचा धसका बहिणाबाईंच्याही मनात होता. वास्तविक देहू गावचे कुलकर्णी महादजी कुळकर्णी, कोंडाजीपंत असे काही प्रतिष्ठित ब्राह्मण त्यांच्या पाठीशी उभे होते; तरीही मंबाजी या ना त्या प्रकारे त्यांना छळतच होता. बाई म्हणतात, 'परंतु तो द्वेष चालवी अत्यंत । मारूं पाहे घात चिंतोनिया ।।' हा मंबाजी घात करून आपल्या कुटुंबीयांना मारील अशी भीती त्यांना वाटत होती. मंबाजी हा काय प्रकार आहे हे समजण्यास हा उल्लेख पुरेसा आहे. मंबाजी अशा प्रकारे धाकदपटशा करीत होता, गावचे कुलकर्णीही त्याच्यापुढे हतबल होते; ते कशामुळे हे नीट समजून घेतले पाहिजे. तो दादागिरी करीत होता, कारण त्याच्यामागे सनातन धर्मसत्ता उभी होती. सामाजिक-धार्मिक बाबतीत तिच्यासमोर राजसत्ताही दुबळी होती. त्याचा प्रत्यय बहिणाबाईंना लवकरच आला. गंगाधरपंतांच्यासारखी ब्राह्मण कुटंबे ज्या शूद्रामुळे सनातन वैदिक धर्माशी द्रोह करीत आहेत, त्या शूद्र तुकारामालाच धडा शिकविला पाहिजे; या विचारांनी पेटलेल्या मंबाजीने अखेरीस आपाजी गोसावी यांच्याकडे तक्रार केली.

इतिहास संशोधक वा. सी. बेंद्रे यांच्या मते, हे आपाजी म्हणजे पुणे-शिरवळ प्रांताचे देशपांडे. हा प्रांत शिवाजीराजांच्या अंमलाखालचा. परंतु श्रीधरबुवा देहूकर यांच्या संशोधनानुसार हे ते नव्हेत. हे पुण्यात राहणारे राजयोगी होते. त्यांच्याकडे मंबाजीने तक्रार केली याचा अर्थ हे धर्माधिकारी असावेत. धार्मिक न्याय करण्याचा अधिकार त्यांच्याकडे असावा. मंबाजीने त्यांना लिहिले '... तुकोबा गोसावी शूद्र वाणी ।। कथा करितसें देऊळी सर्वदा । द्विज त्याच्या पदा लागताती ।। रामेश्वरभट्टांसारखे अतियोगी, तेही त्याला नमस्कार करतात. हा आम्हांला मोठाच अन्याय वाटत आहे. कारण यामुळे वेदवाक्यच खोटे होत आहे.' मंबाजीची नमस्काराबद्दलची ही तक्रार केवळ मत्सरातून आलेली नाही. शूद्राला नमस्कार करण्यामुळे वेदवाक्य खोटे ठरते असे तो जेव्हा म्हणतो, तेव्हा तो धर्मशास्त्रच सांगत असतो. ब्राह्मणाने कोणालाही नमस्कार करू नये. त्याने सर्व वर्णांना उद्देशून 'स्वस्ति' असे म्हणावे, असे धर्मवचन आहे. त्याचे उल्लंघन होत आहे. स्वधर्माचा लोप होत आहे ही मंबाजीची तक्रार होती. तो म्हणतो,

'आणीक ही एक स्त्री-पुरूष आहेती । तेही म्हणवीती शिष्य त्याचे ।।
म्हणविती ब्राह्मण आहेती सोनार । कुळकर्णी ही फार मान्य केले ।।
स्वधर्माचा लोप होतसे देखोन । धाडीलें लिहोन म्हणोनीया ।।
याचा कीं अपमान न करितां जाण । राज्यही बुडोन जाय तरी ।।'

शूद्रांना गुरुत्व आले आणि त्याचे पारिपत्य झाले नाही, तर राज्यच बुडून जाईल असे तो सांगत आहे. यावर एकच उपाय आहे. तो म्हणजे तुकारामांना काढण्या लावून नेण्याचा. आपाजींना लोणी लावत मंबाजी सांगतो, 'तुम्ही थोर अहां दंड करावया । बांधोनीया तया न्यावे तेथें ।।' यात मंबाजीने खुबीने सोनारांचाही उल्लेख केला आहे.

हे पत्र वाचल्यानंतर आपाजीही संतापले. बहिणाबाई सांगतात,

'आपाजी गोसावी वाचोनीया पत्र । क्रोधें फार नेत्र भोवंडीत ।।
शूद्र होवोनीया नमस्कार घेत । पाप हे अद्भूत होत असे ।।
सोनाराच्या जाती म्हणविती ब्राह्मण । तयाचें दर्शन घेऊं नये ।।
शुद्राचा अनुग्रह घेताती ब्राह्मण । भ्रष्टाकार पूर्ण होत असे ।।
त्याची शिक्षा द्यावी दोष नाहीं यासी । ऐसा निश्चययेसीं नेम केला ।।'

सोनार स्वतःस ब्राह्मण म्हणवून घेत, हा अन्य ब्राह्मणांच्या दृष्टीने भ्रष्टाचार होता. यातूनच पुढे पेशवाईत सोनारांनी जानवे घालू नये, थाटामाटाने लग्नेही करू नयेत, असे निर्बंध घालण्यात आले होते. जातीसंघर्षाचा हा वेगळाच नमुना. धूर्त मंबाजीने येथे त्याचाही फायदा उठविण्याचा प्रयत्न केल्याचे दिसते. आपाजीलाही ते पटले. पण तो म्हणतो, दोष या लोकांचा नाही. दोष तुकारामाचा आहे. त्याला शिक्षा दिलीच पाहिजे. आपाजीने मंबाजीला प्रत्युत्तर पाठविले, की 'होय यथाकालें कार्यसिद्धी.' जरा दम धरा. योग्य वेळी आपले काम होऊन जाईल. आपाजीने हे जे आश्वासन दिले आहे, ती कार्यसिद्धी म्हणजे नेमके काय याचा उलगडा झालेला नाही.

ल. रा. पांगारकरांच्या मते हा काळ साधारणतः १६४०चा आहे. या वेळी तुकाराम ३२ वर्षांचे होते. शिवाजी महाराज अद्याप जिजाऊंसमवेत कर्नाटकातच होते. आणखी दोन वर्षांनी ते पुण्यात येणार होते. पुणे परगण्याची जहागिरी शहाजीराजांकडे होती आणि सत्ता आदिलशहाची होती. एकंदर अजून या भागाची राजकीय घडी बसायची होती आणि सामाजिक-धार्मिक बाबतीत सत्ता धर्माधिकाऱ्यांकडे होती. त्यामुळेच तुकारामांच्या मागे लोक असूनही त्यांचा छळ होऊ शकत होता. खरेतर भ्रष्टाकार पूर्ण होत होता तो यातून.

समाजजीवनावरील धर्मसत्तेचा पगडा एवढा प्रचंड होता की, त्यापुढे

तुकारामांसारख्या खंबीर सत्पुरुषालाही झुकावे लागत होते. जलदिव्यासारख्या परीक्षा द्याव्या लागत होत्या. प्रसंगी मारहाणीसारखे प्रसंगही झेलावे लागत होते. परंतु त्यांच्या निष्ठा अबाधित होत्या. प्रहार सोसून पुन्हा उभे राहण्याचे बळ त्यांना त्यातूनच मिळत होते. 'आम्ही बळकट झालों फिराऊनि' असे ते म्हणतात, ते या निष्ठेच्या जोरावरच. त्यातूनच ते बजावतात,

'आतां मी सर्वथा नव्हें गा दुर्बळ । यातिहीनकुळ दैन्यवाणा ।।'

सनातन धर्मव्यवस्थेसमोरील अशी बंडखोरी हाच तर तुकोबांच्या जगण्याचा पाया होता. ते 'वैकुंठवासी' याच कारणासी येथे आले होते, की 'झाडू संतांचे मारग । आडरानें भरलें जग ।'

आडरानाने भरलेले जग साफसूफ करायचे होते. धर्मातील गचपण दूर करायचे होते...

१६. नाठ्याळाचे काठी देऊं माथां

छळ झाला, मारहाण झाली, खटले घालण्यात आले, धर्मद्रोहाचे आरोप करण्यात आले. फार काय, तुकोबांना राज्यद्रोही ठरविण्याचेही प्रयत्न झाले. हे सारे आजच्या काळाशी एवढे साधर्म्य साधणारे आहे की, ते अतिशयोक्तच वाटावे. विशेषतः राज्यद्रोहाचा आरोप. परंतु मंबाजी गोसावी याने आपाजी देशपांडे यांना लिहिलेल्या पत्रात अत्यंत स्पष्टपणे हा आरोप आलेला आहे. मंबाजीने लिहिले होते— 'याचा कीं अपमान न करितां जाण । राज्यही बुडोन जाय तरी ।।' तुकारामांच्या शिकवणीमुळे राज्याला धोका निर्माण होऊ शकतो, असे तो सांगत होता! पण तुकाराम या सर्व गोष्टींना पुरून उरले आहेत. यातून त्यांना त्रास होत नव्हता असे नाही. तो होतच होता. 'सर्वांविशीं माझा त्रासलासे जीव ।' किंवा 'कोणाच्या आधारें करूं मी विचार । कोण देईल धीर माझ्या जीवा ।।' असे अनेक अभंग याचे साक्षी आहेत. पण या सर्वांवर मात करून ते उभे होते. 'आम्ही बळकट झालों फिराऊनि' असे म्हणत होते. त्यांचे एक सोपे तत्त्व होते

> 'भुंकती ती द्यावी भुंको । आपण नये त्यांचे शिकों ।।
> भाविकांनी दुर्जनांचें । कांहीं मानूं नये साचें ।।'

काय कोणाला आरोप करायचे आहेत, टीका करायची आहे; ती खुशाल करू द्या. कारण या दुर्जनांचे काहीच खरे नसते. ही गोष्ट सोपी नाही. भोवती विरोधाची वादळे उठलेली असताना एका जागी स्थिर उभे राहायचे, हे येरागबाळ्याचे काम नाही. त्यासाठी खासेच आत्मबळ हवे. अशी ताकद असलेली माणसे थोडीच असतात. पण ती सगळ्याच काळात अन सगळ्याच क्षेत्रांत असतात. इकडे तुकोबांचा गाथा नदीत बुडविला जात असताना, तिकडे युरोपात गॅलिलिओसारख्या शास्त्रज्ञाच्या पुस्तकविक्रीवर चर्चने बंदी आणली होती. दोघेही एकाच काळातले. देश, क्षेत्र भिन्न; पण आत्मबळ तेच. ते कोठून येते हा खरा जाणून घेण्याचा भाग आहे.

तुकारामांनी आपल्या भक्तीने आणि बुद्धीने हे बळ कमावले होते. विठ्ठलावरची अगाध श्रद्धा हा त्यांच्या विचारांचा पाया होता. तुकाराम हे 'नरोटीची उपासना'

करणाऱ्या सनातन्यांचा धर्म बुडवायला नक्कीच निघाले होते. पण ते काही अधार्मिक वा नास्तिक नव्हते. ते नक्कीच बंडखोर होते. पण म्हणून लगेच त्यांचा पाट चार्वाकांच्या शेजारी मांडण्याचे कारण नाही. तसे पाहता नैतिकता हा दोघांच्या विचारांतील समान धागा आहे. चार्वाक वेदांना भंड, धूर्त आणि निशाचरांचे कारस्थान मानतात. तुकोबा वेदांचा वेगळा अर्थ लावून धर्मशास्त्राच्या दृष्टीने वेदद्रोह करतात. चार्वाक नास्तिकशिरोमणी. तुकोबाही 'आहे ऐसा देव वदवावी वाणी । नाही ऐसा मनीं अनुभवावा ।।' म्हणजे तोंडाने सांगावे की देव आहे; पण मनातून जाणावे की नाही, असे अत्यंत धाडसी विधान करून जातात. पण तेवढेच. कारण त्यांच्या अशा काही मोजक्या विधानांच्यासमोर त्यांचेच हजारो अभंग उभे आहेत. अखेरीस ते अद्वैतवादी आस्तिकच आहेत.

आपण ज्यावरून चाललो आहोत तो विचारमार्ग योग्यच आहे, ही त्यांची खात्री आहे आणि त्या विचारांमागे साक्षात 'विश्वंभर' आहे, ही त्यांची भावना आहे. ते म्हणतात, 'आपुलियां बळें नाहीं मी बोलत । सखा कृपावंत वाचा त्याची ।।' साळुंकी मंजुळ आवाजात गाणी गाते; पण तिचा शिकविता धनी वेगळाच असतो. त्याचप्रमाणे 'मला पामराला तो विश्वंभर बोलवितो,' असे ते सांगतात. आणि हे एकदाच नव्हे, तर वारंवार सांगतात.

आपण भक्तिमार्गाचा जो विचार मांडत आहोत, तो धर्माच्या नरोट्यांची पूजा करणाऱ्या सनातन्यांच्या विरोधात आहे याची नक्कीच जाणीव तुकोबांना आहे. वेदांचा धर्मपरंपरामान्य अर्थ गोब्राह्मणहितास अनुकूल असा. पण आपण 'गोब्राह्मणहिता होऊनि निराळे । वेदाचे ते मूळ तुका म्हणे ।।' असे सांगतो, तेव्हा तो धर्मबाह्य असतो हेही ते जाणून आहेत. हा विचार पुसण्याचा प्रयत्न केला जाणार हेही त्यांना माहीत आहे. (पुढे वेगळ्याच पातळीवर झालेही तसे. तुकोबांची ही ओळ 'ओमतत्सदिति सूत्राचे ते सार' या अभंगातली. पंडिती गाथ्यात ती आहे. जोगमहाराजांच्या गाथ्यातही आहे. देहू संस्थानाच्या गाथ्यात हा अभंग आहे. पण त्यात 'गोब्राह्मणहिता होऊनि निराळे' ही ओळ 'सर्वस्व व्यापिलें सर्वांही निराळें' अशी होऊन आली आहे! असो.) तर यामुळेच तुकोबा सांगत होते, की 'मज मुढा शक्ती । कैचा हा विचार ।।' मी अडाणी. माझ्याकडे कुठून हा विचार असणार? तुम्हांला तर माझे जातीकूळ माहीतच आहे. तेव्हा मी जे बोलतो, ते माझे नाहीच. मला देवच बोलवितो. 'बोलिलों जैसें बोलविलें देवें । माझें तुम्हां ठावें जातिकुळ ।।' सनातनी विचारांना धर्मसुधारणावादी विचारांनी धडक देण्यासाठीची ही खास तुकोबानीती दिसते! अर्थात यामागे काही योजना आहे असे नाही. तो तुकोबांचा आंतरिक विश्वास आहे. ते म्हणतात,

'कोण सांगायास । गेलें होतें देशोदेश ।।
झालें वाऱ्याहातीं माप । समर्थ तो माझा बाप ।।
कोणाची हें सत्ता । झाली वाचा वदविती ।।
तुका म्हणे या निश्चयें । माझें निरसलें भय ।।'

हा जलदिव्यानंतरचा अभंग असेल, तर त्याला आणखी वेगळाच संदर्भ लागू शकतो. तुकोबांचे अभंग 'उदकी राखल्याची' गोष्ट आता सर्वदूर पसरली होती. संत बहिणाबाई कोल्हापूरात असताना त्या जयरामस्वामी यांच्या कीर्तनास जात. त्यात तुकोबांची पदे म्हटली जात असल्याचा उल्लेख त्यांनी केला आहे. 'तुकोबांचा छंद लागला मनासी । ऐकतां पदांसी कथेमाजीं ।।' तेथेच त्यांच्या कानी 'तेरा दिवस ज्यानें वह्या उदकांत । घालोनीया सत्य वांचविल्या ।।' ही गोष्ट आली होती. या पार्श्वभूमीवरचा हा अभंग असेल; तर जलदिव्याची, छळाची ती घटना उलट तुकोबांचे आत्मबळ वाढविण्यासच साह्यभूत ठरली, असे म्हणता येईल. समर्थ तो विठ्ठल हाच आपला पिता आहे. या निश्चयामुळे आपले भय संपले आहे, असे ते सांगत आहेत. त्या बळावरच ते भक्तिमार्गाचा झेंडा घेऊन ठाम उभे राहिलेले आहेत. पण भक्तीच्या या शक्तीबरोबर तुकोबांचे व्यक्तित्व बळकट करणारी आणखी एक गोष्ट आहे. ती म्हणजे त्यांची नैतिक ताकद.

बाळकृष्ण अनंत भिडे यांच्या, 'डेक्कन व्हर्न्याक्युलर ट्रान्स्लेशन सोसायटी'नें बक्षीस दिलेल्या 'तुकारामबोवा' या 'निबंधा'त (दुसरी आवृत्ती, १९१५), तसेच 'द लाइफ अँड टिचिंग्ज ऑफ तुकाराम' या जे. नेल्सन फ्रेझर आणि रेव्ह. जे. एफ. एडवर्ड्स यांनी लिहिलेल्या चरित्रग्रंथात (१९२२) एका विचित्र घटनेचा उल्लेख आहे. त्यानुसार एकदा एक सुंदर तरुण स्त्री तुकोबांकडे वैषयिक बुद्धीने एकांती आली होती. पण तुकोबा म्हणजे काही 'दावूनि वैराग्याची कळा । भोगी विषयांचा सोहळा ।।' या जातीतील पंचतारांकित संत नव्हेत. त्यांनी त्या स्त्रीला सांगितले,

पराविया नारी रखुमाईसमान । हें गेलें नेमून ठायींचेंचि ।।
जाईं वो तूं माते न करी सायास । आम्ही विष्णुदास तैसें नव्हों ।।
न साहावे मज तुझें हें पतन । नको हें वचन दुष्ट वदों ।।

एवढे सांगून झाल्यानंतर, तुला भ्रतारच पाहिजे ना? मग बाकीचे नर काय मेले आहेत? 'तुका म्हणे तुज पाहिजे भ्रतार । तरी काय नर थोडे झाले ।।' असे म्हणत त्यांनी हुसकावून दिले. ही घटना घडली तो सतराव्या शतकाच्या पूर्वार्धातील काळ आणि तुकारामांना असलेला धर्मसत्ताधाऱ्यांचा विरोध या दोन्ही बाबी ध्यानी घेता, त्या स्त्रीने अशा विरागीवृत्तीच्या संताकडे स्वतःहून येणे हे अवघडच. तुकारामांना

बदनाम करण्याचा हा डाव असावा असा संशय घेण्यास येथे वाव आहे. ते काहीही असो. तुकोबा मात्र अशा चारित्र्यहननाच्या कारस्थानांनाही पुरून उरले आहेत. याचे कारण त्यांची जाज्वल्य नैतिकता. प्रचंड मनोबल.

त्यांचा एक अतिशय महत्त्वाचा अभंग आहे.-

'पापाची वासना नको दावूं डोळां । त्याहुनि अंधळा बराच मी ।।
निंदेचें श्रवण नको माझे कानीं । बधिर करोनि ठेवीं देवा ।।
अपवित्र वाणी नको माझ्या मुखा । त्याहुनि मुका बराच मी ।।
नको मज कधी परस्त्रीसंगति । जनांतुन माती उठतां भली ।।
तुका म्हणे मज अवघ्याचा कांटाळा । तूं एक गोपाळा आवडसी ।।'

महात्मा गांधींनी तुकोबांचे १६ अभंग इंग्रजीत भाषांतरित केले आहेत. त्यांतील हा एक अभंग. (या आधुनिक संत-राजकारण्याचे तुकोबांशीही भावबंध होते. डॉ. इंदुभूषण भिंगारे यांनी १९४५ साली तुकोबांच्या अभंगांचा हिंदी अनुवाद 'श्रीसंत तुकारामकी राष्ट्रगाथा' या शीर्षकाने प्रसिद्ध केला होता. त्याला गांधीजींची प्रस्तावना आहे. त्यात त्यांनी 'तुकाराम मुझे बहुत प्रिय है' असे म्हटले आहे. पण ते केवळ वरवरचे नाही. तर त्या ग्रंथातील तुकारामांचे चित्र चांगले नसल्याने त्यांनी शांतिनिकेतनमधील प्रसिद्ध चित्रकाल नंदलाल बोस यांना तुकारामांचे चित्र काढण्याची विनंती केली. ते चित्र नंतर या ग्रंथाच्या दुसऱ्या आवृत्तीत समाविष्ट करण्यात आले. तुकोबांच्या विचारांचे आवाहन किती तीव्र आणि कालातीत आहे, हे अधोरेखित करणारी ही बाब. असो.)

तर पापाच्या वासनेपासूनही स्वतःला लांब ठेवणारे तुकोबा सातत्याने स्वतःला तपासताना दिसतात. 'तुका म्हणे काय नटोनिया व्यर्थ। आपुले हे चित्त आपणां ग्वाही ।।' आपले मनच आपला आरसा असते. त्याला फसवता येत नसते. त्या मनाला साक्षी मानून ते जगत होते. संघर्ष करीत होते.

त्यातून येणारे सामर्थ्य घेऊन उभे होते. त्या बळाने ललकारत होते-

'भले तरी देऊं गांडीची लंगोटी । नाठ्याळाचे काठी देऊं माथां ।।'

१७. तुला राजी नाहीं तुका!

सतराव्या शतकातील चौथे दशक आता उजाडले होते. आदिलशाही सरदार मुरार जगदेव याने पुण्यावरून गाढवाचा नांगर फिरवला. पुणे कसबा बेचिराख केला. त्याला आता एक तप उलटून गेले होते. बारा वर्षांपूर्वीचा दुष्काळ, त्यातच युद्धाची होरपळ हा जुना इतिहास झाला होता. तेथे आता नवा इतिहास घडणार होता.

१६४०मध्ये समर्थ रामदास स्वामी उत्तरेत तीर्थाटन करून पुन्हा महाराष्ट्र देशी परतले होते. ते तुकोबांचे समवयस्क. मात्र जांबेस आपल्या मातोश्रींना भेटून, तेथे काही काळ राहून, ते पुन्हा दक्षिणेस तीर्थाटनास गेले. आता आणखी चार वर्षांनी कृष्णातीरी आदिलशाही मुलखात जाऊन ते आपल्या धर्मकार्यास आरंभ करणार होते. १६४१-४२मध्ये अकरा-बारा वर्षांच्या बाल शिवाजीसह जिजाऊ आपल्या या दौलतीची व्यवस्था पाहण्यासाठी जातीने पुण्यात दाखल झाल्या होत्या. पुण्यात पुन्हा एकदा हालचाल सुरू झाली होती. पेठा वसू लागल्या होत्या. व्यापार-उदीम सुरू झाला होता. देवळांतून घंटा किणकिणू लागल्या होत्या. त्यांचा प्रतिध्वनी बारा मावळांतून उमटू लागला होता.

आता पुन्हा एकदा गावागावांतील मंदिरांतून कथा-कीर्तनांचे फड रंगू लागले होते. कथेकऱ्यांच्या, कुणब्यांच्या मुखात तुकोबांचे अभंग रुळू लागले होते. तुकोबांचा नामलौकिक सर्वत्र पसरला होता. त्यांच्या दर्शनासाठी, त्यांची अभंगवाणी ऐकण्यासाठी भाविकांचे थवे इंद्रायणीतीरी जमत होते. त्या नांगरमुठ्यांच्या मनाच्या मशागतीचे काम तेथे जोरात सुरू होते.

आपला छान मठ स्थापन करावा. शिष्यसंप्रदाय मेळवावा. जलदिव्याचा चमत्कार तर सर्वांमुखी झाला होताच. शिष्यांकरवी अशा आणखी काही कथा पसरवाव्यात. सत्संग भरवावा. कीर्तनाच्या सुपाऱ्या वाजवून घ्याव्यात. संपत्ती जमवावी. दारी हत्ती-घोडे झुलवावेत. भक्तांच्याच देणग्यांतून कोठे देवळे स्थापावित, पाणपोया बांधाव्यात; अशी तेव्हाचीही रीत होतीच. हे केले असते, तर तुकारामांचे केवढे तरी मोठे संस्थान उभे राहिले असते आणि मग त्यांच्या दर्शनासाठी राजे-महाराज-जहागिरदारांचीही रीघ लागली असती. पण हे तुकोबा 'आम्ही किंकर संतांचे दास । संत पदवी नको

आम्हांस ।।' असे म्हणत होते. 'नरस्तुती आणि कथेचा विकरा । हें नको दातारा घडों देऊ ।।' कोण्या मनुष्याची स्तुती आणि कीर्तने करून पैसे कमावणे, हे आपल्या हातून कदापि घडता कामा नये, हे त्यांचे मागणे होते.

छत्रपती शिवाजी महाराज आणि तुकोबा यांची भेट घडली होती की नाही, हा वादविषय आहे. तुकोबांच्या सर्व पारंपरिक चरित्रकारांनी अशी भेट झाल्याचे रंगवून सांगितले आहे. इतिहाससंशोधक वा. सी. बेंद्रे यांच्या मते मात्र 'तशा (म्हणजे शिवाजी-तुकोबांच्या भेटीच्या) प्रसंगाची परिस्थिती तुकोबांच्या निर्याणापर्यंत नव्हती.' गाथ्यात मात्र 'शिवाजी राजे यांनीं स्वामींस अबदागिरी, घोडा, कारकून असे न्यावयास पाठविलें', तें अभंग येतात. त्यातून दर्शन घडते, ते तुकोबांच्या वैराग्यवृत्तीचेच.

'दिवट्या, छत्री, घोडे । हें तों बऱ्यांत न पडे ।।
आतां येथे पंढरीराया । मज गोविसी कासया ।।
मान दंभ चेष्टा । हें तो शूकराची विष्ठा ।।'

पुढे ते म्हणतात,

'तुमचें येर वित्त धन । तें मज मृत्तिकेसमान ।।
कंठी मिरवा तुळसी । व्रत करा एकादशी ।।'

याचा अर्थ तुकाराम प्रपंचातून पूर्ण विरक्त झाले होते आणि बायको-पोरे, घर-संसार त्यांनी अगदी वाऱ्यावर सोडला होता, असा नाही. तुकाराम अखेरपर्यंत प्रपंचात होते हे विसरता येणार नाही. माणसाला जगण्यासाठी सतराव्या शतकातही पैसे लागतच असत. पण त्यासाठी भिक्षा मागणे त्यांना मंजूर नव्हते. 'भिक्षापात्र अवलंबणें । जळो जिणें लाजिरवाणें' हा त्यांचा बाणा होता. 'जोडोनिया धन उत्तम वेव्हारें । उदास विचारें वेंच करीं ।।' हे त्यांचे सांगणे होते. तेव्हा त्यांना गोमांसासमान कोणते धन वाटत होते, तर ते कथेचा विकरा करून मिळालेले तथाकथित मानधन. स्वतःस हरीचे दास म्हणवून घेणाऱ्यांसाठी तुकारामांनी घालून दिलेला हा फार मोठा धडा आहे.

कीर्तन हा भक्तीचा एक सुंदर प्रकार. जगात ज्ञानदीप लावण्यासाठी संतांनी निवडलेले ते महत्त्वाचे माध्यम. 'कीर्तन चांग कीर्तन चांग । होय अंग हरिरूप ।।' अशा शब्दांत तुकोबांनी त्याची महती सांगितली आहे. 'कीर्तनाच्या सुखें सुखी होय देव', अशा शब्दांत त्याची थोरवी गायली आहे. पण बहुधा तुकोबांना खूप दूरचे, अगदी एकविसाव्या शतकापर्यंतचे दिसत होते किंवा त्यांच्या काळीही कीर्तन या माध्यमाचा गैरवापर करणाऱ्या भ्रष्ट भोंदूंचा सुळसुळाट झाला होता. अशा भोंदूबद्दल बोलताना तुकोबांच्या वाणीला तलवारीची धार चढताना दिसते. ते बजावतात,

'कीर्तनाचा विकरा मातेचें गमन । भाड खाई धन विटाळ तो ।।
हरिभक्ताची माता हे हरिगुणकीर्ति । इजवर पोट भरिती चांडाळ ते ।।
अंत्यज हा ऐसें कल्पांतीं करीना । भाड हे खाईना जननीची ।।
तुका म्हणे त्यांचें दर्शन ही खोटें । पूर्वजासि नेटें नरका धाडी ।।'

कीर्तनासाठी बिदागी घेणारा हा मातृगमनी, भाडखाऊ. कारण हरिगुणाची कीर्ती ही तर हरिभक्ताची माता. तिच्यावर पोट भरणारा, मातेची भाड खाणारा चांडाळच म्हणावा लागेल. अशाचे दर्शनही खोटे.

या अभंगाची एक गंमत आहे. तो देहूसंस्थानच्या गाथ्यात आहे. पंडिती गाथ्यात आहे. जोगांच्या गाथ्याने मात्र तो नेमका क्षेपक मानला आहे! पण त्याने काही बिघडत नाही. अन्य एका अभंगात त्यांनी पुन्हा हेच सांगितले आहे. -

'उभ्या बाजारांत कथा । हें तों नावडे पंढरीनाथा ।।
अवघें पोटासाठीं सोंग । तेथें कैंचा पांडुरंग ।।
लावी अनुसंधान । कांहीं देईल म्हणवून ।।
काय केलें रांडलेंका । तुला राजी नाहीं तुका ।।'

एखादे आख्यान बिदागीच्या आशेने लावायचे हे फक्त पोटासाठीचे सोंग आहे. तेथे पांडुरंग नाही. अशा कीर्तनकाराला संतप्त तुकोबा 'रांडलेक' अशी शिवी देऊन सांगतात, बाजारात अशी कथा आणणे मला अजिबात अमान्य आहे. म्हणजे कथेची विक्री करू नका, पैसे घेऊन कीर्तन करू नका. ते आपणास चालणार नाही, असे त्यांचे सांगणे आहे.

त्यांनी त्यासाठीची एक नियमावलीच घालून दिलेली आहे.

'जेथें कीर्तन करावें । तेथे अन्न न सेवावें ।।
बुका लावूं नये भाळा । माळ घालूं नये गळां ।।
तट्टावृषभासी दाणा । तृण मागों नये जाणा ।।
तुका म्हणे द्रव्य घेती । देती तेही नरका जाती ।।'

ज्या ठिकाणी कीर्तन करायचे आहे, तेथे मोठा हरिनामसप्ताह सुरू असेल, गावजेवण असेल, यजमान मोठा पुढारी असेल; तरी तेथील अन्नाला हात लावू नये. फार काय, त्या ठिकाणचा फुकटचा बुक्कासुद्धा कपाळी लावू नये की, तुळशीमाळ गळ्यात घालू नये. तुकोबांच्या काळी वाहतुकीचे साधन म्हणजे घोडे, तट्टे किंवा बैलगाड्या. कीर्तनकार घोड्यावर बसून येवो, की बैलगाडी घेऊन; त्याच्या इंधनाचा खर्चही त्याने घेऊ नये. तट्टे आणि बैलांसाठी गवताची काडीही मागू नये. आणि

कीर्तनकाराने, कथेकऱ्याने मागितली, तरी यजमानाने त्याला ती देऊ नये. कारण तुकोबा वारंवार बजावत आहेत,

'तुका म्हणे द्रव्य घेती । देती तेही नरका जाती ।।'
'कथा करोनियां द्रव्य देती घेती । तयां अधोगति नरकवास ।।'
'कथा करोनियां मोल ज्यापें घेती । तेही दोघे जाती नरकामध्यें ।।'

बिदागी घेणारा कीर्तनकार आणि त्याला ती देणारा अशा दोघांनाही नरकवास ठरलेला आहे.

तुकोबांच्या लेखी हरिदास म्हणजे 'वीर विठ्ठलाचे गाढे', 'देवाहूनि बळी'. पण स्वतःला हरीचे दास म्हणणारे, वार करतो तो वारकरी अशी व्याख्या सांगणारे; सत्तेपुढे मात्र कवड्या-रेवड्यांसाठी, निधी-अनुदानासाठी, मान-सन्मानासाठी झुकताना आणि झुलताना दिसतात. तुकोबा अशांना उद्देशून विचारतात,

'म्हणवितां हरिदास कां रे नाहीं लाज ।
दीनासी महाराज म्हणसी हीना ।।
काय ऐसें पोट न भरेसें झालें ।
हालविसी कुले सभेमाजीं ।।'

अरे हीन मनुष्या, स्वतःस हरीचा दास म्हणवितोस ना? मग कोणाही दीनास महाराज कसे म्हणतोस? लाज वाटत नाही? सभेमध्ये, कीर्तनामध्ये ढुंगण हलवून नाचतोस. पोटाची खळगी अन्य उपायांनी भरत नाहीत काय तुझी?

तुकारामांच्या या सवालांमध्ये सात्विक संताप आहे, जनसामान्यांचे आध्यात्मिक शोषण पाहून पेटून उठलेले मन आहे.

भक्तीसारखा सोपा मार्ग सोडून लोकांना आडवाटेकडे ओढू पाहणाऱ्या धर्ममार्तडांचा, धर्मपंथांचा सुळसुळाट झालेला ते पाहत होते. धर्माच्या नावाखाली कशाप्रकारचा भ्रष्ट व्यवहार चालतो याची जाणीव त्यांना होती. त्याची झळ त्यांनी सोसली होती. त्यावर कोरडेही ओढले होते. तसेच प्रकार वारकरी संप्रदायातही घुसू पाहात असतील, तर ते त्यांना मान्य होणे शक्यच नव्हते.

वारकरी कीर्तनकार म्हणून ते कसे जगत होते? ते सांगतात,

'कपट काही एक । नेणें भुलवावयाचे लोक ।।'
'तुमचे करितों कीर्तन । गातों उत्तम तें गुण ।।'

लोकांना भुलवण्याचे कोणतेही कपट मी जाणत नाही. देवा, मी फक्त तुझे कीर्तन करतो. जे उत्तम आहे, त्याची वाहवा करतो.

'दाऊं नेणें जडीबुटी । चमत्कार उठाउठी ।।'

लोकांना जडीबुटी देऊन, चमत्कार दाखवून भुलविणे हे माझ्याकडे नाही.

'नाहीं शिष्यशाखा । सांगों अयाचित लोकां ।।
नव्हें मठपति । नाही चाहुरांची वृत्ती ।।
नाहीं देवार्चन । नाही मांडिलें दुकान ।।'

मी अयाचित नाही. हे हिंदू धर्मातील एक व्रत. यात कोणाकडून मागून जेवण आणायचे नाही, कोणी दिले तरच खायचे, असे असते. आता असेच कोण जेवण देणार? त्यासाठी शिष्य पाहिजेत. त्यांनी मागून आणायचे आणि गुरूने खायचे अशी ती पद्धत. तुकोबा म्हणतात मी अयाचित आहे हे सांगायचे, तर माझी शिष्यशाखा नाही. माझे कोणी शिष्य नाहीत. मी कोठे मठ स्थापन केलेला नाही, की चाहूरभर जमिनीसाठी मी हपापलेला नाही. देवपूजेचे दुकान मी मांडलेले नाही.

अशा अभंगांतून तुकोबा एक आदर्श मांडत होते. जो पुढे उचलला, तो संत गाडगे महाराजांनी. एकंदरच तुकोबांच्या नजरेसमोर एका नैतिक समाजाचे स्वप्न होते. म्हणून ते आपल्या अभंगांतून कळकळीने सांगत होते,

'आतां तरी पुढे हाचि उपदेश । नका करूं नाश आयुष्याचा ।।
सकळांच्या पायां माझें दंडवत । आपुलालें चित्त शुद्ध करा ।।'

त्या काळच्या लोकांना ही तळमळ किती समजली, हे समजण्याचा मार्ग नाही. आजच्या काळात मात्र तुकोबांचे अभंग गात फिरणारेच त्यांच्या नैतिक मूल्यांना राजरोस पायदळी तुडविताना दिसत आहेत.

१८. अवघें धरू सुपंथ!

तुकारामांसाठी धर्म, धार्मिकता हे केवळ मोक्षाचे साधन नव्हते. ते विरागी होते. 'संसाराच्या तापे तापलो मी देवा । करिता या सेवा कुटुंबाची' असे ते म्हणत होते. पुढे तर 'जन वन आम्हां समानचि झालें ।' अशा वृत्तीला ते येऊन ठेपले होते. पण म्हणून त्यांनी भौतिक व्यवहारापासून नाते तोडलेले नव्हते. ते या जगाचेच संत होते. येथील माणसांबद्दल त्यांच्या काळजात कळवळा होता. धार्मिक शोषणाबद्दल मनात संताप होता. स्वतःतील चांगुलपणा वाढविणे आणि चांगला माणूस घडविणे हे त्यांच्यासमोरील ध्येय होते. तीच त्यांची धार्मिकता होती. म्हणूनच त्यांना त्या मोक्षात, ते जन्म-मरणाचे फेरे चुकविण्यात काडीचा रस नव्हता. 'मोक्षाचे आम्हांसी नाही अवघड । तो असे उघड गाठोळीस ।।' असा आत्मविश्वास त्यांच्या ठायी होता. परंतु 'न लगे मुक्ती आणि संपदा । संतसंग देई सदा ।।' हे त्यांचे मागणे होते. 'मोक्षपद तुच्छ केलें याकारणें । आम्हां जन्म घेणें युगायुगीं ।।' देवाने खुशाल त्यांना गर्भवासी घालावे, पुढचा जन्म द्यावा असे ते सांगत होते. तुकारामांना हवा होता तो संतसंग. चांगल्या माणसांची संगत. त्यांच्या त्या चांगुलपणाच्या व्याख्येत धार्मिक असणे हा महत्त्वाचा भाग होताच. ते स्वाभाविकच होते. धर्माआगळी नैतिकता असू शकते, धर्माचा आधार न घेता माणूस नीतिमान, प्रामाणिक असू शकतो हा विचार तसा आधुनिकच. पण हिंदुस्थानच्या वैचारिक इतिहासात तो येऊन गेलेला आहे. चार्वाकांनी तो सांगितला आहे. खास करून वैदिक धर्माने त्याची मोठी बदनामी करून तो नामशेष करण्याचा प्रयत्न केला असला, तरी हा विचार नष्ट होऊ शकलेला नाही. एक खरे की, त्या सतराव्या शतकात हा विचार तुकोबांपर्यंत येईल असे वातावरणच नव्हते. अशा परिस्थितीतही तुकोबा जेव्हा वेदांचा वेगळा अर्थ सांगून वेदद्रोह करतात, प्रसंगी 'आहे ऐसा देव वदवावी वाणी । नाही ऐसा मनीं अनुभवावा ।।' किंवा 'माझे लेखी देव मेला । असो त्याला असेल ।।' असे म्हणतात, तेव्हा त्यांच्या वैचारिकतेची धाव अचंबित करून जाते. असे असले, तरी ते धर्माच्या परिघातच नैतिकता मांडत होते. त्यातून धर्माचा चेहरा बदलू पाहत होते.

ते सांगत होते ती नीतिमूल्ये साधीच होती. साध्याच व्यावहारिक गोष्टी ते सांगत होते. 'नाही निर्मळ जीवन । काय करील साबण ।।' असे सांगतानाच 'अवगुणांचे

हातीं । आहे अवघीच फजिती ।।' असे बजावत होते. 'तुका म्हणे उचित जाणा । उगीं शीण काशाला ।।' असे दटावत होते.

तुकारामांचे हे 'उचित' म्हणजे काय हे खरे समजून घेण्याची आवश्यकता आहे. या उचिताचा संबंध ना कोणत्या धर्माशी आहे, ना पंथाशी. त्याचा संबंध स्वतःच्या हिताशी आहे. तुकाराम सांगतात

'आपुलिया हिता जो असे जागता । धन्य माता पिता तयाचिया ।।'

प्रश्न फक्त आपले हे हित ओळखण्याचा आहे. तुकारामांच्या मते हे हित, हे उचित; व्यावहारिक नैतिक मूल्यांच्या पालनात आहे. त्यांचा सवाल साधाच होता-

'पराविया नारी माउली समान । मानिलिया धन काय वेंचें ।।
न करितां परनिंदा परद्रव्य अभिलास । काय तुमचे यास वेंचे सांगा ।।
खरें बोलता कोण लागती सायास । काय वेचें यास ऐसे सांगा ।।
तुका म्हणे देव जोडे याचसाठीं । आणिक तें आटी न लगे कांहीं ।।'

परस्त्रीला आईप्रमाणे मानण्यास पैसे लागतात काय? दुसऱ्याची निंदा न करण्यास, दुसऱ्याच्या द्रव्याची इच्छा न धरण्यास आपल्या खिशातली दमडी वेचावी लागते काय? तुकारामांचा या गोष्टींवर खूप कटाक्ष आहे. कदाचित परद्रव्य आणि परस्त्रीचा अपहार हा तेव्हाचा सामाजिक आजार असू शकेल. कारण तुकाराम ठिकठिकाणी त्याचा निषेध सांगत आहेत. 'परद्रव्य परनारीचा अभिळास । तेथोनि हरास सर्व भाग्या ।।' या दोन गोष्टींमुळे तुमचे भाग्य लयाला जाईल, असे ते सांगत आहेत. परस्त्रीबाबतचा त्यांचा हाच दृष्टिकोन पुढे शिवरायांच्या कारभारातही उठून दिसतो. याला केवळ योगायोग म्हणता येणार नाही.

तर तुकारामांचे अध्यात्म हे असे व्यावहारिक आहे. देवाची प्राप्ती करायची असेल, तर त्यासाठी अन्य खटाटोप करण्याची आवश्यकता नाही. केवळ चांगले वागणे त्यासाठी पुरेसे आहे, असे ते सांगतात, तेव्हा तो मोठा क्रांतिकारी विचार असतो. हे कदाचित आजच्या काळात लक्षात येणार नाही. याच संदर्भात त्यांचा अन्य एक अभंग पाहण्यासारखा आहे.

'एका पुरूषा दोघी नारी । पाप वसे त्याचे घरीं ।।
पाप नलगे धुंडावें । लागेल तेणें तेथें जावें ।।'

ज्या काळात बहुपत्नीत्व ही समाजमान्य रीत होती, त्या काळात तुकोबा हे सांगत होते! हे काळाच्या पुढचे पाहणे झाले! वैयक्तिक जीवनातील नैतिकता तुम्हाला देवाच्या जवळ घेऊन जाऊ शकते, त्यासाठी जप-तप-संन्यास घेण्याची; कर्मकांडे

करण्याची आवश्यकता नाही, असा हा विचार होता. उचित, आपल्या हिताचे वागणे हेच माणसाला संतत्वाकडे घेऊन जाणारे आहे, असे ते सांगत होते.

'देव होसी तरी आणिकांते करिसी । संदेह येविशीं करणें न लगे ।।
दुष्ट होसी तरी आणिकांतें करिसी । संदेह येविशीं करणें न लगे ।।
तुका म्हणे जें दर्पणी बिंबलें । तें तया बाणलें निश्चयेंसीं ।।'

तुम्ही चांगले झालात, तर लोक चांगले होतील. तुम्ही दुष्टपणा केलात, तर लोक तुमच्याशी दुष्टाव्याने वागतील; याबाबत शंकाच नाही, असे ते सांगत होते. हे चांगले वागणे म्हणजे काय तेही त्यांनी ठिकठिकाणी सांगून ठेवलेले आहे. 'जें का रंजले गांजले । त्यांसी म्हणे जो आपुले ।।' हा त्यांचा सुप्रसिद्ध अभंग यादृष्टीने लक्षणीय आहे. समाजातील 'नाही रे' वर्गाला आपलेसे करण्यातच साधुत्व आहे हा विचार एकनाथांनंतर कोणी मोठ्या तीव्रतेने मांडला असेल, तर तो तुकोबांनी. पुन्हा हे आपलेसे करणे केवळ अध्यात्मातील नाही. संतांच्या जातीभेदाविरोधातील लढाईला चंद्रभागेच्या वाळवंटाची मर्यादा होती हे खरेच. पण अनेकदा त्यांनी ती मर्यादा ओलांडली आहे हे विसरता येणार नाही. ते जेव्हा 'तुका म्हणे देवा । ताडण भेदकांची सेवा ।।' म्हणजे भेदबुद्धीने देवभक्ती करणे ही भक्ती नाही, ते देवालाच मारणे आहे असे म्हणतात, तेव्हा ते केवळ अध्यात्मापुरते नसते. 'दया करणें जे पुत्रासी । तेचि दासा आणि दासी ।।'-म्हणजे आपल्या मुलांवर तुम्ही जसे प्रेम करता, तसेच आपल्या दास-दासींवर करा असे ते सांगतात, तेव्हा तो विचार दैनंदिन जीवनातील माणुसकीचा असतो. व्यक्तीला व्यक्ती म्हणून आदर देण्याचा असतो.

'क्षुधेलिया अन्न । द्यावें पात्र न विचारून ।।
धर्म आहे वर्मा अंगी । कळलें पाहिजे प्रसंगी ।।'

भुकेल्या माणसाची जात विचारू नका. त्याला अन्न द्या. यातच धर्म आहे हे समजून घ्या, हा विचार आजच्या अर्थाने जातीभेदाच्या विरोधातील नसेल. पण स्पृश्यास्पृश्यतेने ग्रासलेल्या तेव्हाच्या समाजाला जेव्हा तुकाराम हे सांगतात, तेव्हा ते धार्मिक आचारांत मानवतेची मूल्येच रुजवू पाहत असतात. या प्रयत्नांना आधार म्हणून ते भक्तिमार्गाचे अद्वैत तत्त्वज्ञान घेतात.

'विष्णुमय जग वैष्णवांचा धर्म । भेदाभेदभ्रम अमंगळ ।।
आइका जी तुम्ही भक्त भागवत । कराल तें हित सत्य करा ।।
कोणाही जीवाचा न घडावा मत्सर । वर्म सर्वेश्वर पूजनाचें ।।
तुका म्हणे एका देहाचे अवयव । सुख दुःख जीव भोग पावे ।।'

सगळे विश्वच जर विष्णुमय आहे, तर तेथे भेदाभेद कसला पाळता? ते अमंगळ आहे. सगळे समाजाच्या एकाच देहाचे अवयव आहेत. कोणासही सुखदुःख झाले, तर ते भोगणारा हा समाजच आहे, असे सांगत ते सामाजिक समतेचा विचार पेरीत होते.

तत्कालिन समाजाच्या धार्मिक जीवनाला नवी दिशा देण्याचा हा प्रयत्न होता. पण हा समाज अजूनही धार्मिक कर्मकांडांच्या जंजाळात अडकलेला होता. नाना धर्मपंथ, नाना संप्रदाय, त्यांची विविध दैवते यांचा बुजबुजाट झालेला होता. त्यामुळे समाजाची वीण उसवली होती.

'न मिळती एका एक । जये नगरींचे लोक ।।
भलीं तेथे राहूं नये । क्षणीं होईल न कळे काय ।।'

ज्या समाजात एकात्मता नाही, तेथे भल्याने राहू नये. कारण अशा ठिकाणी कधी काय होईल हे सांगता येत नाही. याची जाणीव तुकोबांना होती. 'एक एका साह्य करूं । अवघें धरू सुपंथ ।।' एकमेकांना साह्य केल्याशिवाय सगळ्यांनाच चांगला मार्ग गावणार नाही, असे ते सांगत होते. असा सुपंथ धरायचा तर सामाजिक विषमतेला खतपाणी घालणाऱ्या गोष्टी दूर करणे भाग होते. पण ही विषमता फोफावली होती ती वैदिक वर्णाश्रमधर्मामुळे, त्याच्या संरक्षणासाठी तयार करण्यात आलेल्या कर्मकांडांमुळे. चांगल्या माणसाच्या निर्मितीसाठी तुकोबांना या सर्व धार्मिक अंधश्रद्धांवर आघात करणे भागच होते...

१९. देव रोकडा सज्जनी!

माणसाला चांगले वागण्यासाठी प्रत्येक वेळी धर्म साह्य करतोच असे नाही. माणसे धार्मिक असतात आणि वाईटही असतात. तुकाराम हे सारे अनुभवत होते. त्यांना जलदिव्य करावयास भाग पाडणारे रामेश्वरभट्ट किंवा त्यांना छळणारा मंबाजी हे धार्मिक नव्हते, असे कोण म्हणेल? तेही देवपूजा करणारे होते, सर्व धार्मिक कर्मकांडे मनापासून करणारे होते, जप-तप, यज्ञ-याग करणारे होते. पण त्यांची ही धार्मिकता म्हणजे 'अंतरीं पापाच्या कोडी । वरी वरी बोडी डोई दाढी ।।' या प्रकारची. बाह्य उपचारांत रमणारी. अशी माणसे, असे स्वतःला संत समजणारे पायलीला पन्नास मिळतील. पण त्यांना माणूस म्हणण्यास तुकोबा तयार नाहीत. सदाचार आणि नीती या त्यांच्या चांगुलपणाच्या कसोट्या होत्या. तोच त्यांच्या दृष्टीने 'धर्मनीतीचा वेव्हार' होता. 'धर्म रक्षावयासाठी करणे आटी आम्हांसी' असे तुकाराम ज्या धर्माबद्दल बोलत होते; तो धर्म रूढ, कर्मकांडाधिष्ठित, वरवरच्या उपाध्यांत रमणाऱ्या धर्माहून वेगळा होता.

तुकोबा मांडत होते ते तत्त्वज्ञान अद्वैताचे. 'क्षर अक्षर हें तुमचे विभाग। कासयानें जग दुरी धरा ।।' क्षर म्हणजे जग वा जीव आणि अक्षर म्हणजे माया हे तुमचेच दोन विभाग असताना, तुम्ही जगाला आपल्यापासून दूर का ठेवता, असा सवाल तुकोबा परमेश्वरालाच विचारत होते. 'उदका वेगळा । नव्हे तरंग निराळा ।।' पाणी आणि त्यावरील तरंग भिन्न नसतो. तसाच परमेश्वर या जगामध्ये. जीव हा ब्रह्मरूपच ही यातील भूमिका. व्यवहारात करावी लागणारी ऐंद्रिय कर्मे हाच धर्म समजून ती कर्मे ईश्वराला अर्पून करावीत. तेच देवाला हवे असते. अशा कर्मामुळे तो कर्म करणारा हा ईश्वराचेच रूप होतो. तुकोबांच्या दृष्टीने हा खरा भक्तिमार्ग. हा खरा धर्म. व्यक्ती आणि कर्माला प्रतिष्ठा असणारा. ईश्वराशी ऐक्यभाव तेथे महत्त्वाचा.

वैदिक धर्माचा गाभा असाच आहे. पण हा धर्म पाळणारे आचरण करीत होते, ते नेमके याच्या उलट. या संदर्भातील तुकोबांचा एक अभंग भला मार्मिक आहे. -

'कासयानें पूजा करूं केशीराजा । हाचि संदेह माझा फेडी आतां ।।
उदकें न्हाणूं तरी स्वरूप तें तुझें । तेथें काय माझें वेचे देवा ।।
गंधाचा सुगंध पुष्पाचा परिमळ । तेथें मी दुर्बळ काय करूं ।।
फळदाता तूंच तांबोल अक्षता । तेथें काय आतां वाहों तुज ।।
वाहूं दक्षिणा तरी धातु नारायण । ब्रह्म तेंचि अन्न दुजें काई ।।
गातां तू ओंकार टाळी नादेश्वर । नाचावया थार नाहीं कोठें ।।
तुका म्हणे मज अवघें तुझें नाम । धूप दीप रामकृष्णहरि ।।'

देवा, तुझी पूजा कोणत्या उपचारांनी करावी, हे समजतच नाही. पाण्याने स्नान घालावे, तर पाणी तुझेच स्वरूप. फुले वाहावीत, तर फुलांतला सुगंध तूच आहेस. फळं, तांबूल, अक्षता तुला समर्पण करावे; तर त्यांचा दाता तूच आहेच. दक्षिणा द्यावी, तर धातूत तूच आहेस आणि नैवेद्य दाखवावा, तर अन्न ब्रह्मरूपच आहे. ओंकाराचा उच्चार करून गावे, तर तू ओंकारस्वरूप. आणि टाळ्या वाजवत नाचत भजन करावे, तर जेथे नाचायचे ती भूमी तुझीच. असे असताना आपण देवाला काय द्यावे? तुकोबा म्हणतात, रामकृष्णहरी या नामातच ती धूप, दीप आणि तांबूलादी षोडशोपचारपूजा आहे. तेव्हा एका नामाचा उच्चार सगळ्या कर्मकांडाहून मोठा. तोच पुरेसा. बाकी सगळी फोलपटे. आज सगळा समाज–त्यात वारकरीही आले–अशाच फोलफटांमध्ये धार्मिकता शोधताना दिसत आहे. तुकोबा 'अवगुणांचे हातीं । आहे अवघीच फजिती ।।' असे जे सांगतात, ते हेच.

'मन करा रे प्रसन्न' हा तुकोबांचा लोकप्रिय अभंग यादृष्टीने पाहण्यासारखा आहे. तुकोबांना बंडखोर संतकवी का म्हणतात त्याचे उत्तर या अभंगात आहे. ते म्हणतात,

'मन करा रे प्रसन्न । सर्व सिद्धींचे कारण । मोक्ष अथवा बंधन । सुख समाधान इच्छा तें ।।'

मन हे सर्व सिद्धींचे कारण आहे. मोक्ष वा बंधन, सुख आणि समाधान हे मिळणे या सर्वांच्या मुळाशी हे मनच आहे. यानंतर ते जे सांगतात, ते क्रांतिकारीच म्हणायला हवे.

'मनें प्रतिमा स्थापिली । मनें मना पूजा केली ।
मनें इच्छा पुरविली । मन माऊली सकळांची ।।
मन गुरू आणि शिष्य । करी आपुलेंचि दास्य ।
प्रसन्न आपआपणांस । गति अथवा अधोगति ।।

साधक वाचक पंडित । श्रोते वक्ते ऐका मात ।
नाहीं नाहीं आन दैवत । तुका म्हणे दुसरें ।।'

म्हणजे-मनानेच दगडाचा देव केला. मी या देवाचा भक्त आहे ही कल्पना मनानेच केली. जेव्हा मी या देवाची पूजा केली, असे आपण म्हणतो, तेव्हा ती मनानेच मनाची केलेली पूजा असे होते. हे मन सर्वांची इच्छा पूर्ण करणारे आहे. ते सर्वांची माऊली आहे. मन हेच गुरू आणि मन हेच शिष्य. तेच आपली सेवा करते. ते आपणांस प्रसन्न असेल तर गती देते, नाही तर अधोगती. तेव्हा हे पंडितांनो, साधकांनो, वाचकांनो, ऐका, मनाशिवाय दुसरे दैवत नाही!

हे मन प्रसन्न करणे हीच आत्मोन्नती. समाजोन्नतीचा मार्ग त्यातूनच जातो. त्यासाठी तुकोबांनी सांगितले ते निष्काम कर्मयोगाचे आणि भक्तीचे रोकडे तत्त्वज्ञान. त्यात सनातनी विचारांना स्थान नाही; कर्मकांडाला, अंधश्रद्धेला थारा नाही. सतराव्या शतकातील त्या समाजासमोर अत्यंत परखडपणे तुकाराम आपले हे आत्मोन्नतीबरोबरच समाजोन्नती साधणारे सुधारणावादी तत्त्वज्ञान मांडत होते. ते सांगत होते; तीर्थ, जप, तप, नवससायास यांत धर्म नाही. त्या तीर्थांमध्ये असतो काय, तर देवाच्या नावाने धोंडा आणि पाणी. ('तीर्थी धोंडा पाणी । देव रोकडा सज्जनीं ।।') कशाकरिता हिंडता ती तीर्थे करीत? काय साधते त्याने?

'जाऊनियां तीर्था काय तुवां केले । चर्म प्रक्षाळिलें वरी वरी ।।
अंतरींचें शुद्ध कासयानें झालें । भूषण तों केले आपणया ।।
तुका म्हणे नाहीं शांती क्षमा दया । तोंवरी कासया स्फुंदां तुम्ही ।।'

तीर्थास जाऊन वरवर अंघोळ केली; पण मनच शुद्ध नसेल तर काय होणार? 'काय काशी करिती गंगा । भीतरी चांगा नाहीं तो ।।' ज्याचे मन शुद्ध नाही, त्याला ती काशी आणि ती गंगा तरी काय करील? मनामध्ये दया, क्षमा आणि शांतीची वस्ती नाही, तोवर या अशा कर्मकांडांचा काहीही उपयोग नाही.

लोक कशासाठी जातात तीर्थास? देवदर्शनासाठी. त्यातून पुण्यप्राप्तीसाठी. पुण्य कशासाठी हवे; तर मोक्षासाठी, मुक्तीसाठी. तुकोबांनी वैदिक धर्मातील ही मोक्ष आणि मुक्ती यांची कल्पनाच तुच्छ मानली आहे. 'न लगे मुक्ती आणि संपदा' ही त्यांची प्रार्थना सुप्रसिद्ध आहे. तीर्थयात्रा नामक कर्मकांड करून भक्तीचा देव्हारा माजविणारांना तुकोबा जसे अनेकदा फटकारतात, तसेच ते देवाधर्माच्या नावाने श्रद्धेचा बाजार मांडणारांवरही तुटून पडतात.

हा बाजार तेव्हाही सुरू होता. आजही आहे. कुणाच्या अंगात दैवते संचारतात, कोणी शकुन सांगते. कोणी शुभाशुभ सांगते. पण तुकोबा म्हणतात-

'सांगों जाणती शकुन । भूत भविष्य वर्तमान ॥
त्यांचा आम्हांसी कांटाळा । पाहों नावडती डोळां ॥'

या फालतू गोष्टी आहेत. हे पाहणेसुद्धा आम्हाला आवडत नाही. कारण

'अवघा तो शकुन । हृदयीं देवाचे चिंतन ॥'

मनामध्ये भक्ती असेल, तर मग सारेच भले-चांगले असते. तेथे कशाचा अपशकुन?

तुकारामांच्या काळात मुहूर्त काढण्याचा आणि वास्तुशास्त्राचा धंदा किती जोरात होता हे कळायला मार्ग नाही. पण 'तुका म्हणे हरिच्या दासां । शुभ काळ अवघ्या दिशा ॥' असे त्यांनी सांगून ठेवले आहे. देव मनात असेल, तर कोणताही शकुन-अपशकुन नाही, कोणतीही दिशा अशुभ नसते. सारेच शुभ. हे सांगून तुकोबांनी साऱ्याच थापाड्या शास्त्रांना उघडे पाडले आहे. त्या काळात गायीला माता नक्कीच मानले जात होते. पण म्हणून तिचे शेण-मूत प्राशन करण्यात धर्म आहे, हे मान्य करण्यास तुकाराम तयार नव्हते. 'उदकीं कालवी शेण मलमूत्र । तो होय पवित्र कासयानें ॥' हा त्यांचा बुद्धिनिष्ठ सवाल आजच्या काळालाही जड जाणारा आहे. दानदक्षिणेलाही तुकारामांचा मुळातून विरोध होता. दुसरीकडे 'द्रव्य असतां धर्म न करी' अशा मनुष्याला ते 'माय त्यासी व्याली जेव्हां । रांड सटवी नव्हती तेव्हां ॥' अशा शिव्याही देताना दिसतात. पण येथे हे लक्षात घेतले पाहिजे, की हा धर्म 'क्षुधेलिया अन्न' देण्याचा, रंजल्या-गांजल्यांस आपले म्हणण्याचा आहे. तो देवाला नवस करून दान वगैरे देण्याचा मुळीच नाही. या अशा नवससायास करण्यास तुकोबांचा तीव्र विरोध होता. 'नवसें कन्यापुत्र होती । तरी का करणें लागे पती ॥' देवाला नवस केल्याने पोरे होत असतील, तर नवऱ्याची गरजच काय; असा थेट उपहासगर्भ प्रश्न ते करतात. 'अंगी दैवत संचरे । मग तेथें काय उरे ॥' हा त्यांचा सवालही असाच अंधश्रद्धेवर घाला घालणारा.

अशा प्रकारे रूढ धार्मिक विचारांना, परंपरांना धक्का देत असतानाच; तुकारामांनी समाजाला ताळ्यावर आणण्यासाठी आणखी एक विचार अत्यंत प्रभावीपणे मांडला होता. तो होता एकेश्वरवाद.

२०. आणिकांची मात नाईकावीं कानीं!

सतराव्या शतकातील हिंदू धर्माचे स्वरूप पाहण्यासारखे होते. इसवी सन पूर्व दुसऱ्या शतकापासून, म्हणजेच शुंग काळापासून सनातन वैदिक धर्माच्या पुनरुज्जीवनाची प्रक्रिया सुरू झाली होती. या सनातन वैदिक अर्थात ब्राह्मणी धर्माने तोवर विविध जमातींचे पूजाविधी, आचारविचार आत्मसात करण्याचा सपाटा लावला होता तसेच विविध जमातींच्या देवताही अनुकूल करून घेण्याचा सपाटा लावला होता. हिंदुस्थानात आजही अनेक उपासना संप्रदाय आहेत. तेव्हाही होते. ते सर्व पुरोहितशाहीच्या छत्राखाली आणण्यात आले. कितीतरी प्रकारची दैवते होती. आकाशातील ग्रहांपासून पृथ्वीवरील पर्वत, अरण्ये, नद्या, पशू, पक्षी, मनुष्यप्राणी, एवढेच नव्हे, तर धड मनुष्याचे नि तोंड हत्तीचे वा सिंहाचे अशा काल्पनिक गोष्टींनाही देवत्व देण्यात आले. तुकोबा ज्यांना 'सेंदरीहेंदरी दैवते' म्हणतात, अशा अनेक क्षुद्र देवतांची पूजा करण्यात येत होती. जनमानसावर पकड बसविण्यासाठी सनातन वैदिक धर्माने अशा सर्व लोकदेवतांना, उपासना पंथांना प्रामाण्य बहाल केले. त्या देवतांना समरसता वा समन्वयातून ब्राह्मणी धर्माचा भाग बनविण्यात आले. त्यांतील अनेकांचे उन्नयन करण्यात आले. यांमध्ये अनेक अवैदिक देवतांचाही समावेश होता. शैव आणि वैष्णव हे वेगळे संप्रदाय. तेही आता सनातन वैदिक धर्माचे भाग बनले होते. यात पुराणांच्या लेखकांनी मोठी भूमिका बजावली. या सर्वांमुळे आधी बौद्ध, नंतर जैन, लिंगायत अशा धर्मांचे तगडे आव्हानही हा वैदिक धर्म पेलू शकला. इस्लामी आक्रमण पचवू शकला. या दैवते आणि संप्रदायांच्या सम्मिलीनीकरणाच्या प्रक्रियेतून हा ब्राह्मणी धर्म तगला, फोफावला.

पण त्याचे स्वरूप आता संघराज्यासारखे झाले होते. केंद्रीय सत्ता वैदिक सनातन धर्माची. कायदा श्रुतीस्मृतीपुराणोक्त. त्याखाली विविध पंथ, संप्रदाय, देवदेवता. साधारणतः अकराव्या शतकात विज्ञानेश्वराने याज्ञवल्क्यस्मृतीवरील 'मिताक्षरी' हा ग्रंथ लिहिला. आजही महाराष्ट्रात धार्मिक बाबतीत हाच 'मिताक्षरी'चा कायदा लागू आहे. जोवर केंद्रीय कायदा झुगारून देण्याचा प्रयत्न होत नाही, तोवर मग कोणी अगदी मुस्लीम पीर आणि संतांची पूजा केली तरी हरकत नाही; असे हिंदू धर्माचे

स्वरूप झाले होते. यातून वर्णाश्रमधर्म अधिक बळकट झाला. त्यातून पुन्हा पुरोहितशाहीच शक्तिशाली झाली.

महाराष्ट्रात हिंदू धर्माच्या या स्वरूपाविरोधात पहिल्यांदा आवाज उठविला, तो तेराव्या शतकात चक्रधर स्वामींनी. त्यांनी वर्णविषमतेला आव्हान दिले. त्या काळात हेमाद्री वा हेमाडपंत हा यादवांचा मुख्य मंत्री होता. 'चतुर्वर्ग चिंतामणी' हा त्याचा ग्रंथ. वर्षातील ३६५ दिवस कोणती व्रते, उद्यापने, विधी करायचे याची जंत्रीच त्याने त्यात दिलेली आहे. चक्रधरांचा लढा त्याच्याशी होता. त्यासाठी त्यांनी कृष्णपूजेला महत्त्व दिले. तत्पूर्वी 'नाथ संप्रदायाने' वेदांना झुगारून 'शिव' या दैवताची आराधना सुरू केली होती. याच काळात 'वीरशैव' हा एकेश्वरवादी पंथ समाजप्रिय झाला होता. एकंदर सर्वच हिंदू पंथप्रवर्तकांपुढे देवतांचा गलबला हे एक मोठे आव्हान होते. एक नाथपंथाचा अपवाद वगळता हे सर्व भक्तिमार्गी होते हे एक विशेष. हा मार्ग विद्रोहाचा होता. बहुदैवतवादास विरोध हे त्या विद्रोहाचे एक महत्त्वाचे अंग होते. सतराव्या शतकात तुकोबांनी याच विद्रोहाची मशाल तेवती ठेवली होती. नाना प्रकारची दैवते आणि त्यांची कर्मकांडे या विळख्यातून सामान्यजनांची सुटका करण्यासाठी ते झटत होते. आजच्या काळातही क्रांतिकारी वाटावेत, असे विचार ते मांडत होते.

'नव्हे जाखाई जोखाई । मायराणी मेसाबाई ।।
बळिया माझा पंढरीराव । जो ह्या देवांचाही देव ।।
रंडी चंडी शक्ती । मद्यमांस भक्षिती ।।
बहिरव खंडेराव । रोटी सुटीसाठी देव ।।
गणोबा विक्राळ । लाडुमोदकांचा काळ ।।
मुंजा म्हैसासुरें । हें तों कोण लेखी पोरें ।।
वेताळें फेताळें । जळो त्यांचे तोंड काळे ।।
तुका म्हणे चित्तीं । धरा रखुमाईचा पती ।।'

तुकोबांनी येथे क्षुद्र दैवतांचा, मुंजा-महिषासुरांचा धिक्कार केला आहे. पण गणपती, भैरोबा, खंडोबा यांनाही सोडलेले नाही. गणपती हे महाराष्ट्राचे लाडके दैवत. एकोणिसाव्या शतकात प्रबोधनकार ठाकरे, राजारामशास्त्री भागवत यांसारख्या सुधारकांनी गणेशोत्सवाच्या सार्वजनिकीकरणास विरोध केला होता. त्याच्या सुमारे दोनशे वर्षांपूर्वी तुकोबांनी या दैवताची लाडूमोदकांचा काळ, अशी संभावना केली होती. सुमारे पाचव्या शतकापासून संपूर्ण हिंदुस्थानात लोकप्रिय असलेले हे दैवत मुळातले यक्षश्रेणीतील मानण्यात येते. महाभारतात शिवगणांचे विनायक आहेत. पण ते जसे चांगले आहेत, तसेच उपद्रवीही आहेत. म्हणून कोणत्याही कार्यारंभी ते व्यवस्थित

पार पडावे यासाठी विनायकाची शांती करावी, असे सांगितले आहे. त्याची शांती केली की विघ्नकर्त्याचा विघ्नहर्ता होतो. तुकोबांच्या दृष्टीसमोर हा गणपती असावा. म्हणूनच त्यांनी त्यावरच नव्हे, तर त्याच्या भक्तांवरही 'पूजिती विकट दोंद । पशु सोंड गजाची ।।' असे म्हणत कडक टीका केली आहे. त्यांचे म्हणणे होते,

'हरिहर सांडूनि देव । धरिती भाव क्षुल्लकीं ।।
ऐका त्याची विटंबना । देवपणा भक्तांची ।।
अंगीं कवडे घाली गळां । परडी कळाहीन हातीं ।।
गळा गाठा हिंडे द्वारीं । मनुष्य परी कुतरीं तीं ।।
माथां सेंदुर दांत खाती । जेंगट हातीं सटवीचे ।।
पूजिती विकट दोंद । पशु सोंड गजाची ।।
ऐशा छंदे चुकलीं वाटा । भाव खोटा भजन ।।
तुका म्हणे विष्णु शिवा । वांचूनि देवा भजती तें ।।'

हरी आणि हर, विष्णू आणि शिव हे एकच. विठ्ठल म्हणजे तेच. भक्ती करावी ती त्याचीच. कारण

'बहुत गेलीं वायां । न भजतां पंढरीराया ।।
करिती कामिकांची सेवा । लागोन मागोन खात्या देवा ।।'

पंढरीरायाऐवजी लोकांना पीडा करून, त्यांच्याकडून (नैवेद्य) मागून खाणारे असे जे देव आहेत, त्यांची पूजा करून अनेक लोक वाया गेले आहेत. तेव्हा 'न पूजीं आणिकां देवा न करी त्यांची सेवा ।' आणि कोणाचे नाम घ्यायचेच असेल, तर– 'गासी तरी एक विठ्ठलचि गाईं । नाहीं तरी ठायीं राहें उगा ।।' असे त्यांचे सांगणे होते. वारंवार ते हेच बजावत होते, लोकांना आणि स्वतःलाही. माझी कोणी मान जरी कापली, तरी माझ्या जिभेने अन्य कोणाचे नाव घेऊ नये, अशी भावना त्यांनी एके ठिकाणी व्यक्त केली आहे.

'जरी माझी कोणी कांपितील मान । तरी नको आन वदों जिव्हें ।।
सकळां इंद्रियां हें माझी विनंती । नका होऊं परतीं पांडुरंगा ।।
आणिकांची मात नाईकावीं कानीं । आणिकां नयनीं न पहावें ।।'

कारण 'सकल धर्म मज विठोबाचें नाम । आणिक तें वर्म नेणें कांहीं ।।' विठ्ठल नामातच सर्व धर्म आहे. म्हणून–'एक गावें आम्ही विठोबाचें नाम । आणिकांपें काम नाहीं आतां ।।'

तुकोबा येथे अत्यंत महत्त्वाची गोष्ट सांगत आहेत. ती म्हणजे विठ्ठल नामातच

सकल धर्म आहे. आणि त्यात अध्याहृत असलेली दुसरी बाब म्हणजे नामस्मरण महत्त्वाचे. तोच भक्तिमार्ग आहे. तेथे बाकीच्या कर्मकांडांची काही गरजच नाही. याहून वेगळे जे सांगतात, त्यांचे म्हणणे ऐकूच नये. ते दुष्टांचे वचन मानावे. 'नाम म्हणतां मोक्ष नाहीं । ऐसा उपदेश करितील कांहीं । बधिर व्हावें त्याचे ठायीं । दुष्ट वचन वाक्य तें ।।'

अन्य एका अभंगातही त्यांनी हीच भावना व्यक्त केली आहे. – 'नाइकावे कानीं तयाचें ते बोल । भक्तीविण फोल ज्ञान सांगे ।।'

साधा-सरळ, प्रपंचात राहून करता येण्यासारखा, कोणत्याही कर्मकांडांना थारा न देणारा हा भक्तिमार्ग सांगून तुकोबा पुरोहितशाहीच्या आर्थिक आणि सामाजिक वर्चस्वालाच चूड लावत होते. समाजातील स्त्री, शूद्रांपासून सर्वांना आध्यात्मिक समतेच्या वाटेवर आणून उभे करीत होते. ते सांगत होते–

'ऐक रे जना । तुझ्या स्वहिताच्या खुणा । पंढरीचा राणा मनामाजीं स्मरावा ।।'

त्याच्या स्मरणानेच सारी बंधने तुटतात आणि हा अधिकार 'ब्राह्मण क्षत्रिय वैश्य शूद्र । चांडाळाही अधिकार । बाळें नारीनर । आदिकरोनि वेश्याही ।।' असा सर्वांना आहे.

या करिता तुकोबा केवळ विठ्ठलभक्तीचा मार्ग लोकांना दाखवित होते. अगदी कोणा संताने जरी सांगितले, तरी विठ्ठलाशिवाय मनात अन्य काही ठेवू नका– 'तुका म्हणे संत म्हणोत भलतें । विठ्ठलापरतें न मनीं कांही ।।' असे सांगत होते.

हा विचार तसा धार्मिकच. पण मध्ययुगीन काळात कोणताही सामाजिक विचार धर्माच्या पोटातूनच येणार होता. ते तेव्हाच्या धर्माच्या ठेकेदारांना बरोबर समजले होते. तुकोबांना कर्मठ सनातनी जोरदार विरोध करीत होते, ते त्यामुळेच. तुकोबाही त्यांचा छळ सोसत लढत होते.

खेदाची बाब हीच की, त्यांचे हे सोसणे या महाराष्ट्राने वायाच घालविले.

२१. पाईकपणे जोतिला सिद्धांत

तुकोबांची लोकप्रियता आता टिपेला पोचली होती. देहूत, शेजारी लोहगावला, चिंचवडला त्यांची कीर्तने होत असत.

तुकोबांच्या चरित्रात या लोहगावशी निगडित अनेक चमत्कारकथा येतात. त्यांतील एक शिवाजी कासार यांच्याशी संबंधित. हा ऐंशी वर्षांचा वृद्ध सतत तुकोबांच्या कीर्तनाला जातो. रात्रीचा आपल्याजवळ नसतो. म्हणून त्याच्या वृद्ध पत्नीने तुकोबांचा सूड घेण्याचे ठरविले. तिने तुकोबांना घरी स्नानास बोलवले आणि त्यांच्या अंगावर कढत पाणी ओतले. तुकाराम भाजले. गाथ्यात एक अभंग आहे 'जळे माझी काया लागला वोणवा । धांव रे केशवा मायबापा ।।' पण हा अभंग 'लोहगांवी स्वामींच्या अंगावर ऊन पाणी घातलें तो अभंग' या मथळ्याखाली जमा करण्यात आला आहे. यावर कडी म्हणजे 'लोहगांवी कीर्तनांत मेलेंलें मूल जीत झालें, ते समयीं स्वामींनी अभंग केले ते' असे म्हणून एक अभंग दिला आहे. ज्या तुकोबांनी सातत्याने चमत्कारांचा उपहास केला, त्या तुकोबांवर त्यांच्या भक्त-कथेकऱ्यांनी घेतलेला हा सूडच आहे. तुकोबांच्या नावावर चक्क गाथ्याच्या हवाल्याने असे अनेक चमत्कार खपविले जात आहेत.

कीर्तनास शिवाजी महाराज आले असताना अचानक मंदिरास शत्रूसैन्याने वेढा दिला आणि पाहतात तो काय, तेथे शिवाजीचशिवाजी हा असाच एक लोकप्रिय चमत्कार. हमखास टाळ्या घेणारा. सांगणाऱ्या कथेकऱ्यास वाटते, आपण यातून तुकोबांची केवढी थोरवी सांगत आहोत. हीच कथा तुकारामचरित्रकार महिपतीबुवा आणि बखरकार मल्हारराव चिटणीस या पेशवाई कालखंडातील बखरकारांनीही आणखी वेगळ्या पद्धतीने सांगितली आहे. वस्तुतः 'नका दंतकथा येथें सांगों कोणी । कोरडे तें मानी बोल कोण ।।' असे बजावणाऱ्या तुकोबांच्या चरित्रात अशा कथा कोंबणे हा त्यांचा अपमानच.

या अशा कहाण्यांतूनच शिवराय आणि तुकोबा यांच्या भेटीचा इतिहास उभा राहिला. तो खरा की खोटा?

'शिवाजी राजे यांनीं स्वामींस अबदागिरी, घोडा, कारकून असे न्यावयास

पाठविलें,' ते अभंग खरोखरच त्या प्रसंगाबाबतचे की, त्यांचा शिवरायांशी काहीही संबंध नाही?

पंडिती प्रतीतील याविषयीच्या अभंगांत तुकोबा स्वतःचा उल्लेख 'रोडके हात पाय दिसे अवकळा । काय तो सोहळा दर्शनाचा ।।' असा करतात. 'तुका म्हणे माझी विनंती सलगीची । वार्ता हे भेटीची करूं नका ।।' असे कळवतात. आणि वर पुन्हा 'सद्गुरुश्रीरामदासाचें भूषण । तेथें घालीं मन चळों नको ।।' म्हणजे समर्थ रामदासांकडे जा असे शिवरायांना सांगतात. हे अभंग ना जोगमहाराजांच्या गाथ्यात आहेत, ना देहू संस्थानच्या. (रामदासी बाडांमध्ये मात्र असे अभंग आढळतात.) ते प्रक्षिप्त मानण्यात आले आहेत. कारण ते 'वीर विठ्ठलाचे गाढे' असलेल्या तुकोबांच्या प्रकृतीशी विसंगत आहेत. असे अनेक अभंग गाथ्यात आहेत.

मग याचा अर्थ काय घ्यायचा? शिवराय आणि तुकोबा यांची भेट झालीच नव्हती का?

खरेतर हा अजूनही वादाचा विषय आहे. भेट झालीही असेल, कदाचित नसेलही. पण त्या भेटीला ना शिवरायांची महत्ता मोहताज आहे, ना तुकोबांची थोरवी. दोघेही स्वयंप्रकाशी, स्वयंभू.

ज्ञात इतिहास असे सांगतो, की शिवराय पुण्यास आले, तेव्हा त्यांचे वय होते १२ वर्षे. त्यांची आणि तुकोबांची भेट त्यानंतरच्या काळात आणि शिवराय विशीचे होईपर्यंतच होणे शक्य आहे. हा शिवरायांच्या कारकिर्दीतील एक महत्त्वाचा कालखंड. पुण्यात आल्यानंतर तीनच वर्षांत त्यांच्या मनात स्वतंत्र राज्याची कल्पना आकार घेऊ लागली होती. त्याचा प्रारंभ त्यांनी वयाच्या १७व्या वर्षी तोरणा घेऊन केला. तत्पूर्वी त्यांनी शहाजीराजांच्या जहागिरीतील इंदापूर, पुणे, सुपे आणि चाकण हे चार परगणे; तसेच दादोजी कोंडदेव यांच्या सुभेदारीतले अंदर, नाणे, पवन, कोरबारसे, गुंजण आणि हिरडस मावळ आणि पौड खोरे, मुठे खोरे, मुसे खोरे, कानद खोरे, वेळवंड खोरे, रोहिड खोरे हे बारा मावळ पायाखाली घातले होते. दादोजी कोंडदेवांसमवेत या प्रदेशाची व्यवस्था ते लावत होते. या काळात त्यांची आणि तुकोबांची भेट होणे अशक्य नाही. परिसरातील संत-महंतांची, फकीर, अवलियांची शिवराय श्रद्धेने भेट घेत असत. चाकण येथील सिद्धेश्वरभट बीन मेघनाथभट ब्रह्मे यांना शिवरायांनी करून दिलेल्या एका दानपत्रात 'स्वामीच्या अनुष्ठानबळे आपण राज्यास अधिकारी जालो. व सकळ मनोरथ, चितिलें, पावलों ऐसा अनुभव आला...' असे नमूद केले आहे. हे दानपत्र १६५२ नंतरचे असले, तरी त्यावरून शिवरायांची श्रद्धावान मनोभूमिका स्पष्ट होते. तेव्हा त्या काळात ते तुकोबांना भेटलेही असतील. तुकोबांचे अनुयायीही झाले असतील. किंबहुना कथेकऱ्यांनी तशी एक कथा रचलीही आहे.

कृष्णराव केळुसकरांच्या तुकाराम चरित्रात मोठी रंजक कहाणी आहे. शिवरायांकडील पुराणिकाच्या कोंडभट नावाच्या शागिर्दास तुकारामांनी प्रसाद म्हणून नारळ दिला. तर त्यात जवाहीर सापडले. हे शिवरायांना समजल्यावर त्यांना तुकोबांचे दर्शन घेण्याची आस लागली. त्यांनी तुकोबांना पत्र आणि घोडा, छत्री असा सरंजाम पाठविला. त्यास

'दिवट्या छत्री घोडे । हें तों बऱ्यांत न पडे ॥... मान दंभ चेष्टा । हें तो शूकराची विष्ठा ॥' असे उत्तर तुकोबांनी दिले. ती निःस्पृहता पाहून शिवराय त्यांचे भक्तच बनले. रोज कीर्तनास येऊ लागले. तेव्हा शिवबा होते विशीच्या आतले. पण त्यांनी वैराग्य घेतले आणि रानात जाऊन बसले. ते पाहून जिजाऊ काळजीत पडल्या. त्या तुकोबांकडे गेल्या. म्हणाल्या, शिवरायांना समजावा. मग तुकोबांनी त्यांना पुरुषार्थाचा उपदेश केला. या चित्तरकथेवर अधिक भाष्य न केलेलेच बरे. जणू पुढे इतिहासाचार्य वि. का. राजवाडे यांना 'ज्ञानदेवांपासून तुकोबांपर्यंतच्या संताळ्यांनी देश बुडवला', असे म्हणणे सोपे जावे यासाठीची ही सोयच या कथेकऱ्यांनी करून ठेवली होती. वस्तुतः तुकोबांनी शिवरायांना उपदेश केला की नाही, याहून महत्त्वाचे आहे; तुकोबांनी तेव्हाच्या मराठी मनाला शिवकार्यास लावले की नाही हे. वादचर्चा करावी तर त्याची.

तत्कालीन पुरोहितशाहीच्या विरोधात बंड करून तुकोबा स्वतंत्र धार्मिक मराठी मन तयार करीत होतेच. परंतु त्यांचे कार्य केवळ आध्यात्मिक नव्हते. भोवतीची आर्थिक हलाखीची परिस्थिती; त्यातून निर्माण झालेली अनैतिकता, धर्मभ्रष्टता, हतवीर्य समाज, हे सारे त्यांच्या नजरेसमोर होते.

लोहगावास परचक्राचा वेढा पडल्यानंतरच्या त्यांच्या अभंगांतून त्यांच्या मनातील वेगळीच सल आपणास दिसते. हा प्रसंग १६३६ मधला. शहाजीराजांनी १६३३ ला निजामशाहीचे पुनरुज्जीवन केले होते. निजामशाही गिळंकृत करण्यासाठी शाहजहान बादशहाने आपले लष्कर पाठविले. शहाजीराजांच्या पारिपत्याची कामगिरी त्याने सोपविली खानजमान याच्यावर. ती घटना जून १६३६ मधली. त्या वेळी शहाजीराजे पुण्याच्या परिसरात होते. तेव्हा खानजमानने तिकडे मोर्चा वळवला. त्या पावसाळी दिवसात घोडनदी पार करून तो इंद्रायणीकाठी आला. लोहगावला त्याने आपली छावणी उभारली. ती तेथे किमान चार-पाच महिने तरी असावी. तुकोबांच्या सांगण्यात आलेला लोहगावला पडलेला परचक्राचा वेढा तो बहुधा हाच असावा. त्याबद्दलची वेदना त्यांनी आपल्या एका अभंगातून मांडली आहे. ते म्हणतात,

'न देखवे डोळां ऐसा हा आकांत । परपीडे चित्त दुःखी होतें ॥
काय तुम्ही येथें नसालसें झालें । आम्ही न देखिले पाहिजें हें ॥

परचक्र कोठे हरिदासांच्या वासे । न देखिजे तद्देशे राहातिया ।।'

हा आकांत डोळ्यांनी पाहवत नाही. दुसऱ्यांना झालेल्या त्रासाने माझ्या मनास दुःख होत आहे. हे देवा, तुम्ही येथे नाही असेच वाटते. आम्हाला हे संकट दिसतासुद्धा कामा नये. ज्या देशात हरीचे दास राहतात, तेथे परचक्र येणे, हे तेथील लोकांना दिसता कामा नये.

या संकटाचे परिणाम तुकोबांना माहीत होते. 'उच्छेद तो असे हा गे आरंभला । रोकडें विठ्ठला परचक्र ।।' या परकी आक्रमणातून समाजाचा, परमार्थाचा उच्छेद होणार हे ते जाणून होते. 'भजनीं विक्षेप तेंचि पैं मरण' म्हणजे भजनात, धर्मकार्यात येणारा अडथळा हा त्यांच्यासाठी मरणासारखा होता. पण हे तुकोबांचे वैयक्तिक गाऱ्हाणे नाही. त्यातून आपले काही बरेवाईट होईल याचे भय त्यांना मुळीच नाही. ते म्हणतात–'भीत नाही आतां आपुल्या मरणा । दुःख होतें जनां न देखवें ।।' समाजाला त्रास होतो तो पाहवत नाही.

महाराष्ट्रात येणारी ही परचक्राची संकटे निवारण्याचे उपाय शिवराय आता योजतच होते. त्यासाठी त्यांना हवे होते समाजाचे पाठबळ. तसा बळ देणारा समाज तुकोबांच्या उपदेशातून घडत होता की नाही, ही बाब शिवाजी-तुकाराम भेटीहून अधिक महत्त्वाची आहे. आणि या प्रश्नाचे उत्तर नक्कीच होकारार्थी आहे.

तुकोबा एकेश्वरवादी भक्ती-चळवळीतून आध्यात्मिक क्षेत्रातील सामाजिक समतेची गुढी उभारत होते, यात शंका नाही. मात्र त्याचबरोबर ते तत्कालीन समाजाला क्षात्रवृत्तीची प्रेरणाही देत होते. ही बाब आवर्जून लक्षात घेण्यासारखी आहे. 'भले तरी देऊ गांडीची लंगोटी' म्हणतानाच 'नाठ्याळाचे काठी हाणू माथा' असा त्यांचा संदेश होता. तुकोबांची पागनिसी रंजलेली-गांजलेली प्रतिमा तयार करणाऱ्यांनी ही बाब आवर्जून ध्यानी घेतली पाहिजे, की जेथून शिवरायांचे शिलेदार आले, त्या मावळ मुलखाची मशागत तुकोबांच्या अभंगांनी केली होती. ते 'वीर विठ्ठलाचे गाढे' तयार करीत होते आणि त्यांना पाईकपणाचे धडेही देत होते.

हे पाईकपण परमार्थातले नाही. ते रोकड्या व्यवहारातले आहे. येथे पाईक म्हणजे राजाचा सेवक, सैनिक. एकूण ११ अभंगांतून तुकोबा-'पाईकपणे जोतिला सिद्धांत' पाईकपणाचा सिद्धांत सांगत आहेत. तुकोबांचे कार्य शिवाजी महाराजांच्या स्वराज्यनिर्मितीच्या कार्यास कशा प्रकारे पूरक ठरले हे सांगणारे हे अभंग. ते मुळातूनच पाहायला हवेत...

२२. पाईक तो प्रजा राखोनियां कुळ

शिवाजीराजांचे स्वराज्यनिर्मितीचे कार्य सुरू झाले होते.

तीनशे वर्षांच्या अंधारानंतर नवी पहाट क्षितिजावर दिसू लागली होती. हे सारे तुकोबांच्या नजरेसमोर घडत होते. परकी सत्तेने घडविलेले उत्पात ते पाहत होते. त्या सत्तेचे दास बनलेले येथील वतनदारही ते पाहत होते. राजसत्तेचे पाईक म्हणवून घेण्यात त्यांना भूषण वाटत होते. गेली तीन शतके महाराष्ट्रदेशी हेच तर चित्र होते.

त्याची सुरुवात झाली १३१८ मध्ये. यादवांच्या साम्राज्यनाशापासून.

अल्लाउद्दीन खिलजीच्या मुलाने, मुबारिकने १३१८ मध्ये हरपालदेव यादव याला ठार मारले. जिवंतपणी अंगाची कातडी सोलून ठार मारले. तो पराभव आणि त्याचा धसका एवढा जबरदस्त होता, की त्याने एतद्देशियांच्या मनातली स्वराज्याची प्रेरणाच गाडून टाकली. अवघा समाज तेजोहीन झाला. आधी बहमनी आणि नंतर तिच्यातून जन्मास आलेल्या शाह्यांचे दास हेच त्याचे भागधेय बनले.

गमावलेला आत्मविश्वास आणि स्वाभिमान, निरक्षरता, दारिद्र्य, धार्मिक कट्टरता, दास्यभावना... सारीच हलाखी. भौतिक आणि वैचारिकही. अशा शीलभ्रष्ट समाजाला सावरीत होता तो वारकरी संप्रदाय.

हे काम केवळ धार्मिक स्वरूपाचे होते?

ते धर्मसुधारणेचे होतेच. बहुसंख्यांचे जीवन बद्ध करणाऱ्या, कर्मकांडांची वाळवी लागलेल्या सनातन वैदिक धर्माविरोधात त्यांचे बंड होते. तसेच ते इस्लामी आक्रमणाविरोधातही होते. याचा अर्थ वारकरी संत मुस्लीम राज्यकर्त्यांविरोधात उठाव करण्यासाठी लोकांस प्रवृत्त करीत होते, असे नव्हे. ते शक्यही नव्हते. वारकरी संतांचे कार्य याहून वेगळे होते. ते मृतप्राय समाजात प्राणशक्ती भरण्याचे काम होते. मनाच्या मशागतीचे काम होते. 'असत्याशी रिझलेल्या' समाजाला सुधारून योग्य मार्गावर आणण्याचे काम होते. हे सामाजिक कार्य त्या काळी धार्मिक स्वरूपातच होऊ शकत होते. वारकरी संत तेच करीत होते.

हेच नेमके अनेकांना अमान्य आहे. उदाहरणार्थ इतिहासाचार्य वि. का. राजवाडे. 'मराठ्यांच्या इतिहासाची साधने खंड ४' मध्ये त्यांनी व्यक्त केलेली मते सनातनी

विचार वारकरी संप्रदायाकडे कशा प्रकारे पाहत होता हे ज्याप्रमाणे सांगणारी आहेत, त्याचप्रमाणे वारकरी संप्रदायातील कीर्तनकारांनी आणि कथेकऱ्यांनी समाजमनावर संतांची कोणती प्रतिमा कोरली आहे तेही दाखवून देणारी आहेत. राजवाडे म्हणतात, 'संत म्हटला म्हणजे पंगुपणाचा केवळ मूर्तिमंत पुतळाच! संताला खाणें नको, पिणें नको, वस्त्र नको, प्रावरण नको, कांहीं नको; एक विठोबा मिळाला, म्हणजे सर्व कांहीं मिळालें. ऐहिक सुखदुःखें, ऐहिक उपभोग, ऐहिक व्यवहार यांच्यांत मन घालणें संतांचें काम नव्हे, इहलोक हा संतांचा नव्हेच. राजा कोणी असो, सारा कोणी घेवो; संताला त्याचें काहीं नाहीं. असल्या ह्या संतमंडळीच्या हातीं विचाराची दिशा जाऊन महाराष्ट्र तीनशें शतकें पंगू बनून राहिलें.'

यापुढच्या वाक्यात राजवाडे यांच्या मनातील सल उघड होतो. ते म्हणतात, 'सनातन धर्माला त्रासून महाराष्ट्रांतील लोकांनीं जी धर्मक्रांती केली, तिचें स्वरूप हे असें होते. या धर्मक्रांतीनें धर्मोन्नती, राष्ट्रोन्नती होण्याचें एकीकडेच राहून; उलट धर्मावनती व राष्ट्रावनती मात्र झाली. कालांतरानें यवनांच्या अमलाखालीं पायमल्ली झालेली पाहून मराठ्यांचे डोळे उघडले; या पंगू संताळ्यांचा त्यांना वीट आला आणि सनातन धर्माकडे, गोब्राह्मण प्रतिपालनाकडे व चातुवर्ण्याकडे त्यांनीं पुन्हा धांव घेतली.'

हे अर्थात बुद्ध्याच घेतलेले आंधळ्याचे सोंग आहे. वस्तुतः संत नामदेव जेव्हा प्राण गेले तरी बेहत्तर, परंतु विठ्ठलाला सोडणार नाही, धर्म बदलणार नाही, असे म्हणत होते किंवा संत एकनाथ

'रक्त वाहे भडभडा । तेंची तेल घृत जळे धडधडा । कौरव पतंग पडती गाढा । दुर्योधन हा लक्ष्मी तुझा रेडा । शेवटीं आहुती घेसी तयासी ।'

असे म्हणत 'बया दार उघड' अशी साद घालत होते, तेव्हा ती आत्मभान गमावलेल्या समाजाला दिलेली हाकच होती. त्या हाकेतून या महाराष्ट्रदेशी स्वराज्याचे स्वप्न पाहू शकणारे वीरपुरुष निर्माण झाले होते. पण हे स्वप्न वास्तवात येण्यासाठी आवश्यक असते ते चारित्र्यशुद्ध समाजाचे पाठबळ. तुकोबांच्या शिकवणीचा हेतू याहून वेगळा काय होता?

तलवार तर सारेच गाजवत. मावळ टापूतील तेव्हाची ती रीतच होती. तेथील शेतकरी हा धारकरीही होता. मोहीम असेल तेव्हा हाती ढाल-तलवार, नसेल तेव्हा नांगर. पण ती तलवार उचलायची ती कोणासाठी आणि कशासाठी, पाईक व्हायचे ते कोणाचे आणि कशासाठी; हा महत्त्वाचा प्रश्न होता. त्याच्या उत्तरार्थ तुकोबांनी पाईकपणाचा सिद्धांतच मांडला होता.

'पाईकपणें जोतिला सिद्धांत । शूर धरी मात वचन चित्तीं ।।'

'मी येथे पाईकपणाचा सिद्धांत सांगत आहे. जो शूर असेल त्याच्या मनावर, तो बिंबेल...' पण पहिल्यांदा हे पाईकपण कशासाठी स्वीकारायचे ते समजून घेतले पाहिजे...

'पाईकीवांचून नव्हें कधी सुख । प्रजांमध्यें दुःख न सरे पीडा ।।'

पाईक व्हायचे ते लोकांसाठी. 'त्यांच्याशिवाय प्रजेची पीडा दूर होणार नाही. तिला सुख प्राप्त होणार नाही.' या अशा पाइकीमध्येच खरे सुख आहे, समाधान आहे. ते ज्याचे त्यालाच कळेल.

'तुका म्हणे एका क्षणाचा करार । पाईक अपार सुख भोगी ।।...
पाईकीचे सुख पाईकासी ठावें । म्हणोनियां जीवें केली साटी ।।'

या पाइकीची कर्तव्ये काय असतात?

'स्वामीपुढें व्हावे पडतां भांडण । मग त्या मंडण शोभा दावी ।।'

युद्धाच्या प्रसंगी पाइकाने स्वतःच्या जीवावर उदार होत स्वामीपुढे जाऊन 'गोळ्या, बाण भडिमार' सहन करायचा असतो. तरच त्याच्या शूरत्वाच्या अलंकाराला शोभा.

या पाइकाला सगळ्या चोरवाटा ठाऊक असल्या पाहिजेत. (लागबग ठाव चोरवाट ।) त्याने स्वसंरक्षण करावेच. पण ते करता करता शत्रूला ठकवावे. त्याला नागवावे. ('आपणां राखोनि ठकावें आणिक । घ्यावें सकळीक हिरूनियां ।।') पण शत्रूला आपला माग लागू देऊ नये. ('येऊं नेदी लाग लागों नेदी माग ।')

तुकोबा येथे गनिमी कावा सांगत आहेत. मलिक अंबरने मराठ्यांना शिकविलेली ही युद्धपद्धती. त्याचाच वापर करून त्याने १६२४ मध्ये मुघल आणि आदिलशाहीच्या फौजेला पाणी पाजले होते. हीच ती नगरजवळच्या भातवडीची प्रसिद्ध लढाई. त्या वेळी तुकारामांचे वय सोळा, म्हणजे चांगलेच कळते होते. तेव्हा ही युद्धपद्धती त्यांच्या परिचयाची असणे शक्य होते. पाईकीच्या सिद्धांतात त्यांनी त्याच गनिमी काव्याचा समावेश केला आहे. अशा पद्धतीने लढणारे सैनिक ज्याच्याकडे आहेत, तो नाईक नक्कीच सर्वांहून बलिष्ठ ठरणार. ('तुका म्हणे ऐसे जयाचे पाईक । बळिया तो नाईक त्रैलोकींचा ।।')

तुकोबा सांगतात, सैनिकाने प्रजेचे रक्षण करावे. शत्रूचा बिमोड करावा. ('पाईक तो प्रजा राखोनियां कुळ । पारखिया मूळ छेदी दुष्टा ।।') स्वामिनिष्ठा हे पाइकाचे मोठे लक्षण. त्याची आपल्या धन्यावर निष्ठा हवी. स्वामिकार्यापुढे त्याला आपला देह तृणवत वाटला पाहिजे. विश्वासावाचूनी त्याच्या देहाला काहीही मोल नाही. आपल्या कर्माने धन्याला कोणत्याही प्रकारचे उणेपण येता कामा नये, याची काळजी त्याने घेतली

पाहिजे. ('तो एक पाईक पाईकां नाईक । भाव सकळीक स्वामिकाजीं ।। तृणवत तनु सोनें ज्या पाषाण । पाईका त्या भिन्न नाहीं स्वामी ।। विश्वासावांचूनि पाईकासी मोल । नाहीं मिथ्या बोललिया ।। तुका म्हणे नये स्वामी उणेपण । पाईक जतन करी त्यासी ।।')

आजच्या मर्सिनरी भाडोत्री सैनिकांप्रमाणे तेव्हाच्या कित्येक मराठा लढवय्यांची, सरदारांची रीत होती. आज या शाहीत, तर उद्या दुसरीकडे. हे पोटासाठी लढणे तुकोबांना नामंजूर होते. त्यांच्या नजरेसमोरचा मराठा लढवय्या असा नव्हता. ते सांगतात,

'प्रजी तो पाईक ओळीचा नाईक । पोटासाठी एक जैसे तैसे ।।
आगळें पाऊल आणिकासी तारी । पळतीं माघारीं तोडिजेती ।।
पाठीवरी घाय म्हणती फटमर । निधडा अंगें शूर मान पावे ।।'

'तलवार परजणारा (प्रजी), युद्धकुशल असा पाईक आणि त्याचा धनी हे बरोबरीचेच. पण काही लोक पोटासाठी लष्करात भरती होतात. पण त्यांची किंमत तशीच असते. असे रडतराऊत शत्रू चाल करून येताच, पाय लावून माघारी पळतात. मरतात. असे पाठीवर घाव खाऊन मरणारांचे मरण हे गांडूपणाचे. शत्रूवर जो निधडेपणाने मारा करतो, त्या शूरालाच खरा मान मिळतो.' यापुढच्या अभंगातही तुकोबा पुन्हा पोटासाठी लढणारांचा निषेध करताना दिसतात. पोटासाठी जे हाती हत्यार धरतात, ते सैनिक कसले? ती तर वेठीची गाढवे. ('धरितील पोटासाठी हतियारें । कळती तीं खरें वेठीचींसीं ।।')

पाईकाच्या या ११ अभंगांमध्ये तुकोबा वारंवार स्वामिनिष्ठा, स्वामिकार्यतत्परता (करूनि कारण स्वामी यश द्यावें ।) यांचे महत्त्व सांगताना दिसतात. पाइकांनी उगाच बढाईखोरी करू नये. ('प्रसंगावांचूनि आणिती अविर्भाव । पाईक तो नांव मिरवी वायां ।।) कर्तव्यात कसूर करू नये. मरण सगळ्यांना येणारच आहे. पण त्याला भिऊन मागे हटू नये. निर्भयपणे जो आपले कार्य करतो, तोच कीर्तिमान होतो. ('तुका म्हणे मरण आहे या सकळां । भेणें अवकळा अभयें मोल ।।') हा तुकोबांचा उपदेश आहे.

आता या उपदेशाला आध्यात्मिक अर्थ डकवणे काही कठीण नाही. सांप्रदायिक मंडळींनी तेच केले. त्यातून आपण तुकोबांसारख्या संतांचे अवमूल्यन करत आहोत; त्यांना डोळे असून आंधळे, भोवती काय चालले आहे याची गंधवार्ता नसलेले ठरवित आहोत; याचेही भान राहिलेले नाही. वस्तुतः तुकोबांच्या नजरेसमोरही तेव्हा एका वेगळ्याच 'गावा'चे स्वप्न होते.

'न मिळती एका एक । जये नगरींचे लोक ।।
भलीं तेथें राहू नये । क्षणे होईल न कळे काय ।।

न करितां अन्याय । बळें करिती अपाय ।।
नाहीं पुराणाची प्रीती । ठायीं ठायीं पंचाइती ।।
भल्या बुऱ्या मारी । होतां कोणी न विचारी ।।
अविचाऱ्या हातीं । देऊनि प्रजा नागविती ।।
तुका म्हणे दरी । सुखें सेवावी तें बरी ।।'

ज्या गावातल्या लोकांचे एकमेकांशी भांडण आहे, जेथे कोणी अन्याय केला नसतानाही त्याला शिक्षा केली जाते, जेथे धर्माची चाड नाही, लोक नसत्या उचापती करतात, चांगल्याला वाईटाकडून मार मिळतो, त्याची कोणी दखलही घेत नाही, जेथे अविचारी लोकांच्या हाती कारभार आहे, जेथे असे लोक प्रजेला नागवित आहेत; तेथे भल्या माणसाने मुळीच राहू नये. कारण तेथे कोणत्या क्षणी काय होईल काही सांगता येत नाही. अशा ठिकाणापेक्षा एखाद्या दरीत जाऊन राहिलेले चांगले.

यातून तुकोबांना कशाप्रकारचे 'गाव' अभिप्रेत होते ते समजते. त्यासाठी कशा प्रकारचे पाईक हवे आहेत तेच ते सांगत होते.

तीनशे वर्षांनंतर महाराष्ट्रदेशी एक नवे चित्र साकारले जात होते. त्यात तुकोबांच्या काव्याचे रंग होते हे कोणी विसरता कामा नये...

इतिहासाचार्य राजवाडे जरी, 'संताळ्यांच्या उपदेशानें महाराष्ट्रांत नवीन जोम आला म्हणून न्यायमूर्ति रानडे म्हणतात; तो खरा प्रकार नसून समर्थांनीं काढलेल्या नवीन रामदासी पंथाच्या उपदेशानें तो चमत्कार घडून आलेला आहे...' असे म्हणत असले, तरी इतिहास असा आहे की, तुकोबा जेव्हा आपल्या अभंगवाणीने मावळी मने घडवित होते, 'मऊ मेणाहून आम्ही विष्णुदास । कठिण वज्रास भेदू ऐसें ।।' किंवा आमच्या काळजात मायबापाचे प्रेम आहे; पण प्रसंग आलाच तर शत्रूहून भयंकर घातपातही करू शकतो 'मायबापाहूनि बहु मायावंत । करूं घातपात शत्रुहूनि ।।' अशा अभंगांतून मराठी माणसाचे आत्मभान जागृत करीत होते; तेव्हा समर्थ रामदास स्वामींनी वयाच्या ३६व्या वर्षी कृष्णाकाठी आदिलशाही मुलखात येऊन नुकताच धर्मकार्यारंभ केला होता. तो काळ १६४४चा. शिवराय त्या आधी दोन-तीन वर्षे मावळात आले होते. स्वराज्यस्थापनेच्या दृष्टीने ते पावले उचलीत होते. तेव्हा त्याआधी महाराष्ट्रभूमीच्या अभ्युदयाला कारणीभूत ठरली, ती वारकरी संतांची शिकवण हे न्यायमूर्ती रानडे यांनी 'राईज ऑफ द मराठा पॉवर'मध्ये मांडलेले मतच ग्राह्य धरणे भाग आहे.

२३. मूळ ओल अंतरींची ।।

सन १६४८.

तुकोबांनी जलदिव्य केले त्याला आता दहा वर्षे झाली होती. तुकोबांनी वयाच्या चाळिशीत पदार्पण केले होते. अवघ्या मावळात त्यांच्या नावाचा डंका होता. आतापावेतो हजारो अभंग त्यांच्या नावावर जमा झाले होते. ती अभंगवाणी लोकगीतांसारखी असंख्य लोकांच्या ओठांवर रुळली होती. लोकप्रिय झाली होती. इतकी की, आता त्या अभंगांची चोरी होऊ लागली होती! काही भामटे तुकोबांच्या अभंगांतील त्यांची नामखूण काढून टाकून ते स्वतःच्या नावावर खपवू लागले होते. सालोमालो हा त्यांतला एक. तो कोण, कुठला याचा ठाव नाही. पण खुद्द तुकोबांनीच तो वाङ्मयचौर्य करीत असल्याचे लिहून ठेवलेले आहे. गाथ्यात 'स्वामींचे अभंगींचें नाव काढून सालोमालो आपुलें नाव घालीत, त्यावर अभंग...' या मथळ्याखाली हे अभंग येतात. त्यांची संख्या आठ आहे. हे पाहता तुकोबांना या प्रकाराची किती चीड येत असेल ते दिसते. ते म्हणतात–

'सालोमालो हरिचे दास । म्हणऊन केला अवघा नास ।।
अवघें बचमंगळ केलें । म्हणती एकाचे आपुलें ।
मोडूनि संतांची वचनें । करिती आपणां भूषणें ।।'

स्वतःला हरीचे दास म्हणवून सालोमालोने सगळा नाश करून ठेवला आहे. दुसऱ्याचे कवित्व आपले म्हणून सांगत अवघा गोंधळ घालून ठेवला आहे. संतांच्या वचनांची मोडतोड करून त्या कविता आपल्याच असे सांगत आहे. 'कालवूनि विष । केला अमृताचा नास ।।' अमृतामध्ये त्याने विष कालवले आहे. असे दुसऱ्याचे शब्दधन स्वतःचे म्हणून मिरविणारे पातकी आचंद्रसूर्य नरकातच खितपत पडल्याशिवाय राहणार नाहीत. –

'उष्टया पत्रावळी करूनियां गोळा । दाखविती कळा कवित्वाची ।।
ऐसे जें पातकी तें नरकीं पचती । जोंवरी भ्रमती चंद्रसूर्य ।।'

तुकोबांना हे सहन होणे शक्यच नव्हते.

'घरोघरीं झाले कवी । नेणे प्रसादाची चवी ।।
लंडा भूषणांची चाड । पुढें न विचारी नाड ।।'

घरोघरी कवींचे पीक आले आहे. पण काव्यगुण कशाला म्हणतात, ते त्यांना माहीत तरी आहे का? उगाच जगात भूषण मिरवण्यासाठी कविता करतात. पण ती स्वतःचीच फसवणूक आहे. या अशा कवींचा त्यांनी 'कवीश्वरांचा तो आम्हांसी विटाळ । प्रसाद वोंगळ चिवडिती ।।' अशा शेलक्या शब्दांत ठिकठिकाणी केलेला धिक्कार पाहता, त्या काळात तुकोबांच्या अभंगांवर डल्ला मारण्याचा धंदा चांगलाच फोफावला होता, असे दिसते. पुढच्या काळात हीच गोष्ट उलटी झाली. म्हणजे इतरांचे अभंग तुकोबांच्या नावावर खपविण्यात आले. गाथ्यात असे अनेक प्रक्षेप आढळले आहेत. यांतून मध्येच कोठे तरी तुकोबांच्या एकंदर सर्व शिकवणीच्या विपरीत विचार येतात. तुकोबांनी ज्याचा निषेध केला आहे, त्याचाच पुरस्कारही केला आहे असे दाखविता येते आणि मग सगळाच गोंधळ उडतो.

हे सारे तुकोबांवर अन्याय करणारेच. कारण अशाच प्रक्षेपित अभंगांतून तुकोबांची प्रतिमा बिघडविण्यात आली आहे.

तुकोबांना या अशा कवड्यांचा मनःपूत त्रास होत होता, तो केवळ कवीच्या अहंकारातून नव्हे. तुकोबांच्या ठायी तसा अहंकार नव्हताही. काव्याचा, शब्दांचा अभिमान मात्र जरूर होता. शब्द हे त्यांचे धन होते, शस्त्र होते, जिवाचे जीवन होते, दैवत होते. त्याची पूजाही ते शब्दानेच करीत होते.

त्या काळीही पोटार्थी कवी नव्हते, असे नव्हे. तुकोबांसाठी मात्र कविता हे पोट भरण्याचे साधन नव्हते.

'काय आता आम्ही पोटचि भरावें । जग चाळवावे भक्त म्हूण ।।'

मान-सन्मान, भूषणांसाठी ते अक्षरांचा श्रम करीत नव्हते.

'अनुभवें आलें अंगा । तें या जगां देतसें ।।
नव्हती हाततुके बोल । मूळ ओल अंतरींची ।।'

आपले अनुभवाचे बोल ते जगाला वाटत होते. ते हाततुके-पोकळ नव्हते. अंतरीच्या जिव्हाळ्यातून आलेले ते ज्ञान होते. 'धर्माचे पाळण' आणि 'पाषांड खंडण' हे त्याचे काम होते. आणि नैतिकता हे त्याचे स्वाभाविक अंग होते.

आणि त्यामुळेच त्या कवित्वाला 'शिकल्या शब्दाचे उत्पादितो ज्ञान' अशी निव्वळ पुस्तकपंडितीकळा नव्हती. त्यात अभ्यास होताच; पण त्याहून अधिक रोकडा जीवनानुभव होता. ज्ञानेश्वरांनी ज्ञानेश्वरीत २२ वेळा 'मऱ्हाटाची बोलु' असे

ज्या अर्थाने म्हटलेले आहे; तो स्पष्ट, उघडावागडा रांगडेपणा त्यात होता. गीतेचा मंत्रगीता हा अभंगरूप अनुवाद करणारे तुकोबा अभिजनांच्या अभिरुचीला तोषविल अशी शिष्ट काव्यरचना नक्कीच करू शकत होते. परंतु त्यांनी प्रकट होण्यास निवडली ती लोकभाषा. लोकांच्या उन्नतीचे तत्वज्ञान मांडायचे, तर ते लोकांच्याच बोलभाषेत हे त्यामागचे साधे कारण होते.

आत्मोन्नतीप्रमाणेच समाजोन्नतीची तळमळ, सत्य-असत्याशी ग्वाही केलेले मन, जीवनाचा उत्कट अनुभव यांतून उतरलेली ही भावकविता. 'कन्या सासुऱ्याशी जाये । मागे परतोनि पाहे । तैसे जाले माझ्या जीवां । केव्हा भेटसी केशवा ।।' अशी आर्त वेदना ती कधी व्यक्त करीत होती, तर कधी 'नभोमय झालें जळ । एकीं सकळ हरपलें ।।' किंवा 'आकाश मंडप पृथिवी आसन । रमे तेथे मन क्रीडा करी ।।' असा पारलौकिकाला स्पर्श करीत होती. कधी ती 'न देखोनि कांहीं । म्यां पाहिलें सकळही ।।' अशी दिव्यत्वाच्या अनुभूतीला कवेत घेत होती, कधी 'बोल बोलतां सोपे वाटें । करणी करितां टीर कांपे ।।' अशी थेट अनुभवाला भीडत होती, तर कधी सरळ 'माझे लेखी देव मेला । असो त्याला असेल ।।' असा थेट विद्रोही पवित्रा घेत होती.

हे सारे अभंग म्हणजे तुकोबांचे आत्मवृत्तच. त्यातून त्यांच्या स्वभावाचा अंदाज सहजच लावता येतो. आणि सांगता येते, की आयुष्यभर अस्मानी, सुलतानी आणि सनातनी छळवाद सोसूनही तुकोबांमध्ये छानशी विनोदबुद्धी सदा शाबूत होती.

'हीनवर बीजवर दोघी त्या गडणी । अखंड कहाणी संसाराची ।।
माझे पति बहु लहान चि आहे । खेळावया जाय पोरांसवें ।।
माझें दुःख जरी ऐकशील सई । म्हातारा तो बाई खोकतसे ।।
खेळे सांजवरी बाहेरी तो राहे । वाट मी पाहें सेजेवरी ।।
पूर्व पुण्य माझें नाही वा नीट । बहु होती कष्ट सांगो कांही ।।
जवळ मी जातें अंगा अंग लावूं । नेदी जवळ येऊ कांटाळतो ।।
पूर्व सुकृताचा हा चि बाई ठेवा । तुका म्हणे देवा काय बोलू ।।'

हा अभंग म्हणजे जणू एखादा विनोदी नाट्यप्रवेशच. (या अभंगातील 'नीट' हा शब्द मध्येच हलकासा धक्का देऊन जातो. हा इंग्रजी शब्द. तो तुकोबांच्या अभंगात कसा आला, तो प्रक्षेप तर नाही; असा प्रश्न सहजच पडतो. लेखी इंग्रजीत 'नीट' या शब्दाचा पहिला वापर आढळतो, तो १५४२ मध्ये. मग मराठीत तो कसा रुळला? तर ते तसे नसून, मराठीतला 'नीट' हा शब्द आला आहे कानडी 'नेट्टगे'मधून. यात मौज इतकीच की, मराठी आणि इंग्रजीत हा शब्द एकाच अर्थाने वापरला जातो. असो.)

तुकोबांचा असाच एक मिश्कील अभंग आहे. ढाल आणि तलवारीमुळे दोन्ही

हात गुंतले आहेत. आता मी कसा लढू, असे विचारणाऱ्या शेंदाड शिपायाबद्दलचा हा अभंग

'ढाल तरवारें गुंतले हें कर । म्हणे मी झुंजार कैसा झुंजों ।।
पाटी पडदाळे सिले टोप ओझें । हें तों झालें दुजें मरणमूळ ।।
बैसविलें मलक येणें अश्वावरी । धांवूं पळूं तरी कैसा आतां ।।
असोनि उपाय म्हणे हें अपाय । म्हणे हायहाय काय करूं ।।
तुका म्हणे हा तों स्वयें परब्रह्म । मूर्ख नेणे वर्म संतचरण ।।'

एका विनोदी प्रसंगाला तुकोबा शेवटच्या ओळीत कलाटणी देऊन सर्व कविता कशी उंचावर नेतात, हे येथे पाहण्यासारखे आहे.

'तेलणीशीं रूसला वेडा । रागें कोरडें खातो भिडा ।।', 'शेजारणीच्या गेली रागें । कुतऱ्यांनीं घर भरिलें मागें ।', 'सुगरणीबाई थिता नास केला । गूळ तो घातला भाजीमध्यें । क्षीरीमध्यें हिंग दुधामध्यें बोळ । थितेंचि वोंगळ नाश केला ।।' अशा विविध अभंगांतून, 'वसणे थिल्लरी । बेडूक सागरा धिक्कारी ।।' अशा ओळींतून तुकोबांचा उपहास, त्यांची विनोदबुद्धी लख्खपणे प्रकट होते. 'बरें देवा कुणबी केलों । नाहीं तर दंभें असतो मेलों ।।' हा त्यांच्या टोकदार उपहासाचा उत्तम मासला.

लोकांना असे चिमटे काढता काढता कधी मात्र ते अतिशय संतापतात. अगदी शिव्याच घालतात. सज्जनांचा अपमान करणारे निंदक ते रोजच पाहात होते. त्यांच्याविषयी भावना व्यक्त करण्यास शिवीशिवाय अन्य कोणता पर्याय असणार? तुकोबा म्हणतात, 'तुका म्हणे नाहीं संतांची मर्यादा । निंदे तोचि निंदा मायझवा ।।'

त्यांच्या अशा शिव्यांतून त्यांचा देवही सुटलेला नाही.

'बरें आम्हां कळों आलें देवपण । आतां गुज कोण राखे तुझें ।'

तुझे देवपण काय आहे ते आता आम्हांला समजले आहे. तुझे ते गुपित आता आम्ही राखणार नाही.

'निलाजिरा तुज नाहीं याति कुळ । चोरटा शिंदळ ठावा मज ।...
गाढव कुतरा ऐसा मज ठावा । बईल तूं देवा भारवाही ।।...'

देवाला चोरटा, शिंदळ, गाढव ठरवूनच ते थांबत नाहीत. एके ठिकाणी ते म्हणतात–

'कान्होबा तू आलगट । नाही लाज बहु धीट । पाहिलें वाईट । बोलोनियां वोखटें ।।'

'परि तूं न संडिसी खोडी । करिसी केली घडीघडी । पाडिसी रोकडी । तुटी माये आम्हांसी ।।'

तुकोबा एवढ्यावरच थांबत नाहीत. या अभंगात ते पुढे म्हणतात-

'तूं ठायींचा गोवळ । अविचारी अनर्गळ । चोरटा शिंदळ । ऐसा पिटूं डांगोरा ।।'

'जरी तुझी आई । आम्ही घालूं सर्वा ठायी । तुका म्हणे तेंही । तुज वाटे भूषण ।।'

पण या कोणा गुंड, दुर्जनाच्या शिव्या नाहीत. भाषेचे हे एक आड-वळणच म्हणावे लागेल, की अनेकदा तेथे शिव्यांमधून प्रेम वाहत असते. शिष्ट अभिरुचीला हे मानवणारे नसले, तरी तुकोबा ज्या जनसामान्यांशी बोलतात, त्यांना ही भाषिक कळा चांगलीच अवगत आहे. कीर्तनांतील अभंगांत म्हणा वा तमाशातील गणगवळणीत म्हणा, देवाला शिव्या घातल्या म्हणून कधी या जनसामान्यांच्या भावना दुखावल्या नाहीत. कारण शब्दांमागचा भाव कळण्याची क्षमता त्यांच्यात होती. आज मात्र धार्मिक अतिरेक्यांचा दहशतवाद एवढा वाढला आहे की, तुकोबांच्या अशा अभंगांना काळे फासण्यापर्यंत त्यांची मजल जाऊ शकते.

वस्तुतः तुकोबांचे अभंग म्हणजे लोकांसाठी लोकांच्या भाषेत रचलेल्या लोककविताच आहेत. उत्कट, उत्स्फूर्त, आत्मनिष्ठ, ओजस्वी. करुणा, जिव्हाळा, तळमळ अशा भावनाशील. अंतरीची ओल असणाऱ्या. आणि म्हणूनच सुंदर. त्या जनसामान्यांच्या ओठांवर रुळल्या. सुसंस्कृतांच्या काळजाला भिडल्या.

हे अभंग आणि त्यांचा झरा जेथून वाहत होता, ते होते तुकोबांचे जीवन. यामुळे या महाकवीला आता जनमान्यता मिळाली होती. ते लोकप्रिय झाले होते. त्यामुळे एक झाले. त्यांचा उघडपणे होणारा छळ थांबला. पण अजूनही त्यांचे विरोधक मनातून धुमसतच होते. तुकोबाही ते जाणून होते. -

'पतिव्रतेची कीर्ति वाखाणितां । शिंदळीच्या माथां तिडिक उठे ।।
आमुचें तों आहे सहज बोलणें । नाहीं विचारून केले कोणीं ।।
अंगे उणें बैसे त्याच्या टाळक्यांत । तेणें ठिणग्या बहुत गाळीतसे ।।
तुका म्हणे आम्हीं काय करणें त्यासी । धका खवंदासी लागतसे ।।'

आम्ही जे बोलतो, ते सहज बोलतो. आधी कुणाचा विचार करून बोलत नाही. पण पतिव्रतेची स्तुती केलेली ऐकून छिनालीच्या मस्तकाला तिडीक उठते. त्याचप्रमाणे ज्याच्या अंगात दोष आहेत, त्याला आमचे बोलणे टाळक्यात हाणल्यासारखे

वाटते. त्याच्या डोळ्यांतून ठिणग्या उडतात. साहजिकच आहे ना. अंगाच्या खवंदाला (क्षतांना) धक्का लागला की, दुखणारच. त्याला आम्ही काय करणार?

तुकोबा आपले काम तर थांबवू शकत नव्हते.

'लावूनि कोलित । माझा करितील घात ।।' ही भयशंका मनात असूनही तुकोबा समाजोन्नतीचे कार्य करीतच होते...

२४. त्या शोंकें मेदिनी फुटो पाहे...

तो काळ मोठा धामधुमीचा होता.

शिवरायांचे स्वराज्यकारण जोमाने सुरू झाले होते. तोरण्यावरील ताबा, १६४५ मध्ये जावळीत केलेली चंद्ररावाची स्थापना, त्याच्या पुढच्याच वर्षी बाबाजी बिन भिकाजी गुजरास दिलेली शिक्षा...

हा खेडेबारे तरफेतील रांजे गावचा मुकादम. कोण्या महिलेवर त्याने हात टाकला. या गुन्ह्यासाठी शिवरायांनी त्याचे हात-पाय कलम केले. असा न्याय मावळ मुलखात बहुधा कधी झालाच नव्हता. त्या एका घटनेने अवघ्या मावळी मनांवरील काळोखाचा पडदा झिरझिरीत झाला होता.

मावळ खोऱ्यात हवापालट होत होता. मनोवृत्ती बदलत होत्या. आता मावळे गडी कोणा आदिलशाही वा निजामशाही जहागिरदाराच्या लष्करात पोटासाठी चाकरी करीत नव्हते. ते शहाजीपुत्र शिवरायांच्या सैन्यात पाईक म्हणून भरती होत होते. त्यांच्या ओठांवर पाइकीचे अभंग होते आणि डोळ्यांत आपल्या राज्याचे स्वप्न...

या सगळ्याच्या केंद्रस्थानी होता पुणे आणि सुपे परगणा. देहू याच सुपे परगण्यातले, हवेली तरफेतले. हा मुलूख आदिलशाहीतला. १६४४ मध्ये आदिलशाहीने तो शहाजीराजांकडून काढून घेऊन खंडोजी आणि बाजी घोरपड्यांकडे सोपविला. पुढे दोन वर्षांत तो पुन्हा शहाजींकडे आला. राजांच्या वतीने तेथील कारभार शिवरायांकडे आला होता.

आता देहूवर सत्ता शिवरायांची होती.

तुकोबांचे जीवन म्हणजे रात्रंदिन युद्धाचा प्रसंग. पण या काळात त्यांच्या लौकिक जगण्याला निचितीचा किंचित स्पर्श झाला असावा.

पत्नी जिजाई, महादेव आणि विठोबा ही मुले, काशी, भागिरथी आणि गंगा या मुली, बंधू कान्होबा, त्याची पत्नी... तुकोबांचा संसारगाडा तसा व्यवस्थित सुरू होता. तुकोबांनी तिन्ही मुलींचे विवाह लावून दिले होते. त्यांचे व्याही होते मोझे, गाडे, जांभोलीकर. यांतील मोझे लोहगावचे शेटेमहाजन, गाडे येलवाडीचे शेटेपाटील. जांभोलीकरांकडेही विपुल शेतजमीन. सगळी सुस्थळे. आपल्या सांसारिक जबाबदाऱ्या

तुकोबा उत्तम रितीने निभावत होते, हेच यातून दिसते. त्याला कान्होबाही दुजोरा देतात. तुकोबा म्हणजे आमची 'आंधळ्याची काठी',आमचे 'पांघरूण'... 'मायबाप निमाल्यावरी । घातले भावाचे आभारी ।।' मायबापांनी मरताना आम्हास ज्याच्या पदरी घातले असा तो भाऊ, अशा शब्दांत कान्होबांनी तुकोबांचे त्यांच्या जीवनातील स्थान अधोरेखित केले आहे. 'मायबाप निमाल्यावरी' या अभंगातच आपले घर 'नांदते' होते, असे कान्होबा सांगून जातात. याचा अर्थ स्पष्ट आहे. तुकोबांच्या आयुष्यातील हा प्रापंचिक स्थैर्याचा काळ होता...

पण त्यांच्या मनातील उलघाल मात्र सुरूच होती.

देवाचा शोध कोणत्याही तऱ्हेने घेता येत नाही हे त्यांना येथवर कळून चुकले होते. मनावर एक उदासीनतेची छाया पसरली होती. ते म्हणतात,

'शोधितांची न ये । म्हणोनि वोळगतों पाय ।।
आता दिसो नये जना । ऐसें करा नारायणा ।।'

देवा, तुझा शोध घेता येत नाही. म्हणून तुझ्याच पायावर मस्तक ठेवतो. आता एकच करा, मी कोणाला दिसू नये असे करा. 'म्हणवितों दास । परि मी असें उदास ।।' अशी त्यांची मनःस्थिती होती. रोजचे जगणे सुरू होते. 'दळी कांडीं लोकां ऐसे । परि मी नसें तें ठायीं ।।' इतरांप्रमाणेच दळण-कांडण असे लोकव्यवहार ते करीत होते. पण त्यांचे मन त्यात रमत नव्हते.

पण तुकोबांच्या विरोधकांना त्यांच्या या वृत्तीशी काय देणे घेणे?'चंदनाच्या वासे धरितील नाक ।' असे ते लोक. तुकोबांना हे अजूनही समजत नव्हते की, आपले चित्त शुद्ध असूनही हे लोक निंदा का करीत आहेत? 'तुका म्हणे माझें चित्त शुद्ध होतें । तरी कां निंदितें जन मज ।।'

पण हे केवळ निंदेवरच थांबणारे नव्हते. 'निंदी कोणी मारी । वंदी कोणी पूजा करी ।।'-कोणी वंदितो, कोणी पूजा करतो हा अनुभव जसा तुकोबांचा; तसाच कोणी निंदा करतो, कोणी मारहाण करतो हाही अनुभव त्यांचाच. यावर ते जरी 'मज हेंही नाहीं तेंही नाहीं । वेगळा दोहींपासूनि' असे म्हणत असले, तरी हे लोक कधीतरी आपणांस मार्गातून दूर करणार हे भय त्यांच्या मनात होते. तुकोबा स्पष्टपणे ही भीती बोलून दाखवतात.

'लावूनि कोलित । माझा करितील घात ।।
ऐसें बहुतांचे संधी । सापडलों खोळेमधीं ।।
पाहतील उणें । तेथें देती अनुमोदनें ।।'

हे दुष्ट लोक पेटलेले कोलीत लावून माझा घात करतील. अशा लोकांच्या तावडीत मी सापडलो आहे. माझ्यात काही उणे दिसले रे दिसले की, त्याचा डांगोरा पिटतील. जगजाहीर करतील. घात करणारांना अनुमोदन देतील.

येथे प्रश्न असा येतो की, या घात करू पाहणाऱ्यांना तेव्हा शिवरायांची जरब नव्हती?

धर्मसत्ता आणि राजसत्ता यांच्यात धर्मसत्तेचे पारडे जड असण्याचा तो काळ. त्या काळाच्या संदर्भात खरे तर हा प्रश्नच गैरलागू ठरतो. तुकोबांना छळणारे लोक सनातन वैदिक धर्माचेच तर पालन करीत होते. या धर्ममार्तंडांचा हात पकडण्याचे बळ अद्याप शिवरायांच्या बाहूत आले नव्हते. तशात नेमक्या त्याच काळात त्यांच्यासमोर एक नवेच संकट उभे ठाकले होते.

२५ जुलै १६४८ रोजी आदिलशहाने शहाजीराजांना कैद करविले. त्यानंतर बंगळुरूवर हल्ला करण्यास फर्हादखानास आणि शिवरायांविरुद्ध फतहखानला पाठविले.

पाच-सहा वर्षांचे स्वराज्य, अठरा वर्षांचे शिवराय आणि दोन-तीन हजारांपर्यंतची त्यांची फौज यांचा हा कसोटीचा काळ.

पण शिवरायांनी फतह मिळवला. १६४८च्या बहुधा ऑक्टोबर, नोव्हेंबरमध्ये त्यांनी फतहखानचा पराभव केला. आता शहाजीराजांची सुटका बाकी होती. शिवाजीराजांनी अवघी मुत्सद्दीगिरी पणाला लावली आणि अखेर आदिलशहाने १६ मे १६४९ रोजी शहाजीराजांना बंधमुक्त केले.

अशा प्रकारे जुलै १६४८ ते मे १६४९ या काळात शिवाजीराजे पूर्णतः युद्ध आणि राजकारणात गुंतलेले होते. त्यानंतरही त्याच वर्षी स्वराज्यावर आणखी एक संकट चालून येणार होते. ते म्हणजे अफझलखानाचे. १६४९मध्ये जावळीवर स्वारी करण्याची त्याची योजना होती. तो बेत तडीस गेला नाही. पण शिवाजीराजांना मात्र त्यात नाहक गुंतून पडावे लागले.

या सर्व धामधुमीत एके दिवशी अचानक इंद्रायणीच्या तीरावरून जिजाईंचा हंबरडा ऐकू आला. पोटात बाळ असलेली ती माता आक्रंदत होती. तुकयाबंधू कान्होबा शोकाने वेडेपिसे झाले होते. बाजूला मुले आक्रंदन करीत होती. त्या शोकाने पृथ्वी फुटते की काय, असे वाटत होते.

'दुःखें दुभागलें हृदयसंपुष्ट । गहिंवरें कंठ दाटताहे ।।
ऐसें काय केलें सुमित्रा सखया । दिलें टाकोनियां वनामाजीं ।।
आक्रंदती बाळें करूणावचनीं । त्या शोंकें मेदिनी फुटो पाहे ।।'

हा शोक, हे दुःख होते तुकोबांच्या नाहीसे होण्याचे.

फाल्गुन वद्य द्वितीया. शके १५७१. सन १६४९.

त्या वर्षी या मितीला शिमग्याचा सण होता. देहूत धुळवड साजरी केली जात होती आणि त्याच दिवशी तुकोबा अचानक गायब झाले होते. त्यांचे प्रयाण झाले होते.

शोकसंतप्त कान्होबा म्हणत होते,

'कान्हा म्हणे तुझ्या वियोगें पोरटीं । झालों दे रे भेटी बंधुराया ।।'

तुकोबा, तुझ्या जाण्याने आम्ही पोरके झालो आहोत रे. बंधुराया, परत ये रे.

विठ्ठला, तूच तो घरभेदी आहेस. तुझ्यामुळेच मी माझा भाऊ गमावला आहे. तुझ्या पाया पडतो मी.

'घरभेद्या येथें आहे तें सुकानु । धरितों कवळून पाय दोन्ही ।।'

आता माझ्या भावाला पुन्हा भेटव, त्याशिवाय मी हे पाय सोडणार नाही.

'तुकयाबंधु म्हणे करील भेटी भावा । सोडीन तेधवां या विठ्ठला ।।'

तुझ्या भक्ती-मुक्तीला, ब्रह्मज्ञानाला आग लागो. तू माझ्या भावाला लवकर आणून दे. नाहीतर पांडुरंगा, त्याची हत्या तुझ्या माथी लागेल.

'भुक्ति मुक्ति तुझें जळो ब्रह्मज्ञान । दे माझ्या आणोन भावा वेगीं ।।...
तुकयाबंधु म्हणे पहा हो नाहीं तरी । हत्या होईल शिरीं पांडुरंगा ।।'

माझ्या भावाला पुन्हा भेटवले नाहीस, तर तुझ्या चिंधड्या करीन. काय समजतोस काय स्वतःस तू?

'धींद धींद तुझ्या करीन चिंधड्या । ऐंसें काय वेड्या जाणितलें ।।'

कान्होबा शोकसंतापाने देवाला शिव्या घालत होते. रडत होते. तुकोबांना पुन्हा भेटवा म्हणून विनवित होते. अनाचार संपवा म्हणत होते.

'असोनियां माल खरा । किती केल्या येरझारा ।
धरणेंही दिवस तेरा । माझ्या भावें घेतलें ।।
अझून तरी इतुक्यावरी । चुकवीं अनाचार हरी ।
तुकयाबंधु म्हणे उरीं । नाहीं तरी नुरे कांहीं ।।'

ते म्हणत होते, तुकोबा संतसज्जन. परंतु त्यांना खूप त्रास सहन करावा लागला. तेरा दिवस धरणे धरावे लागले. जलदिव्य करावे लागले. पण इतके होऊनही अनाचार संपलेला नाही. तो संपव. नाही तर या उरात तुझ्याबद्दल काहीच राहणार नाही.

कान्होबा कोणत्या अनाचाराबद्दल बोलताहेत हे समजण्यास मार्ग नाही. पण एक खरे की, पांडुरंगाने विमान पाठवून तुकोबांना सदेह वैकुंठाला नेले या कथेबद्दल ते बोलत नव्हते...

२५. मरण माझे मरोन गेले...

सके १५७१ वीरोधींना शंवछरे शीमगा वद्य द्वीतीया : वार सोमवार. ते दीवसीं: प्राथ:काळी: तुकोबांनी: तीर्थास प्रयाण केले: शुभ भवतु: मंगळं

देहू येथे देहूकरांच्या पूजेतील अभंगांच्या वहीतील हा उल्लेख सांगतो, की तो दिवस होता फाल्गुन वद्य द्वितीयेचा. शके १५७१. सन १६४९. वार सोमवार. (अभ्यासकांच्या मते-शनिवार.)

आदल्या दिवशी होळीचा सण साजरा झाला होता. दुसरा दिवस धुळवडीचा. सकाळी अवघे देहू त्यात रंगले असतानाच हे आक्रीत घडले होते. तुकोबा 'आद्रश' झाले होते.

इंद्रायणीतीरी शोकसागर दाटून आला होता. तुकयाबंधू कान्होबांची छाती फुटून आली होती. तुकोबांची तिशी-पस्तिशीतली पत्नी जिजाई तेव्हा गर्भवती होती. तिच्या शोकाला पारावार नव्हता. महादेव, विठोबा ही मुले आक्रंदत होती.

तुकोबांचे काय झाले हे मात्र कोणालाच समजत नव्हते.

'आता दिसो नये जना । ऐसें करा नारायणा ।।' असे तुकोबा म्हणत होते, हे खरे. संतांना ते विनवित होते की, त्या वैकुंठाच्या राण्याला सांगा, की तुकोबाला लवकर घेऊन जा.-'तुका म्हणे मज आठवा । मूळ लौकरी पाठवा ।।' हेही खरे. पण ही भावना का आजचीच होती?

'अंतरींची ज्योती प्रकाशली दीप्ति । मुळींची जें होती आच्छादिली ।।'

हृदयातील ज्ञानदिवा प्रकाशल्यानंतर होणारा 'तेथीचा आनंद' ब्रह्मांडातही न मावणारा. त्या आनंदाच्या डोही बुडण्याची आस त्यांना नित्य लागलेली होती. पुढे तर-आपणच अवघ्या विश्वात भरून राहिलो आहोत. 'अणुरेणुया थोकडा', अणुरेणूंहून सूक्ष्म झालो आहोत आणि त्याच वेळी आकाशाएवढे विशाल झालो आहोत. आपले मरणच आता मरून गेले आहे. कारण आपुल्या मरणाचा अनुपम्य सोहळा आपण आपल्याच डोळ्यांनी पाहिला आहे, अशा आध्यात्मिक मनोवस्थेपर्यंत येवून ठेपल्यानंतर माहेराला जाण्याची ओढ मनी बाळगूनच ते नित्याचे व्यवहार करीत होते.

'पैल आले हरि ।' किंवा 'पाहुणे घरासी । आजी आले हृषीकेशी ।।' असे उन्मनी अवस्थेतील भास तर त्यांनी सांगून ठेवले आहेत.

पण भासच ते. त्या शिमग्याच्या दिवशी ते खरे ठरले होते काय?

गाथ्यात 'स्वामींनीं काया ब्रह्म केली ते अभंग' असा २४ अभंगांचा गट येतो. त्यातून परंपरेने काढलेला अर्थ आपल्यासमोर आहे, की त्या दिवशी तुकोबांनी सगळी निरवानिरव केली. 'आपुल्या माहेरा जाईन मी आतां । निरोप या संतां हाती आला ।।' असे सर्वांना सांगितले. ते इंद्रायणीवर आले. पलीकडच्या काठावर खुद्द शंखचक्रगदापद्मधारी पंढरीचा राणा आला होता. संगे गरुड होता. विठ्ठलाने त्यांना हात धरून विमानी बसविले.

मग काही दिवसांनी तुकोबांचे पत्र आले, की 'वाराणसीपर्यंत असों सुखरूप । सांगावा निरोप संतांसी हा ।। येथूनियां आम्हां जाणें निजधामा । सवें असे आम्हां गरूड हा ।।'

या सर्व अभंगांमधून तुकोबा स्वतःच सांगताना दिसतात, की 'हाती धरोनियां देवें नेला तुका ।' पुढे ते म्हणतात, 'आता नाहीं तुका । पुन्हा हारपला या लोकां ।।' त्याही पुढे जाऊन ते स्वतःच सांगतात, की 'अंतकाळी विठो आम्हांसी पावला । कुडीसहीत झाला गुप्त तुका ।।' त्यानंतरच्या अभंगात ते म्हणतात, 'तुका बैसला विमानी । संत पाहाती लोचनी ।।' आणि मग त्यांचे पत्र येते, की आम्ही वाराणसीपर्यंत सुखरूप पोचलो आहोत.

स्वतः विमानात बसल्यानंतर, कुडीसहीत गुप्त झाल्यानंतर तुकोबांनी हे अभंग लिहून ठेवले, असे ज्यांना समजायचे त्यांनी खुशाल समजावे. परंतु एक तर ते अभंग नंतर कोणी घुसडून दिले असणार किंवा तो तुकोबांच्या मनीचा अनुभव असणार. याशिवाय त्याची संगती लावता येत नाही.

नवल याचेच, की तुकयाबंधू कान्होबा याबद्दल काहीच बोलत नाहीत.

त्यांनी एकच धोशा लावलेला होता, की माझ्या भावाला भेटवा. तुकोबांना किती छळ सोसावा लागला याचे वर्णन करतानाच, 'अझून तरी इतुक्यावरी । चुकवीं अनाचार हरी ।' असे ते म्हणत होते. हे अनाचार कोणते, कधीचे, ते कोण करीत होते; याबद्दल त्यांचे अभंग मूक आहेत. परंतु कान्होबा विठ्ठलाशी भांडताना म्हणत आहेत, '... पहा हो नाहीं तरी । हत्या होईल शिरीं पांडुरंगा ।।' माझ्या भावाला परत आणून दे, नाही तर त्याची हत्या तुझ्या माथी लागेल!

तुकोबांचे अकस्मात जाणे हे कान्होबांना अनाचारासारखे वाटत आहे. हे विचित्र आहे. देवाच्या विमानात बसून वैकुंठाला आपला बंधू गेला ही एवढी लोकांत अभिमानाने मिरवायची बाब. तो अनाचार असे त्यांना वाटत असेल, तर

भाग वेगळा. पण तुकोबांच्या सदेह वैकुंठ प्रयाणाबद्दल ते कुठेच काही बोलत नाहीत.

संत बहिणाबाई या त्या काळी देहूतच होत्या. त्याही वैकुंठगमनाच्या सोहळ्याबाबत काहीच बोलत नाहीत. बहिणाबाईंनी आपल्या आयुष्यातील सर्व महत्त्वाच्या घडामोडींबद्दल लिहून ठेवले आहे. तुकाराम हे तर त्यांचे गुरू. पण त्यांच्या आयुष्यातील या एवढ्या महत्त्वाच्य घटनेबद्दल आपल्या गाथ्यात त्या एवढेच नोंदवितात, की 'तुकारामा तंव देखतां देखत । आलें अकस्मात मृत्युरूप ।।'

तुकारामपुत्र नारायणबाबा (जे तुकोबांच्या मृत्युसमयी जिजाईंच्या पोटात होते) ते १७०४ साली दुसऱ्या शिवाजीस दिलेल्या माहितीत एवढेच सांगतात, की 'तुकोबा गोसावी देहू येथें भगवत् कथा करतां आद्रश जाले हे गोष्टी विख्यात आहे.'

पण पुढे महिपतीबाबा, कचेश्वरभट्ट ब्रह्मे, एवढेच नव्हे तर तुकोबांचे समकालीन रामेश्वरभट्ट; हे सगळे तुकोबांनी 'कुडी सायोज्जीं नेली', ते विमानात बसून सदेह वैकुंठी गेले, असे सांगताना दिसतात. म्हणजे त्या समयी तेथे उपस्थित नसणारी मंडळी (यांत रामेश्वरभट्ट हेही आले. वा. सी. बेंद्रे यांच्यानुसार ते त्या वेळी देहूत नव्हते.) या अशा कथा सांगत असताना कान्होबा, बहिणाबाई हे तेव्हा देहूतच असणारे मात्र त्यांना अजिबात दुजोरा देत नाहीत.

तेव्हा प्रश्न असा येतो, की मग तुकोबांचे नेमके काय झाले?

ते देहूकर नागरिकांच्या समक्ष चित्रपट वा चित्रांत दाखवितात तसे विमानात बसून वैकुंठाला गेले, कुडीसह अकस्मात गुप्त झाले. काही चरित्रकार सांगतात त्याप्रमाणे इंद्रायणीत त्यांनी जलसमाधी घेतली. इतिहासाचार्य राजवाडे म्हणतात त्याप्रमाणे ते म्हातारपणी मरण पावले आणि त्यांचे पार्थिव लाकडी विमानात ठेवून स्मशानात नेण्यात आले, की वयाच्या अवघ्या ४१व्या वर्षी धुळवडीच्या त्या दिवशी त्यांची हत्या झाली?

गेल्या शतकापासून हा महाराष्ट्रातील एक मोठा वादविषय आहे. अनेक वारकऱ्यांची श्रद्धा, तुकोबांच्या काही चरित्रकारांचे मत सदेह वैकुंठगमनाच्या बाजूचे आहे. तर पांडुरंग कवडे, सुदाम सावरकर, तसेच डॉ. आ. ह. साळुंखे यांच्यासारख्या अभ्यासकांनी तुकोबांची हत्या झाल्याचे दाखवून दिले आहे. 'लावूनि कोलीत । माझा करितील घात ।।' ही तुकोबांच्या मनीची भयशंका सनातनी वैदिकांनी खरी करून दाखविली आणि मग आपले पापकर्म उजेडात येऊ नये म्हणून त्यांनी वैकुंठगमनाची कथा रचून पसरवली, असे त्यांचे म्हणणे आहे.

तुकोबांच्या जिवावर उठलेली मंडळी तेव्हा होती हे खरे. 'निंदी कोणी मारी । वंदी कोणी पूजा करी ।।' या ओळीतून तुकोबा स्वतःच सांगत आहेत की, कोणी

निंदा करते, कोणी वंदन करते, कोणी पूजा करते आणि कोणी मारते. त्यांचा छळ करणारे केवळ सनातनी वैदिक ब्राह्मणच होते, असे मानायचे कारण नाही. कीर्तनात येऊन दंगा करणारे, तुकोबांबद्दल अपप्रचार करणारे अतिरेकी धर्मवादी लोकही तेथे होते. खुद्द कान्होबाही 'तुकयाबंधु म्हणे बोकड मातलें । न विचारी आपुलें तोंडी मुतें ।।' किंवा 'मद्यपी तो पुरा अधम यातीचा । तया उपदेशाचा राग वायां ।।' असे सांगत तुकोबांच्या विरोधकांकडे बोट दाखवत आहेत.

येथे प्रश्न असा येतो, की शिवरायांच्या राजवटीत हे होऊच कसे शकले? त्यांनी याची दखल घेतली कशी नाही? पण एकतर तेव्हा स्वराज्य स्थापनेची धामधूम चाललेली होती. आदल्या वर्षी हे स्वराज्यच संकटात सापडले होते. शहाजीराजांना कैद झाली होती आणि शिवरायांवर फतहखान चालून आला होता. ते संकट त्यांनी परतवून लावले; पण अजून शहाजीराजांची सुटका व्हायची होती. अर्थात तुकोबांची हत्या ही काही लहान घटना नव्हे. तेव्हा शिवरायांनी त्याकडे लक्ष दिले नसते का, असा सवाल येतोच. पण मग तुकोबांचे वैकुंठगमन हीसुद्धा जगावेगळीच घटना. तिची दखलही त्यांनी घ्यायला हवी होती. तर तसे काही घडल्याचे पुरावे नाहीत.

एकंदर ठोस पुरावे कशाचेही नाहीत. ना वैकुंठगमनाचे, ना हत्येचे. श्रद्धा किंवा अभ्यासपूर्ण तर्क हीच त्याच्या निर्णयाची साधने. यात ठामपणे सांगता येते ते एवढेच, की तुकोबा अचानक नाहीसे झाले. देहासह नाहीसे झाले.

पण तुकोबांसारख्या व्यक्तींना मृत्यू नसतो. त्यांचे मरण कधीच मेलेले असते. 'मरण माझे मरोन गेले । मज केले अमर ।।' असे तुकोबा म्हणतात ते किती खरे आहे!...

२६. करविली तैसीं केली कटकट!

तुकोबा : एक युगपुरूष : अजरामर संत-कवी.

ते गेले म्हणून संपले नाहीत. विचार असे संपत नसतात. त्यांचे काव्य अ-भंग होते. ते अ-भंगच राहिले. मराठी भाषेला ललामभूत झाले.

तुकोबांची कविता रांगडी. सह्याद्रीच्या डोंगरासारखी. खडबडीत. पण आपल्या कड्याकपारींमध्ये अर्थांची कितीतरी आभाळं सामावून घेणारी. तरीही साधी, सरळ आणि थेट. कोणताही आडपडदा नसलेली. मराठी मातीतल्या संज्ञा, संकल्पना, संस्कारांनी सजलेली. मनाला भिडणारी. आपल्याच मनातले बोलणारी. म्हणूनच ती येथील अवकाशात भरून राहिली. बोलीतून उगविलेली ही कविता बोलीचा भाग झाली. या अभंगांतील ओळी किती सहजतेने आज मराठी भाषकांच्या ओठांवर रुळल्या आहेत.

'येथे पाहिजे जातीचे'; 'लोकां सांगे ब्रह्मज्ञान, आपण कोरडा पाषाण'; 'सुख पाहता जवापाडे, दुःख पर्वताएवढे'; 'बोले तैसा चाले, त्याची वंदावी पाऊले'; 'बोलाचिच कढी, बोलाचाचि भात'; 'शुद्ध बीजापोटी फळे रसाळगोमटी'; 'पोट लागले पाठीशी हिंडवी ते देशोदेशी'; 'चणे खावे लोखंडाचे'; 'नाही निर्मळ जीवन, काय करीत साबण'; 'महापुरे झाडे जाती'; 'आले देवाचिया मना'; 'माझिये जातीचे मज भेटो कोणी'; 'मोले घातले रडाया'; 'मन करा रे प्रसन्न'; 'मढ्यापाशी करूणा गेली'... किती वाक्प्रचार, किती सुभाषिते... ही शब्दांची रत्ने देऊन तुकोबांनी मराठीला खरोखरच श्रीमंत केले.

केशवकुमारांनी एका विडंबन कवितेत 'आम्हांस वगळा गतप्रभ जणू होतील तारांगणे', असा मराठीतल्या सालोमालो-कवींचा उपहास केला आहे. परंतु तुकोबांनी केलेला हा 'अक्षरांचा श्रम'मराठी भाषेतून वगळला, तर खरोखरच या भाषेचे तारांगण ओकेबोके वाटेल. ही तिची ताकद आहे.

परंतु ही शक्ती केवळ शाब्दिक रचनेतूनच येत नसते. तशी रचना म्हणजे 'अनुभवावाचून सोंग संपादणी'. अशी 'वांझेने दाविले गऱ्हवार लक्षण । चिरगुटे घालून वाथयाला ।।' पोटाला चिंध्या गुंडाळून गर्भारपणाचे लक्षण मिरविणारी-कविता

मराठीत मोप आहे. तुकोबांच्या शब्दांची थोरवी ही की, त्यामागे अनुभवातून आलेली शहाणीव होती. प्रचंड नैतिक ताकद होती. ही ताकद आली होती 'सत्यासाठी माझी शब्दविवंचना' या बाण्यातून. तिला जोड होती माणुसकी या कालातीत मूल्याची. सनातनी वैदिक धर्माशी केवळ तुकोबांचाच नव्हे, तर तमाम वारकरी संतांचा आणि त्यांच्या भक्तिपरंपरेचा संघर्ष झाला तो या मूल्याच्या जपणुकीपायी. संत हे काही जात्युच्छेदक निबंध लिहित नव्हते. ते त्यांना अभिप्रेतही नव्हते. त्यांचे म्हणणे साधेच होते की,

'उंच नीच काही नेणे भगवंत । तिष्ठे भावभक्ती देखोनियां ।।'

हा भगवंत 'सजन कसाया विकू लागे मांस' असे तुकोबा गाथ्यातून सांगतात किंवा 'महाराशी शिवे कोपे ब्राह्मण तो नव्हे । तया प्रायश्चित्त काही देहत्याग करिता नाही ।।' असे स्पष्ट बजावून 'वर्णअभिमाने कोण झाले पावन' असा सवाल करतात, तेव्हा त्यातील विचार निव्वळ आध्यात्मिक असूच शकत नाही. सनातनी वैदिकांचा विरोध होता तो त्याला. 'शूद्र' तुकोबा गेले म्हणून तो विरोध संपला नव्हता.

वस्तुतः '... आणि क्काय सांगू माऊली तुम्हांला, पाहता पाहता तुकोब्बाराय असे विमानात बसून सदेह वैकुंठगमनाला गेले,' असे कीर्तनकारांनी सांगावे आणि आपल्यासारख्या भोळ्या-भाबड्यांनी टाळावर टाळ हाणत मान डोलवावी. हे गेल्या कित्येक वर्षांपासून चालत आलेले आहे. हा झाला आपल्या श्रद्धेचा भाग. पण त्यापलीकडे जाऊन समोर येणारे तर्कही कधीतरी समजून घेतले पाहिजेत.

तुकोबांच्या निर्याणानंतरच्या काळात देहूतील वातावरण कसे असेल?

म्हणजे आपल्या गावातील एका विठ्ठलभक्ताला वैकुंठाला नेण्यासाठी प्रत्यक्ष भगवान विष्णूने खास विमान पाठविले म्हटल्यावर त्याच्या कुटुंबीयांना तेथे केवढा मान आला असेल! जिजाई, कान्होबा, तुकोबांची मुले यांना लोकांनी किती डोक्यावर घेतले असेल! देहूतील पुढाऱ्यांनी नक्कीच 'श्री तुकोबा माऊली स्मारक समिती' स्थापन केली असेल!

प्रत्यक्षात तुकोबा गेल्यानंतर त्यांच्या कुटुंबीयांना देहू सोडून जावे लागले. जिजाईंना आपल्या दोन्ही मुलांसह माहेरी निघून जावे लागले. तुकोबांचे बंधू कान्होबाही गाव सोडून गेले. तेही त्यांच्या कुटुंबीयांच्या मालकीची शेतीवाडी गावात असताना. 'माझें बुडविलें घर । लेकरें बाळें दारोदार । लाविलीं काहार । तारातीर करोनि ।।' हे कान्होबांचे उद्गार आहेत. तुकोबांकडची काही जमीनही नंतर मंबाजीने बळकावली. पुढे सुमारे वीसेक वर्षांनी तुकोबांच्या मुलांनी देहूत जाऊन मंबाजीशी लढून तो तुकडा परत मिळवला, असा इतिहास सांगण्यात येतो.

याचा अर्थ स्पष्ट आहे. तुकोबांना हयातीत विरोध झाला. वयाच्या अवघ्या ४१व्या वर्षी त्यांना 'मृत्युरूप' आल्यानंतर त्यांच्या कुटुंबीयांनाही छळ सोसावा लागला. एवढेच नव्हे, तर पुढेही, अगदी कालपर्यंत या महाराष्ट्रातील सनातनी वैदिक धर्मानुयायांकडून तुकोबांचा द्वेष केला जात होता.

'सुज्ञ शिवाजी राजा न म्हणे तुकयासी काय साधू निका
तत्पंडित प्रधाना न कळे गुण समज फार आधुनिका'

ही मोरोपंतांची आर्या. ती दुसऱ्या बाजीराव पेशव्यास उद्देशून लिहिली आहे. हा बाजीराव कसा, तर 'त्यांचें अर्धें आयुष्य उपासतापास, जपध्यान, पाठप्रार्थना आणि यात्रा यांत व स्नानसंख्यास पूजाअर्चा, होमहवन यांत जातें' असा. तो मोठा वैदिक धर्मानुयायी. त्यामुळे तुकारामांचे अभंग म्हणजे 'शूद्रकवन', तेव्हा त्यांवर बंदी घालावी, असे त्याचे मत होते. त्यावर मोरोपंत पराडकरांनी उपहासाने हे म्हटले आहे की, शिवाजींसारखा सुज्ञ राजा ज्या तुकोबांना खरा साधू मानतो, आणि त्यांच्या पंडित पेशव्याला मात्र तुकोबांचे गुण कळत नाहीत. किती आधुनिक समज आहे त्याची! याच बाजीराव पेशव्याच्या मनात तुकारामांबद्दल एवढी अढी, की त्याने देहूत असलेल्या तुकोबांच्या अभंगांच्या काही वह्या मागून नेल्या आणि त्या नष्ट केल्या. असेच दुसरे उदाहरण आहे श्रीवर्धन येथील. तेथील देशकुलकर्णी कर्णिक यांच्या दप्तरांत सापडलेल्या एका पत्रातून तुकोबांबाबत सनातन्यांच्या मनात कसा द्वेष होता हे समजते. हे पत्र १८०७ मधील आहे. श्रीवर्धन येथील देवळात कथेप्रसंगी 'कासीनाथ गोसावी व त्याचे बंधू बापाजी' या कथेकऱ्याने तुकाराम तुकाराम असे म्हणावयास सांगितले, तेव्हा तेथील सनातन्यांचे पित्त खवळले. ते म्हणाले, 'आम्ही ब्राह्मण असता तुकाराम वाणगट असता आम्हास भज्यन करावयासी सांगता त्यास आम्ही करणार नाही.' त्यावरून वाद झाला आणि प्रकरण हाणामारीपर्यंत आले. ही हकिकत इतिहासाचार्य राजवाडे यांच्या 'शंभर वर्षांपूर्वी तुकाराम बोवा देहूकर यांच्या योग्यतेबद्दल तंटा' या शीर्षकाच्या लेखातली. ही उदाहरणे सुटी नाहीत. ती एका माळेतील आहेत. तिचा एक पदर हरिजनांच्या प्रवेशामुळे पंढरीचा विठ्ठल बाटणार म्हणून आधीच मूर्तीतील सत्त्व एका घागरीत काढून घेणाऱ्या आणि त्यानंतर विठ्ठल मंदिरात पायही न ठेवणाऱ्या सनातनी वैदिकांपर्यंत पोचतो आहे.

तुकोबांच्या अभंगांवर पोसलेल्या मराठी मातीत हा सनातनी विचार वाढतो आहे. वारकरी संप्रदायातील काही मुखंडच त्याला खतपाणी घालत आहेत. परिणामी 'भेदाभेद भ्रम अमंगळ' वाढत चालला आहे. भक्तिमार्गाने ईश्वरप्राप्ती, त्यात मध्ये कोणत्याही दलालाची आवश्यकता नाही ही तुकोबांची शिकवण बाजूला सारत पुन्हा

अवघा समाज कर्मकांडे, तीर्थयात्रा नि सत्संगांच्या सोहळ्यांकडे वळविला जात आहे. वस्तुतः वारकरी संप्रदाय ही हिंदू धर्मातील सुधारणावादी चळवळ. परंतु 'उभ्या बाजारात कथा' आणून 'कीर्तनाचा विकरा' करणाऱ्या पोटभरूंनी वारकरी संतांना चमत्कार करणाऱ्या बाबाबुवांच्या पंगतीत आणून बसविले आणि अवघा बट्ट्याबोळ केला.

खरे तर 'गणोबा विक्राळ लाडू मोदकांचा काळ' अशा प्रकारे क्षुद्र देवतांची संभावना करणारे, 'उदकीं कालवी शेण मलमूत्र । तो होय पवित्र कासयानें ।।' असा सवाल करीत आजच्या गोभक्तांनाही झिणझिण्या आणणारे, 'अंतरीं पापाच्या कोडी । वरी वरी बोडी डोई दाढी ।।' असे म्हणत तथाकथित 'संतां'ना लाथाडणारे, 'नवसे कन्यापुत्र होती । तरी कां करणे लागे पती ।।' असा बुद्धिनिष्ठ सवाल करणारे तुकोबा ही खरी मराठी माणसाची संस्कृती आहे. तो खरा मराठी बाणा आहे. संतांनी तो जागविला म्हणून शतकांच्या अंधारातून सतराव्या शतकात येथे शिवरायांसारखा सूर्य उगवला.

संतांचे नाव घेत मराठी माणसाला पुन्हा सनातनी शृंखलांत अडकवू पाहणाऱ्या तथाकथित वारकरी मुखंडांना, असा हा तुकोबा नकोच आहे. आपल्या अभंगांतून सामाजिक नैतिकतेचा, बंडखोरीचा आदर्श घालून देणारा तुकोबा या पुरातनाच्या पूजकांना नकोसा असला, तरी समाज-संस्कृतीचा गाडा व्यवस्थित चालावा यासाठी हाच तुकोबा आवश्यक आहे. त्यांचे खरे चरित्र, खरी प्रतिमा समजून घेणे आवश्यक आहे.

आपण येथे तसा प्रयत्न केला. तुकोबांच्या शब्दांत या प्रयत्नांबद्दल बोलायचे झाल्यास एवढेच म्हणता येईल,

'करविली तैसीं केली कटकट ।
वाकडें कीं नीट देव जाणें ।।'

रामदास विनवी

समर्थ साधक

१. ऐसी विचाराची कामे

या सदराची मांडणी रामदासांच्या संतपणावर बेतलेली नाही. त्यांनी जे काही लिहिले, सांगितले, त्यातील सामाजिक आशय, त्याची प्रचलित काळातही असलेली विलक्षण उपयुक्तता समजावून सांगणे आणि जाता जाता जमेल तितके 'शहाणे करून सोडावे सकल जन' हा या पाक्षिक सदराचा उद्देश असेल...

समर्थ साधक । ३ जानेवारी, २०१६

सर्वप्रथम 'लोकसत्ता' संपादकांचे आभार. समर्थ रामदासांच्या वाङ्मयाविषयी आजच्या वातावरणात सदर छापणे हे तसे धाष्ट्र्यचेच. त्यांनी हे धाडस दाखवले याबद्दल समस्त वाङ्मयप्रेमींच्या वतीने पुन्हा एकदा मनापासून आभार.

वरील परिच्छेदात सदर स्तंभाच्या संदर्भात 'रामदासांचे वाङ्मय' असा उल्लेख आहे. ती चूक नाही. याचे कारण रामायण असेल वा महाभारत वा अन्य काही- त्यांच्याकडे उत्तम वाङ्मय या दृष्टिकोनातून पाहणे ही काळाची गरज आहे असे सदरहू लेखकास वाटते. जगातील या उत्कृष्ट वाङ्मयास देवत्वाच्या महिरपीत बसवले गेल्याने भारतीय म्हणून आपले मोठे सामाजिक नुकसान झाले आहे. या देवत्वाच्या महिरपीने काही विशिष्ट वर्ग, त्या विशिष्ट वर्गातील काही विशिष्ट वर्णीय यांनीच त्याची दखल घेतली. अन्य मोठा वर्ग या वाङ्मयापासून लांब राहिला. अलीकडच्या काळात या आणि अशा वाङ्मयाभोवती जातीयवाद्यांनी कडेच निर्माण केले. त्यामुळे या सर्वाचा आनंद घेणे अनेकांना जमले नाही.

समर्थ रामदासांविषयीदेखील असेच घडत आले आहे. त्यांना काही विशिष्ट जातीपातींच्या चौकटीत खिळे ठोकून घट्ट बसवून ठेवण्यात आल्यामुळे त्यांच्या वाङ्मयाचा आस्वाद घेणे मोठ्या वर्गासाठी दुरापास्त होऊन बसले. हा प्रश्न नुसत्या काव्यशास्त्रविनोदाचा असता, तर त्याची इतकी तमा बाळगावी असे काही नाही. परंतु या वाङ्मयाच्या परिशीलनाने जे काही शहाणपण येऊ शकते, किंवा जो काही बोध घेता आला असता, त्यास हा मोठा समाज मुकला. हे आपले नुकसान आहेच; परंतु महाराष्ट्रातील विद्यमान जातीय चष्म्यातून पाहण्याच्या या सवयीमुळे ज्यांनी या

वाङ्मयाकडे पाठ फिरवली, त्यांचेही हे मोठे नुकसान आहे. उदाहरणार्थ, 'साहेब कामासी नाही गेला, साहेब कोण म्हणेल त्याला?' हा रामदासांचा प्रश्न हा प्रचलित अर्थाने सेक्युलरच ठरत नाही काय? किंवा 'असोनिया व्यथा । पथ्य न करी सर्वथा' हे त्यांचे म्हणणे आणि पथ्य न करणाऱ्यास मूर्ख ठरवणे, हे काही केवळ ब्राह्मणांनाच लागू होते असे मानावयाचे काय? तेव्हा आजची नवीन पिढी जुन्यांच्या या संकुचितपणाचा त्याग करून रामदासांच्या वाङ्मयाचा आस्वाद घेऊ शकेल असे प्रस्तुत लेखकास वाटते. त्यामुळे या सदराची मांडणी रामदासांच्या संतपणावर बेतलेली नाही. त्यांनी जे काही लिहिले, सांगितले, त्यातील सामाजिक आशय, त्याची प्रचलित काळातही असलेली विलक्षण उपयुक्तता समजावून सांगणे आणि जाता जाता जमेल तितके 'शहाणे करून सोडावे सकल जन' हा या सदराचा उद्देश असेल.

रामदासच का?

प्रारंभीच्या लेखात प्रथम 'रामदासच का?' या प्रश्नाचा ऊहापोह करावा लागेल. तो करण्यासाठी त्या वेळचा महाराष्ट्र कसा होता याचा आढावा घेणे आवश्यक ठरते. एका वाक्यात सांगावयाचे, तर त्या वेळचा महाराष्ट्र हा निश्चेष्ट होऊन मृतवत बनलेला एक थंड गोळा होता. त्यामागील कारण- त्या वेळची परिस्थिती आणि ती घडवणारा इतिहास. महाराष्ट्र हा ख्रिस्तपूर्व चौथ्या शतकापासून अनुक्रमे सातवाहन, वाकाटक, चालुक्य आणि राष्ट्रकूट या राजवटींचा भाग होता. काही काळ मौर्यांनीही महाराष्ट्रास घडवले. गौतमीपुत्र सतकर्णी याची राजवट त्या काळी विशेष उल्लेखनीय ठरली. सहाव्या आणि आठव्या शतकात पुढे चालुक्यांची सत्ताही महत्त्वाची ठरली. पुढील दोन शतके-म्हणजे दहाव्या शतकापर्यंत राष्ट्रकूटांनी महाराष्ट्रास आकार दिला. अरब प्रवासी सुलेमान याने त्या वेळी राष्ट्रकूट राजवटीचे वर्णन जगातील चार महत्त्वाच्या आणि बलाढ्य राजवटींतील एक असे केले होते. यावरून त्या राजवटीचे श्रेष्ठत्व वाचकांना लक्षात येईल. नंतर अकरावे आणि बारावे शतक महाराष्ट्रावर चालुक्य आणि चोला यांची सत्ता गाजवून गेले. दख्खनच्या पठारासाठी त्या काळात या दोन राजवटींत अनेक युद्धे लढली गेली.

पुढे गाजली ती यादव राजवट. तुंगभद्रेपासून नर्मदेपर्यंत विशाल टापूस कवेत घेणारी. आजचे उत्तर कर्नाटक, महाराष्ट्र आणि मध्य प्रदेशचा काही भाग असा त्यांच्या अंमलाखालील टापू होता. त्यांची राजधानी होती देवगिरी... म्हणजेच आजचे दौलताबाद. या राजवटीचा अस्त झाला आणि महाराष्ट्र इस्लामी राज्यकर्त्यांच्या ताब्यात गेला. संत ज्ञानेश्वरांची समाधी १२९६ सालातील. त्याआधी दोन वर्षे तुर्की सुलतान अल्लाउद्दिन खिलजी याने देवगिरी काबीज केले. पुढे १३०३ साली खिलजी याने चितोड या विद्यमान राजस्थानातील संस्थानावर हल्ला केला. चौदाव्या शतकाच्या

सुरुवातीस देवगिरीचा अंमल संपुष्टात आलादेखील. हे संदर्भ देण्याचा उद्देश या काळात दक्षिण भारत कसकसा परकीय राजवटींच्या जोखडाखाली येऊ लागला, हा आहे. त्यामुळे समाजतेज हळूहळू लोप पावत गेले आणि संपूर्ण परिसर जीवनरसाअभावी शुष्क होऊ लागला.

यास अपवाद काय, तो भागवत धर्म म्हणतात त्याचा. या भागवत धर्माच्या संत-महंतांमुळे महाराष्ट्रात धर्मरक्षण झाले. अन्यथा हिंदू वाचलेच नसते. तुर्की, मोगल आदींच्या झुंडीच्या झुंडी महाराष्ट्रावर चालून येत असताना मान खाली घालून का असेना, जनता तगून राहिली ती या संतपरंपरेमुळे. महाराष्ट्र संपूर्णपणे यवनी अमलाखाली येत असताना संत नामदेव यांचे १३५० साली वयाच्या ऐंशीव्या वर्षी निधन झाले. त्या सुमारास मुक्ताबाई, सेना न्हावी, चोखामेळा, एकनाथ, भानुदास अशी एक उज्ज्वल संतपरंपरा त्या काळाने पाहिली. वारकरी संप्रदाय म्हणून ओळखल्या जाणाऱ्या दिव्य परंपरेचे हे सर्व अध्वर्यू. या सर्वांनी प्रजेच्या जगण्याच्या आशा पल्लवित ठेवल्या. परकीय आक्रमणाचा वरवंटा फिरत असताना या संतमंडळींच्या वाङ्मयाने परिसरास बांधून ठेवले. परंतु एका अर्थाने या सर्वांची शिकवण ही बहुश: पारमार्थिक होती.

चांगले वागावे, पुण्यसंचय करावा आणि अखेर ईश्वरचरणी विलीन होऊन देहाचे सोने करावे आणि असे केल्याने स्वर्गप्राप्ती होते, अशा प्रकारे आयुष्य कारणी लावावे, असे हे संत सांगत होते. हे सर्व टिकून राहण्यासाठी उत्तम होते. परंतु टिकल्यानंतर ताठ मानेने जगावयास सुरुवात करावयाची असेल, तर शिकवणीचा सूर बदलण्याची गरज होती. ती समर्थ रामदास आणि संत तुकाराम या जोडगोळीने पूर्ण केली. 'ठकासी व्हावे ठक' असे सांगणारे रामदास आणि 'नाठाळाच्या माथी हाणू काठी' असे म्हणणारे संत तुकाराम म्हणूनच वेगळे ठरतात. अत्यंत व्यवहारवादी, शरीर आणि शारीर बलसंगोपन, भौतिक सुख, कुटुंबव्यवस्था, संपत्तीनिर्मिती, व्यवस्थापन, राजकारण, बुद्धी आणि भावना यांतील द्वंद्व आदी आधुनिक काळातही महत्त्वाच्या वाटाव्यात अशा अनेक मुद्द्यांवर समर्थ रामदासांनी सुरेख मार्गदर्शन करून ठेवले आहे. पुढील काळात या स्तंभातून त्याचा ऊहापोह केला जाईल. वाचकांना ते सर्व आजही 'कंटेम्पररी' वाटेल यात शंका नाही.

२. आळस उदास नागवणा

गत स्तंभात आपण देहाच्या सुदृढतेचे महत्त्व पाहिले. देह सुदृढ ठेवायचा, कारण तो तसा असेल तरच इतरांच्या कामी अधिक सक्षमतेने येऊ शकतो. देहाचा स्वार्थ साधायचा, कारण परमार्थ चांगल्या पद्धतीने साधता येतो. तेव्हा अशा तऱ्हेने नरदेह सांभाळायचा. अशा सांभाळलेल्या नरदेहाचा मग-

प्रपंच करावा नेटका । पहावा परमार्थ विवेक ।
जेणेकरिता उभय लोक । संतुष्ट होती ।।

म्हणजे प्रपंच उत्तम करायचा. उगाच आपले संसार, नैमित्तिक कर्तव्य सोडून 'देव देव' करीत हिंडावयाचे नाही. उत्तम तऱ्हेने देहाचा प्रतिपाळ करावयाचा आणि त्यातला क्रियाशील काळ हा सत्कारणी लावावयाचा. तो कोणता? समर्थ सांगतात-

शत वरूषे वय नेमिले । त्यांत बाळंतपण नेणता गेले ।
तारुण्य अवघे वेचले । विषयांकडे ।।

खरी मेख आहे ती हे समजून घेण्यात. बाळपणी काहीच करता येत नाही. कारण देहाचा आणि बुद्धीचा विकास झालेला नसतो. तारुण्यात तो झालेला असतो, तर विविध विषयांची गोडी मनी उत्पन्न होऊन देह वैषयिकतेत रमतो. याची जाणीव होईपर्यंतच म्हातारपण येते. तेव्हा अशा तऱ्हेने सर्व करून करून भागलेला आणि आता काहीही न करता येणारा देह मग 'देव देव' करू लागतो. तेव्हा ही अध्यात्माची वा पारमार्थिकाची कास काही स्वेच्छेने धरलेली असते असे नव्हे. परमार्थाची इच्छा वृद्धत्वात उचंबळून येते, कारण अन्य काही करता येत नाही म्हणून. तेव्हा हा काही खरा परमार्थ नाही. ज्याप्रमाणे आपणास उपयोग नाही म्हणून इतरांस दिलेल्या चीजवस्तूस दान म्हणता येत नाही, त्याप्रमाणे दुसरे काही जमत नाही म्हणून 'देव देव' करू लागलेल्याला पारमार्थिक म्हणता येत नाही.

म्हणून शरीरात काही करावयाची धमक असतानाच इतरांचे भले करण्याची कास धरावयास हवी. परंतु तरुणपणी काही भले करायची इच्छा नसते. विवेक

नसतो. आणि असलाच, तर तसे काही सत्कर्म करण्यास आळस आडवा येतो. म्हणून रामदास म्हणतात- आळस उदास नागवणा. तो टाळायला हवा. तो टाळून जेवढे काही साध्य करता येईल ते करावे. पण हे वाटते तितके सोपे नाही. याचे कारण रामदासांच्या मते, आळसाचे फळ रोकडे असते. दणकून जेवावे आणि हातपाय ताणून निद्रादेवीच्या अधीन व्हावे, यात जे काही सुख आहे ते अवर्णनीय. भल्याभल्यांना त्याचा मोह सुटत नाही. या संदर्भात व्यवस्थापन महाविद्यालयांत शिकविले गेलेले एक उदाहरण येथे समयोचित ठरावे. वेळेचे व्यवस्थापन याचे महत्त्व शिकविताना अध्यापक म्हणाले होते-'प्रत्येकास एकदा आरामाची संधी मिळते. अभ्यास आदी उपाधींकडे दुर्लक्ष करून आधी आराम केल्यास आयुष्याच्या उत्तरार्धात कष्ट पडतील. तथापि आधी कष्ट केलेत, तर उत्तरार्ध अधिक चांगला आणि आरामदायी जाईल.' समर्थ रामदास नेमके हेच सांगतात. कसे, ते पाहा...

आळसाचें फळ रोकडें । जांभया देऊन निद्रा पडे ।
सुख म्हणोन आवडे । आळसी लोकां ।।
साक्षेप करितां कष्टती । परंतु पुढें सुरवाडती ।
खाती जेविती सुखी होती । येत्नेंकरूनी ।।
आळस उदास नागवणा । आळस प्रेत्नबुडवणा ।
आळसें करंटपणाच्या खुणा । प्रगट होती ।।
म्हणौन आळस नसावा । तरीच पाविजे वैभवा ।
अरत्रीं परत्रीं जीवा । समाधान ।।

म्हणजे आळसाचा त्याग केल्यास आयुष्याच्या दोन्ही टप्प्यांवर अरत्री आणि परत्री समाधान प्राप्त होते. हा असा आळस टाकून झडझडून काम करणाऱ्या व्यक्ती ओळखायच्या कशा? त्यांची दिनचर्या असतेतरी कशी? किंवा कशी असायला हवी?

प्रात:काळी उठावें । कांहीं पाठांतर करावे ।
येथानशक्ती आठवावें । सर्वोत्तमासी ।।
मग दिशेकडे जावें । जे कोणासिच नव्हे ठावें ।
शौच्य आच्मन करावें । निर्मळ जळें ।।

आता यातील दिशेकडे जाणेची गरज बहुतांस लागणार नाही. कारण बऱ्याच घरी आता स्वच्छतागृहे आली आहेत. परंतु त्यामागील मथितार्थ जाणून घेण्याची गरज आजही आहे.

कांहीं फळाहार घ्यावा । मग संसारधंदा करावा ।
सुशब्दें राजी राखावा । सकळ लोक ।।

अंघोळपांघोळ झाल्यावर फलाहार आदी घेऊन कामास लागावे. काम कोणतेही असो, सुशब्दे जनांस राजी राखणे कोणालाही अवघड नसते. किती साधी गोष्ट! रामदास म्हणतात–

पेरिले ते उगवते । बोलिल्यासारखे उत्तर येते ।
मग कटू बोलणे । काय निमित्ये ।।

म्हणजे तुम्ही जसे बोलाल तसे समोरून उत्तर येईल. मग कटू का बोलावे? तेव्हा अशा सुशब्दांनी आसपासच्या जनांना राजी राखून आपापल्या उद्योगास लागावे.

ज्या ज्याचा जो व्यापार । तेथें असावे खबर्दार ।

असे रामदास सांगतात. अशी खबरदारी घेतली नाही, तर हातोन चुका होतात आणि स्वत:वर चडफडून मनुष्याची मन:शांती नाहीशी होते. तेव्हा शरीराप्रमाणे बुद्धीचाही आळस दूर करून मनानेही सजग असावे.

चुके ठके विसरे सांडी । आठवण जालियां चर्फडी ।
दुश्चित आळसाची रोकडी । प्रचित पाहा ।।

अशा तऱ्हेने सर्वार्थाने सजग आणि सावधान का राहायचे?

याकारणें सावधान । येकाग्र असावें मन ।
तरी मग जेवितां भोजन । गोड वाटे ।

कारण अशा कष्टांतून व्यतीत केलेला काळ कारणी लागतो आणि त्यातून अतीव समाधान लाभून अन्न गोड लागते. परंतु म्हणून गोड लागलेल्या अन्नावर ताव मारून नंतर हातपाय ताणून देऊन वामकुक्षी करावी असा विचार कोणी करीत असेल, तर तेदेखील योग्य नव्हे. ते का, रामदास सांगतात...

पुढें भोजन जालियांवरी । कांहीं वाची चर्चा करी ।
येकांतीं जाऊन विवरी । नाना ग्रंथ ।
तरीच प्राणी शाहाणा होतो । नाहींतरी मूर्खचि राहातो ।
लोक खाती आपण पाहातो । दैन्यवाणा ।

किती सुलभपणे समर्थ आपणास शहाणे करून सोडतात, ते पाहा. चार घास खाऊन झाल्यावर ग्रंथांच्या सहवासात वेळ घालवून काही शहाणपण प्राप्त करून

घ्यावे- असा त्यांचा सल्ला. ते न केल्यास माणूस मूर्ख राहतो आणि अशा मूर्खावर इतरांना मौज करताना पाहण्याची वेळ येते. म्हणून फालतू गॉसिपिंग आदी गोष्टींत वेळ घालवू नये.

ऐक सदेवपणाचें लक्षण । रिकामा जाऊं नेदी येक क्षण ।
प्रपंचवेवसायाचें ज्ञान । बरें पाहे ।

प्रपंच-व्यवसायाचे ज्ञान मिळवून उत्तमपणे ते कारणी लावावे. असे करून गाठीशी काही मिळवावे.

कांहीं मेळवी मग जेवी । गुंतल्या लोकांसउगवी ।
शरीर कारणीं लावी । कांहीं तरी ।

काही मूढ जनांस हे वाचून प्रश्न पडू शकेल की, हे सारे का करावयाचे? वा हे केल्याने काय होते? या प्रश्नांचे उत्तर समर्थ रामदासांनीच देऊन ठेवले आहे...

'ऐसा जो सर्वसाधक । त्यास कैचा असेल खेद' असे रामदास विचारतात. म्हणजे अशा पद्धतीने ज्याने आपले आयुष्य क्रियाशील कालात सत्कारणी लावले असेल, त्यावर खेद करावयाची वेळ येत नाही. तो समाधान पावतो...

कर्म उपासना आणी ज्ञान । येणे राहे समाधान ।

आयुष्यात अखेर दुसरे काय हवे असते?

३. तरी अन्न मिळेना खायाला

एव्हाना आपणास समर्थ रामदासांच्या प्रयत्नवादाचा परिचय झाला असेल. नीती, नशीब, प्रारब्ध, पूर्वजन्मीचे पाप आदी केवळ निष्क्रियांच्या मुखी शोभणारे शब्दभांडार समर्थवाङ्मयात आढळत नाही. याचे कारण स्वत:चे प्रारब्ध स्वत: घडवावयाचे असते यावर समर्थांचा असलेला विश्वास. माणसाने आपले जीवितकार्य वा जीवनोद्देश ओळखून त्या दिशेने अविरत कार्य करीत राहावे असे रामदास आवर्जून सांगतात. म्हणजे आपल्याकडून प्रयत्न चोख असायला हवेत. त्यात कसूर करणे म्हणजे स्वत:ची फसवणूक.

हे प्रयत्न म्हणजे आपले कर्तव्य करीत राहणे. हे कर्तव्य करणे हीच परमेश्वरसेवा. म्हणजे या प्रयत्नांसाठी घरदार सोडून जपजाप्य करीत बसण्याची गरज नाही. याचाच अर्थ प्रपंच सोडून जाण्याची काहीही गरज नाही. रामदासांचे एक वैशिष्ट्य म्हणजे ते प्रापंचिकाला कोणत्याही टप्प्यावर कमी लेखीत नाहीत. म्हणजे संसार करणारा जो कोणी असेल, तो कमअस्सल आणि सर्वसंगपरित्याग करून 'देव... देव' करीत राहणारा मात्र थोर– असली मांडणी रामदास करीत नाहीत. म्हणूनच ते विचारतात...

प्रपंची खाती जेविती । परमार्थी काये उपवास करिती ।

म्हणजे प्रपंचातल्या जिवांना खाण्यास अन्न लागते. पण परमार्थी काय सतत उपाशी असतात की काय, असा बिनतोड प्रश्न रामदास विचारतात.

आधी प्रपंच करावा नेटका । मग घ्यावे परमार्थविवेका ।

असे त्यांचे स्पष्ट मत आहे.

प्रपंच सोडून परमार्थ कराल । तेणे तुम्ही कष्टी व्हाल ॥
प्रपंच परमार्थ चालवाल । तर तुम्ही विवेकी ॥

म्हणजे हे दोन्ही जमावयास हवे. आणि मुख्य म्हणजे हे दोन्ही एकमेकांपासून वेगळे आहे हे रामदासांना मान्य नाही.

प्रपंच सोडून परमार्थ केला । तरी अन्न मिळेना खायाला ।
मग तया करंट्याला । परमार्थ कैचा ।।

त्यांचा दुसरा मुद्दा म्हणजे प्रत्येकाने आपले जे काही जीवनविषयक तत्त्वज्ञान आहे, त्याशी प्रामाणिक रहावयास हवे. हे किती महत्त्वाचे? कारण व्यसनमुक्ती संघटनेचाच पदाधिकारी कोणत्यातरी व्यसनात अडकलेला सापडावा असे आपण पाहतो.

बोलणें येक चालणें येक । त्याचें नांव हीन विवेक ।
येणें करितां सकळ लोक । हांसों लागती ।

म्हणजे बोले तसा चाले असे नसेल, तर अशा व्यक्तींना लोक हसतात. त्यामुळे बोलणे आणि चालणे यांत अंतर असता नये असा रामदासांचा आग्रह असतो. असे अंतर बुजवण्यात जो कोणी यशस्वी होतो, तो महंत म्हणवून घेण्यास पात्र ठरतो. महंत म्हणजे कोणी साधू बैरागी नव्हे; तर ज्याच्याविषयी आदर बाळगावा अशी अधिकारी व्यक्ती.

जैसे बोलणे बोलावे । तसेचि चालणे चालावे ।
मग महंतलीळा स्वभावे । आंगी बाणे ।।

या महंतपणाचीसुद्धा सवय लावावी लागते. म्हणजे मोठेपण कसे मिळवायचे ते समजून घ्यावे लागते. आणि समजून घेतल्यावर त्यासाठी सतत प्रयत्न करीत राहावे लागतात. या प्रयत्नांत कसूर होऊ नये यासाठी अंगी विवेक हवा. कारण हा विवेकच चांगले आणि वाईट यांतील सीमारेषा समजू शकतो. प्रसंगी धोक्याची जाणीव देऊ शकतो. समर्थ रामदासांच्या समग्र वाङ्मयात विवेक या गुणास मोठे महत्त्व आहे. वेगवेगळ्या पातळ्यांवर रामदास या विवेकाची आराधना कशी करावी, ते सांगतात. आणि जे कोणी विवेकहीन असतात त्यांचा रामदास धिक्कार करतात. अशा विवेकहीनांची निंदा करताना ते किती कठोर असतात पहा–

विवेकहीन जे जन । ते जाणावे पशुसमान ।
त्यांचे ऐकता भाषण । परलोक कैचा ।।

म्हणजे अशा व्यक्तींच्या सहवासात असणे हे परलोकसमान– आणि अशा व्यक्ती थेट पशुसमान.

तेव्हा विवेकगुणाच्या आधारे प्रत्येकाने स्वविकास करावा. तसा तो साधावयाचा म्हणजे प्रयत्न करायचे. या प्रयत्नांत कमी झाल्यास मग नशिबास बोल लावावयाची

वेळ येते; ते रामदासांना मंजूर नाही. ते ठामपणे सांगतात– आपण जे काही करतो त्याचेच फळ आपणास मिळते.

बरे आमचे काय गेले । जे केले ते फळास आले ।
पेरिले ते उगवले । भोगिता आता ।।

तेव्हा प्रयत्न करा. जे काही स्वप्न पाहत आहात, ते कष्टसाध्य आहे. ते साध्य होईपर्यंत आरामाचा विचार करू नका. जी काही कीर्ती आपणास मिळणार आहे, ती प्रयत्नांमुळेच. या कीर्तीचा ध्यास असावयास हवा. तो असेल तर त्या कीर्तीसाठी अथक प्रयत्न करीत रहावयालाच हवे. कारण समर्थाच्या मते...

कीर्त करून नाही मेले । ते उगाच आले आणि गेले ।

असे काही न मिळवता जन्माला आले काय आणि गेले काय, दोन्ही सारखेच– असे रामदासांना वाटते. तेव्हा प्रयत्न करावयाच्या वयात प्रत्येकाने प्रयत्न करावेत. जगताना प्रयत्न न करण्याचे बहाणे अनेक असतात, पण त्याकडे दुर्लक्ष करावे. आज करतो, उद्या करतो असे न करता जे काही करावयाचे त्याच्या साधनेस लागावे. हा सल्ला किती महत्त्वाचा ते हल्ली कानावर येणाऱ्या एका शब्दप्रयोगाने लक्षात येईल. 'कधी काय होईल ते सांगता येत नाही!' हे वाक्य हल्ली वारंवार ऐकायला येते. समर्थ रामदास तेच म्हणतात–

राजा असता मृत्यु आला । लक्ष कोटी कबुल झाला ।
तरी सोडिना तयाला । मृत्यु काही ।।

तेव्हा कष्ट करावयाच्या वेळी त्याकडे पाठ फिरवू नये. कारण...
ऐसे हे पराधेन जिणे । यामध्ये दुखणे बहाणे ।

हे सर्व सोडून जो काही काळ हाती राहतो, तो सार्थकी लावणे हे मनुष्याचे कर्तव्य आहे, असे रामदास सांगतात. अशा प्रयत्नांत कोणतीही कमी राहू देणे हे काही शहाणपणाचे लक्षण नाही.

लहानथोर काम काही । केल्यावेगळे होत नाही ।

यावरून त्यांचा कष्टावर किती भर आहे ते कळून येते.

म्हणोन आळस सोडावा । यत्न साक्षेपे जोडावा ।
दुश्चितपणाचा मोडावा । थारा बळे ।।

म्हणजे हे सर्व प्रयत्नसाध्य आहे. शालेय पातळीवरील विद्यार्थ्यांच्या संदर्भात

एक तक्रार पालकांकडून नेहमी कानी येते, ती म्हणजे- पोरगा अभ्यास करीत नाही. हे अभ्यास न करणे रामदासांना मंजूर नाही.

प्रात:काळी उठत जावे । प्रात:स्मरामि करावे ।
नित्य नेमे स्मरावे । पाठांतर ।।

कष्ट... ते शरीराचे असोत वा बुद्धीचे- करायलाच हवेत, ही रामदासांची मसलत. या दोन्हींच्या कष्टांवर त्यांचा भर आहे. नुसतेच दंड-बेटकुळ्या कमावल्या आणि शहाणपण नाही, हे त्यांना जसे मंजूर नाही, तसेच नुसते शहाणपण आहे आणि देह मात्र पाप्याचे पितर हेदेखील त्यांना मान्य नाही. स्वस्थ शरीरातले मनही स्वस्थ असते यावर त्यांचा गाढा विश्वास आहे.

मागील उजळणी पुढे पाठ । नेम धरावा निकट ।
बाष्कळपणाची वटवट । करू नये ।।

किती रोखठोकीचा सल्ला! उगाच बाष्कळ बडबडण्यात आपला वेळ दवडू नये, हे रामदास सांगतात.

सावधानता असावी । नीतिमर्यादा राखावी ।
जनास माने ऐसे करावी । क्रियासिद्धी ।।

अशा तऱ्हेने कष्ट करीत राहत जनास मान्य होईल अशा पद्धतीने आपले क्रियावर्तन करावे. ते करताना आणखी कोणत्या धोक्यांकडे लक्ष द्यायला हवे, ते पुढील भागांत...

४. गर्वगाणे गाऊ नये

कालच्या 'मराठी दिना'च्या निमित्ताने या भाषेस अभिजात भाषेचा दर्जा देण्याचा मुद्दा पुन्हा एकदा उगाळला गेला असेल. असा दर्जा मिळाल्याने सरकारदरबारातून अधिक अनुदान मिळण्याखेरीज नक्की काय होणार, हे अभिजात दर्जावाल्यांनाच ठाऊक. तो मिळेल तेव्हा मिळेल. परंतु या निमित्ताने मराठीच्या भवितव्याचा मुद्दाही चर्चेत चघळला गेला असेल.

भाषा ही त्या व्यक्तीच्या विचारांची निदर्शक असते. याचा अर्थ एखाद्याला स्वच्छपणे सरळ एका भाषेत काही सांगता येत नसेल, तर त्याची विचारप्रक्रिया दोषपूर्ण आहे. या असल्यांच्या विचारप्रक्रियेमुळेच आज आसपास ना धड मराठी, ना इंग्रजी, आणि हिंदी तर नाहीच नाही, अशा अर्धकच्च्या भाषा बोलणारे बरेच दिसतात. अशा मंडळींनी आपली भाषा सुधारावयाची असेल, तर आधी स्वत:च्या विचारप्रक्रियेवर काम करावे आणि ते झाल्यावर भाषेकडे लक्ष द्यावे. या दोन्ही कामांत अशा इच्छुकांना रामदासांचा उपयोग मोठ्या प्रमाणावर होऊ शकतो.

ते कसे, ते पाहण्याआधी भाषेच्या वापराबाबतचा आणखी एक मुद्दा ध्यानात घ्यावयास हवा. तो म्हणजे भाषा ही प्रसंगोपात बदलावयाची असते. महाविद्यालयीन काळात सवंगड्यांसमवेत आपण ज्या भाषेत बोलतो, त्याच भाषेत वाडवडील वा अन्य वडीलधाऱ्यांशी बोलतो काय? नाही. तसेच भाषाही प्रसंगानुसार बदलणे गरजेचे असते. म्हणजेच एखाद्या औपचारिक व्यावसायिक उद्दिष्टांसाठी करावयाचे एखाद्या प्रसंगाचे वर्णन आणि कौटुंबिक सहलींचे वर्णन यांची भाषा एकच असता नये. तसेच या दोघांत गल्लत करूनही चालत नाही. म्हणजे व्यावसायिक कारणांची भाषा ही सहलीच्या वर्णनासाठी वापरणे हास्यास्पद ठरेल. उलट झाल्यासही तसेच होईल. भाषेचा वापर समयोचित कसा करावा, हे समजून घेण्यासाठी त्यामुळेच रामदासांच्या वाङ्मयाचे परिशीलन आवश्यक ठरते.

आता हेच पाहा. मराठी घरांत लोकप्रिय असलेल्या दोन आरत्या समर्थ रामदासांनी लिहिलेल्या आहेत. या दोन्ही कथित देवांची स्वभाववैशिष्ट्ये वेगळी. त्यांचे गुणधर्म वेगळे. ते ध्यानात घेऊन रामदासांनी त्यांचे वर्णन करताना भाषा किती

सहज बदलली आहे, ते पाहा. उदाहरणार्थ, काहीशा लडिवाळ, क्षमाशील, कलासक्त गणपतीचे वर्णन करताना ते म्हणतात-

रत्नखचित फरा तुज गौरीकुमरा
चंदनाची उटी कुमकुमकेशरा
हिरेजडित मुकुट शोभतो बरा
रुणझुणती नूपुरे चरणी घागरीया...

पण तेच रामदास जेव्हा डोक्यात राख घालून घेणाऱ्या गणपतीच्या वडिलांचे वर्णन करतात, तेव्हा लिहितात-

लवथवती विक्राळा ब्रह्मांडी माळा
वीषें कंठ काळा त्रिनेत्रीं ज्वाळा
लावण्यसुंदर मस्तकीं बाळा
तेथुनियां जल निर्मळ वाहे झुळझुळां...

म्हणजे गणपतीचे वर्णन करावयाचे शब्द आणि शंकराच्या वर्णनाची भाषा यांत किती फरक आहे ते पाहा. हेच रामदास जेव्हा देवी भवानीस-

तुझा तु वाढवी राजा
शीघ्र आम्हांसि देखता...

असे शिवाजी महाराजांविषयी म्हणतात, तेव्हा त्यातील आर्तता ही वेगळी असते. ती भाषेतून समोर येते. याच देवीचे वर्णन करताना रामदास म्हणतात-

दुर्गे दुर्घट भारी तुजविण संसारीं
अनाथ नाथे अंबे करुणा विस्तारीं
वारीं वारीं जन्म-मरणातें वारीं
हारीं पडलों आतां संकट निवारीं...

भाषेचे हे वैविध्य शिकण्यासारखेच. एका बाजूला गणपतीचे वर्णन करताना आलेले 'रुणझुणती नूपुरे' यासारखे नादमय शब्द. पण हीच नादमयता कड्यावरून पडणाऱ्या नदीच्या प्रवाहाचे वर्णन जेव्हा रामदास करतात, तेव्हा वेगळी भासते...

गिरीचे मस्तकी गंगा
तेथुनी चालली बळे
धबाबा लोटल्या धारा
धबाबा तोय आदळे...

या वर्णनातून त्या प्रपाताची भव्यता वाचकाच्या डोळ्यांसमोर उभी राहीलच राहील. आपले सर्व लेखन हे रामदासांनी कोणास काही ना काही सांगण्यासाठी, शिकविण्यासाठीच केले. उगाच वेळ जात नाही म्हणून ते कथा-कविता करीत बसले असे झालेले नाही. तरीही त्यांचा मोठेपणा म्हणजे- आपण काही आता तुम्हाला शिकवणार आहोत, असा त्यांचा आविर्भाव कोठेही आढळत नाही. शिकविणाऱ्याला दडपण येता नये आणि शिकणाऱ्याला कंटाळा येता नये, याची काळजी रामदास पुरेपूर घेतात. ही काळजी घ्यायची म्हणजे काय करायचे? तर-

> *मुलाचे चालीने चालावे*
> *मुलाच्या मनोगते बोलावे*
> *तसे जनासि सिकवावे*
> *हळुहळु...*

असे रामदासांचे सांगणे आहे. ते सांगतानाची भाषादेखील पाहा किती समजावण्याची आहे. तीत अभिनिवेश नाही. तो आला की समोरच्याच्या मनात एक प्रकारचा दुरावा तयार होतो. रामदासांना तो टाळायचा आहे. त्यासाठीच ते भाषेला देत असलेले महत्त्व लक्षात घ्यायला हवे. अलीकडे अनेक विद्यार्थी त्यांच्या शिक्षकांविषयी वारंवार तक्रार करीत असतात. बऱ्याचदा त्या तक्रारी रास्तही असतात. कारण विद्यार्थ्यांशी कसे बोलावे, त्यांना आपलेसे कसे करावे, आणि त्यांच्या पातळीवर जाऊन त्यांच्या मनाचा ठाव कसा घ्यावा, हे त्यांना कोणी सांगितलेलेच नसते. अशा शिक्षकांची भाषाही मग त्यामुळे कोरडीठाक असते. तीत ओलावा नसतो. तो कसा आणावयाचा, हे समजून घ्यावयाचे असेल, तर अशांनी रामदास वाचावा.

> *सोपा मंत्र परी नेमस्त*
> *साधे औषध गुणवंत*
> *साधे बोलणे सप्रचीत*
> *तसे माझे...*

समर्थ रामदासांच्यानंतर ३०० वर्षांनी जन्मलेल्या विख्यात संशोधक आइनस्टाइन याचे एक वाक्य आहे. तो म्हणतो, एखाद्याला एखादा विषय सहज-सोप्या भाषेत मांडता येत नसेल, समजावून सांगता येत नसेल, तर त्याला त्या विषयाचे पुरेसे आकलन झालेले नाही असे खुशाल समजावे. रामदासांनी वेगळ्या शब्दांत हीच बाब सतराव्या शतकातच सांगून ठेवलेली आहे. जे आपल्याला सांगावयाचे आहे, त्यावर मुळात आपले प्रेम हवे. ते असल्यास आपल्या विषयाचा सखोल अभ्यास हवा.

आणि त्यानंतर हा अभ्यास प्रकट करणारी साजेशी भाषा हवी. हे नसेल, तर सर्व व्यवहार कंटाळवाणा होतो.

> भक्तीहीन जे कवित्व
> तेचि जाणावे ठोंबे मत
> आवडीहीन वक्तृत्व
> कंटाळवाणे

म्हणजे विषयाचे आकलन हवे आणि तो विषय समजावून सांगणारी साजेशी भाषाही हवी. याखेरीज आणखी एक मुद्दा असा की– एकदा का भाषेवर हुकमत आली, की ती भाषा आपणास हवी तशी वाकवता येते. शब्दांचे फुलोरे मांडता येतात. शब्द वाकवता येतात. आपल्याला हवे तसे तयार करता येतात. ते करण्याचे कौशल्य आणि त्याअभावी होणारी वरवरची कारागिरी यांतील फरक रामदासांच्या लिखाणातून स्पष्ट समजून घेता येतो. आता हेच पाहा–

> खटखट खुंटून टाकावी
> खळखळ खळांसी करावी
> खरे खोटे खवळो नेदावी
> वृत्ती आपली...

त्यांच्या शब्दकळेचा आणखी एक नमुना–

> गर्वगाणे गाउ नये
> गाता गाता गळो नये
> गौप्य गुज गर्जो नये
> गुण गावे

एका बाजूला हे असे लिहिणारे रामदास दुसरीकडे शिवाजी महाराजांच्या राज्याभिषेकाने सद्गदित होतात आणि लिहून जातात...

> त्रैलोक्य चालिला फौजा
> सौख्य बंदी विमोचने
> मोहीम मांडिली मोठी
> आनंदवनभुवनी...

तेव्हा या भाषिक आनंदासाठीतरी आपण दासबोध आणि समर्थांच्या अन्य वाङ्मयाचा आनंद घ्यावा. मराठी भाषा दिनाच्या निमित्ताने इतके जरी आपण करू शकलो, तरी त्यामुळे मराठीचे भले होण्यास मदतच होईल.

५. अक्षरमात्र तितुकें नीट...

या स्तंभातील याआधीच्या लेखात आपण समर्थ रामदासांच्या भाषिक वैविध्याचा आढावा घेतला. त्यांची भाषा विषयानुरूप कशी बदलते, तिचा पोत, तिचे शब्द हे सगळेच बदलण्याची तिची शक्ती विलक्षण लोभस आहे.

भाषेचा आविष्कार दोन प्रकारांनी होतो. बोलणे आणि लिहिणे. बोलताना कसे बोलावे, काय बोलावे, याविषयी रामदास विविध ठिकाणी अनेक मुद्द्यांचे मार्गदर्शन करतात. तो स्वतंत्र लेखाचा विषय आहे. आता येथे आपण आस्वाद घेणार आहोत, तो समर्थ रामदासांच्या लेखनविषयक मार्गदर्शनाचा!

आपण अनेकदा अनुभवले असेल की, बरीच माणसे बोलताना खूप गोंधळलेली असतात. तो गोंधळ त्यांच्या भाषेतून व्यक्त होत असतो. परंतु आपण म्हणतो- त्यांची भाषा खराब आहे वा गोंधळलेली आहे. परंतु वस्तुत: हा गोंधळ त्या व्यक्तीच्या डोक्यातला असतो. तो भाषेतून फक्त समोर येतो. तसेच हे लेखनाबाबतही घडते. अनेक व्यक्ती लिहिताना खूप खाडाखोड करतात, काकपद दाखवून नवीन नवीन शब्द वा वाक्ये त्यात घुसडतात, किंवा सतत आपलेच लिखाण खोडून नव्याने लिहितात. हा जसा भाषिक गोंधळ आहे, तसाच तो वैचारिकदेखील आहे. त्यातील विचारांच्या गोंधळावर समर्थ काय उपाय सुचवतात, त्याचा ऊहापोह आपण स्वतंत्रपणे करू. येथे आपण घेणार आहोत- रामदासांचे लेखन मार्गदर्शन!

संगणकामुळे लिखाणाचे- त्यातही हस्ताक्षराचे महत्त्व आता राहिलेले नाही, असे काही जण म्हणतात. परंतु म्हणून हस्ताक्षर वाईटच असायला हवे, असे तर नव्हे! प्रत्येकावर- तो कितीही संगणक वापरीत असला तरी- कधी ना कधी कागदावर पांढऱ्यावर काळे करावयाची वेळ येणारच. अशा वेळी सुवाच्य अक्षर ही जमेचीच बाजू ठरणार. म्हणून प्रत्येकाने लिहिताना आपले अक्षर चांगलेच येईल याची काळजी घ्यावी असा रामदासांचा सल्ला आहे. लिहिताना असे लिहावे, की काही काळानंतर- म्हणजे वृद्धपणीदेखील- ते वाचावयाची वेळ आल्यास डोळ्यांस दिसावयास हवे.

'बहु बारिक तरुणपणीं । कामा नये म्हातारपणीं ।
मध्यस्त लिहिण्याची करणी । केली पाहिजे ।।'

पण म्हणून अक्षर इतकेही मोठे नको की कागद वाया जाईल. लेखनाची सुरुवात करताना सर्वसाधारण प्रत्येकाचे अक्षर सुंदर असते. निदान वाचनीय तरी असते. परंतु लेखन जसजसे पुढे जाते, तसतसा त्यात कंटाळा येऊ लागतो आणि अक्षर आपली शिस्त सोडून लिहिले जाते. हे बरे नव्हे. रामदास म्हणतात...

'पहिलें अक्षर जें काढिलें । ग्रंथ संपेतों पाहात गेलें ।
येका टांकेंचि लिहिलें । ऐसें वाटे ।।'

याचा अर्थ काही समजावून सांगण्याची गरज नाही. अक्षर असे असावे, की सर्व मजकूर लिहून झाल्यावर तो एकटाकी लिहिलाय की काय असे वाटायला हवे. हे कसे साध्य होणार?

'वाटोळें सरळें मोकळें । वोतलें मसीचें काळें ।
कुळकुळीत वळी चालिल्या ढाळें । मुक्तमाळा जैशा ।।
अक्षरमात्र तितुकें नीट । नेमस्त पस काने नीट ।
आडव्या मात्रा त्याहि नीट । आर्कुलीं वेलांड्या ।।'

हे असे लिहिता आल्यावर सरळ ओळीत लिहावे. अक्षरात गोलाई हवी. काळी कुळकुळीत शाई वापरावी. आणि काना-मात्रा, वेलांट्या, आर्कुल्या वगैरे ठसठशीतपणे, पुरेसे अंतर ठेवून काढाव्यात. एकंदर अक्षर कसे असावे?

'वाटोळें सरळें मोकळें । वोतलें मसीचें काळें ।
कुळकुळीत वळी चालिल्या ढाळें । मुक्तमाळा जैशा ।।'

काळ्या, वाचनीय अक्षरांच्या पानांवरनं चाललेल्या मुक्तमाळाच जणू असे अक्षर असायला हवे. हे प्रयत्नपूर्वक होणारे आहे... म्हणजेच प्रयत्नसाध्य आहे. त्यासाठी रामदासांचा-

'ब्राह्मणे बाळबोध अक्षर । घडसून करावे सुंदर ।
जे पाहताची चतुर । समाधान पावती ।।'

हा सल्ला मोलाचा ठरावा. यातील 'ब्राह्मण' शब्दावर काहींना आक्षेप असू शकेल. रामदासांनी या स्थानी वापरलेला 'ब्राह्मण' हा शब्द जातवाचक नसून व्यवसायवाचक आहे. म्हणजे लेखनादी क्षेत्रात आहेत ते ब्राह्मण. मग ते कोणत्याही जातीचे असोत- अशी रामदासांची मांडणी आहे. तेव्हा या क्षेत्रात वावरणाऱ्यांचे

अक्षर तर सुंदरच हवे. समजा, ते इतरांच्या तुलनेत सुंदर नसले, तरी काही नियम पाळल्यास अशा व्यक्तीने लिहिलेला मजकूर सुंदर नसला, तरी आकर्षक वाटू शकतो. म्हणून रामदास म्हणतात–

'अक्षराचें काळेपण । टांकाचें ठोसरपण।
तसेंचि वळण वांकाण । सारिखेंचि ।।
वोळीस वोळी लागेना । आर्कुली मात्रा भेदीना ।
खालिले वोळीस स्पर्शेना । अथवा लंबाक्षर ।।'

सुंदर काळ्या शाईने लिहावे आणि ओळीस ओळ लागणार नाही अशा बेताने लिखाणाची मांडणी करावी. मध्येच एखादे अक्षर वा शब्द मोठा काढून खालच्या ओळीला लागणार नाही याची काळजी घ्यावी, हे सांगण्यास रामदास विसरत नाहीत. हे सर्व काही अर्थातच लगेच जमणारे नाही. त्यासाठी सातत्यपूर्ण प्रयत्न करावे लागतात. म्हणून...

'ज्याचें वय आहे नूतन । त्यानें ल्याहावें जपोन ।
जनासी पडे मोहन । ऐसें करावें ।।'

म्हणजे अक्षरावर हुकुमत येईपर्यंत नवख्याने जरा जपूनच लिहावे.

पूर्वी हल्लीसारखे लिहिणे आणि पुसून नव्याने लिहिणे हे सोपे नव्हते. आज सर्वच मुबलक असल्याने कागद फाडण्यात वगैरे काही कोणाला कमीपणा वाटत नाही. परंतु त्याकाळची परिस्थिती लक्षात घेता रामदासांचा हा सल्ला महत्त्वाचा ठरतो. त्या वेळी कागद आजच्याइतके मुबलक नव्हते. बरेच लिहिणारे भूर्जपत्रांवर लिहीत किंवा काही बांबूंच्या लगद्यापासून लिहिण्यायोग्य असा भरडा कागद तयार करीत. ती परिस्थिती आणि तो काळ पाहता लेखन ही चैन होती. सर्वांनाच परवडेल अशी ती कधीच नव्हती. त्यामुळे लेखनासाठीचे कष्ट वाया जाऊ देऊ नयेत असा रामदासांचा कटाक्ष असे.

'भोंवतें स्थळ सोडून द्यावें । मधेंचि चमचमित ल्याहावें ।
कागद झडतांहि झडावें । नलगेचि अक्षर ।'

यातील दुसऱ्या ओळीचा अर्थ काहींना लागणार नाही. त्या काळात आजच्यासारखी लगेच वाळणारी शाई नव्हती. म्हणून मग लिहून झाले की त्यावरून वाळू पखरली जात असे. ही वाळू ज्या भागात शाई असेल तेथेच चिकटत असे. त्यामुळे अन्यत्रची वाळू उडवून लावावी लागत असे. त्यासाठी कागद झटकण्याची पद्धत होती. त्यावर रामदास सांगतात, हे काळजीपूर्वक करावे, नाहीतर कागद झटकताना अक्षरेही खराब होण्याची भीती.

आज अनेक जण वेगवेगळ्या ठिकाणांहून वेगवेगळ्या धाटणीच्या लेखण्या आणतात. त्या वेळी पेन नव्हती. बोरू असे. या अशा अक्षरशौकिनांसाठी रामदास सांगतात...

'नाना देसीचे बरु आणावे । घटी बारिक सरळे घ्यावे ।
नाना रंगाचे आणावे । नाना जिनसी ।।
नाना जिनसी टांकतोडणी । नाना प्रकारें रेखाटणी ।
चित्रविचित्र करणी । सिसेंलोळ्या ।'

परत या टाकांच्या जोडीला शिशाच्या गोळ्याही असाव्यात. हे सर्व अक्षरवैविध्यासाठी. त्यासाठी ग्रंथांवर प्रेम हवे. भाषेवर प्रेम हवे. आणि या दोन्हींसाठी एकंदर भाषाव्यवहारावरच प्रेम हवे. अशा प्रेमातून उत्तम ग्रंथसंग्रह करावा. हे ग्रंथ जपून ठेवण्यासाठी आवश्यक ती काळजी घ्यावी.

'नाना गोप नाना बासनें । मेणकापडें सिंधुरवर्णे ।
पेट्या कुलुपें जपणें । पुस्तकाकारणें ।।'

आणि अशा तऱ्हेने जपलेल्या ग्रंथसाधनेचा आनंद घेत ज्ञानोपासनेत काळ व्यतीत करावा.

६. ऐसे गुरू... त्यजावे

मदर तेरेसा ख्रिस्ती धर्मातील. त्यांच्या चमत्कारक्षमतेमुळे त्यांना आता संतपद दिले जाणार असल्याचे गेल्या सप्ताहात निश्चित झाले. त्यासंबंधीच्या अधिकृत घोषणेचे वृत्त नुकतेच आले. त्यांच्या कथित चमत्कारांच्या कथाही या निमित्ताने पुन्हा चर्चिल्या गेल्या. या अशा चमत्कारांचे आकर्षण सर्वच धर्मातील मूढजनांना असते. परिणामी एखाद्या व्यक्तीच्या कर्तृत्वापेक्षा त्याच्या वा तिच्या चमत्कारांचीच चर्चा अधिक होते. म्हणजे ज्ञानेश्वरीतील काव्यकर्तृत्वापेक्षा, डोळे दिपवणाऱ्या या तरुणाच्या प्रतिभेपेक्षा त्याने रेड्याच्या तोंडून वेद वदवले वा भिंत चालवली याचे समाजास कौतुक अधिक.

अलीकडे तर अशा चमत्कार करून दाखवणाऱ्या व्यक्तींची दुकाने अधिकच जोमात चालतात. कोणी आजार बरा करून दाखवतो, कोणी निराशा दूर करतो, कोणाच्या लत्ताप्रहाराने उत्कर्षांचे सर्व दरवाजे उघडतात, तर कोणाच्या केवळ मिठीने भाग्योदय होतो. कोणी हवेतून उदी काढतो, तर कोणाच्या करंगळीतून स्रवणाऱ्या तीर्थात अमृताचे गुण असतात.

वास्तवात या सगळ्यामागे जास्तीत जास्त हातचलाखी असते असे म्हणता येईल. जादूगार तेच करीत असतात. वास्तवात ते अधिक प्रामाणिक. कारण ते रंगमंचावरून चमत्कार करतात आणि आपला आकर्षक पेहेराव उतरवून नंतर सामान्य माणसासारखे वागू लागतात. परंतु चमत्कारांच्या जीवावर ते स्वत:स स्वघोषित गुरू म्हणवून घेत नाहीत आणि अध्यात्माचे नवीन दुकान काढीत नाहीत. कोणाही बुद्धिवाद्यास या चमत्कारांतील फोलपणा सांगायचीही गरज नाही. अशा बुद्धिवानांतील शिरोमणी समर्थ रामदास यांना तर नाहीच नाही. रामदासांनी आपल्या वाङ्मयातून, उपदेशांतून या चमत्कारींवर चांगलेच कोरडे ओढले आहेत...

'जे करामती दाखविती । तेहि गुरु म्हणिजेती ।
परंतु सद्गुरु नव्हेती । मोक्षदाते ।'

इतक्या स्वच्छपणे रामदासांनी करामतखोर गुरूंना बडतर्फ करून टाकले आहे. हे गुरू वागा-बोलायला मोठे आकर्षक असतात. त्यांची वाणी मिठ्ठास असते. ते

दिसतात लोभस. प्रेमळही वाटतात. व्याधी असेल तर काही औषध वगैरे देतात. त्यांच्या डोळ्यांत मोठी करुणा असते. आणि या सगळ्यामुळे त्यांच्यावर अनेकांचा सहज विश्वास जडतो.

'अद्वैतनिरूपणें अगाध वक्ता । परी विषई लोलंगता ।
ऐसिया गुरुचेनि सार्थकता । होणार नाहीं ।'

म्हणजे या गुरूंचे वक्तृत्व मोठे आकर्षक असेल. परंतु केवळ त्याच्या प्रेमात पडून अशा व्यक्तीस गुरूपदी बसवणे योग्य नाही. त्यांच्यामुळे काही साध्य होणार नाही. परंतु हे कोणी लक्षातच घेत नाही. आणि या अशा गुरूंच्या मायाजालात त्यामुळे भक्त अलगद पडतात. परंतु हे गुरू म्हणजे...

'सभामोहन भुररीं चेटकें । साबर मंत्रकौटालें अनेकें ।
नाना चमत्कार कौतुकें । असंभाव्य सांगती ।।
सांगती औषधीप्रयोग । कां सुवर्णधातूचा मार्ग ।
दृष्टिबंधनें लागवेग । अभिळाषाचा ।।'

असे रामदासांचे म्हणणे आहे. त्यांच्या मते, गुरू कोण, हे समजून घ्यायला अगदी सोपे आहे. जगण्याची विद्या शिकवतो तो रामदासांच्या मते गुरू असू शकतो. पण तो सद्गुरू नव्हे. तसे तर हिंदू संस्कृती आई–वडिलांनाही गुरू मानते. ते असतातही. अलीकडे तर अनेक गुरू गुरुपौर्णिमा वगैरे उत्सवांच्या निमित्ताने आपल्या भक्तांचा गोतावळा जमा करतात आणि स्वत:चा उत्सव करून घेतात. वास्तविक भक्ताला आपले नियत कर्तव्य सोडून यायला भाग पाडतो तो गुरू कसा, असा प्रश्नही सामान्यांना पडत नाही. त्यामुळे ही माणसे मग रजा वगैरे घेऊन गुरूचे पाय चेपायला जातात आणि धन्य धन्य झाल्याचा आनंद मानतात. परंतु हे गुरू नव्हेत. या जगण्याच्या, जगण्यातील क्षुद्र संघर्षांच्या वर घेऊन जाणारा तो खरा गुरू.

'वासनानदीमाहापुरीं । प्राणी बुडतां ग्लांती करी ।
तेथें उडी घालून तारी । तो सद्गुरु जाणावा ।।
गर्भवास अति सांकडी । इछाबंधनाची बेडी ।
ज्ञान देऊनि सीघ्र सोडी । तो सद्गुरु स्वामी ।।
फोडूनि शब्दाचें अंतर । वस्तु दाखवी निजसार ।
तोचि गुरु माहे । अनाथांचें ।।'

रामदासांनी किती सोपी व्याख्या केली आहे गुरूची! ती महत्त्वाची अशासाठी, की हे असे जगण्यापलीकडचे शिकवता येणे, त्याची ओढ लावणे अत्यंत महत्त्वाचे.

ती लागली, की आनंदाच्या डोहाची एक कायमस्वरूपी शाखा त्याच्या अंगणाचे शिंपण करते. आहार, निद्रा, भय आणि मैथुनाच्या गुळगुळीत झालेल्या चक्रात जगून जगून दमलेल्यांस असा गुरू मिळणे हे फारच भाग्याचे.

तेव्हा ज्याने कोणी एखाद्याला गुरू मानलेले असेल, त्याने या पार्श्वभूमीवर आपल्या गुरूची तपासणी करायला हवी.

आता गुरू या व्यवस्थेकडे पारंपरिक नजरेने पाहणारे या सल्ल्यावर आश्चर्य व्यक्त करतील. गुरूची परीक्षा पाहणारे आपण कोण? आपण कसे काय गुरूस जोखणार? तो कोठे, आपण कोठे? अशा पारंपरिक भावना दाटून हे आपण कसे काय करणार, असा प्रश्न त्यांना पडू शकेल. पण ते चुकीचे आहे. कारण एखाद्यास जशी सद्गुरूची गरज असते, तशीच सद्गुरूलाही सद्शिष्याची गरज असतेच. शिष्यच नसेल तर तो गुरूपदास कसा पोहोचणार?

'सद्गुरुविण सच्छिष्य । तो वायां जाय निःशेष ।
कां सच्छिष्येंविण विशेष । सद्गुरु सिणे ।।'

म्हणजे जसे सद्गुरूअभावी शिष्य वाया जातो, तसाच सद्शिष्याअभावी गुरूदेखील निकामी होतो. तेव्हा रामदासांनी सांगितल्याप्रमाणे गुरूदेखील पारखून घ्यावा. एखाद्याच्या चमत्कार वगैरे करण्याने डोळे दिपतीलही, परंतु त्यास गुरू मानू नये. रामदास सांगतात...

'शिष्यास न लविती साधन । न करविती इंद्रियेंदमन ।
ऐसे गुरु अडक्याचे तीन । मिळाले तरी त्यजावे ।।'

हे असे गुरूलाही तपासून घेणे फारच आवश्यक. कारण एखाद्याने अयोग्य व्यक्तीस गुरू केले, तर त्याचे अनुकरण अन्यांकडूनही होण्याची शक्यता असते. वैद्य ज्याप्रमाणे दुराचारी असून चालत नाही–

'जैसा वैद्य दुराचारी । केली सर्वस्वें बोहरी ।
आणी सेखीं भीड करी । घातघेणा ।।'

गुरूने शिष्याच्या मनातील अज्ञान दूर करून त्यास ज्ञानमार्गावर नेणे आवश्यक असते. शिष्याच्या कलाने घेत घेत, त्याला जे आवडते तेच करत आपले दुकान चालवणारे गुरू हे गुरूच नव्हेत.

'जें जें रुचे शिष्या मनीं । तैसीच करी मनधरणी ।
ऐसी कामना पापिणी । पडली गळां ।।
जो गुरु भीडसारु । तो अद्धमाहून अद्धम थोरु ।
चोरटा मैंद पामरु । द्रव्यभोंदु ।।'

रामदास सांगतात त्याप्रमाणे पाहू गेल्यास किती गुरू या कसोटीवर उतरतील? या कसोटीवर अनुत्तीर्ण होणाऱ्या गुरूंची संभावना रामदास अधम, द्रव्यभोंदू, मैंद, चोरटा अशा शेलक्या शब्दांत करतात. ही बाब लक्षात घ्यावी अशी. कारण सध्याच्या काळात अशाच गुरूंचा मोठा सुळसुळाट झालेला आहे. 'चमत्कार जेवढा मोठा, तेवढा गुरू मोठा!' असे मानण्याकडे सामान्यांचा कल झाला आहे. पण ते खरे नव्हे. भौतिक ताकदीखेरीज या जगात काही होऊ शकत नाही. जे काही होते त्यामागे कार्यकारणभाव असतोच असतो. तो समजून घेता येत नसेल, तर ती आपल्या बुद्धीची मर्यादा असते. तो चमत्कार नसतो. म्हणूनच ही असली चमत्कारक्षमता दाखवणारे गुरू हे थोतांड असतात. ते फुकट मिळाले तरी नाकारावेत.

७. पाहता उदकाचा विवेक

समर्थ रामदासांच्या वाङ्मयाचे लक्षात घ्यावे असे एक वैशिष्ट्य म्हणजे त्यातील निसर्ग. जिच्या आधारे आणि जिच्यावर आपण जगतो, ती वसुंधरा, वातावरण, वृक्षवल्ली, त्यांना डोलायला लावणारा वारा, येथील जीवितांस ताजेतवाने ठेवणारे पाणी... या सगळ्याविषयी रामदासांस कमालीचे ममत्व दिसते. तसे पाहू जाता सर्वच संतांना निसर्गाचा कळवळा असतोच. किंबहुना, या भारावून टाकणाऱ्या पृथ्वीवैभवाच्या प्रेमात आकंठ बुडणे हे संतपणाचे पहिले लक्षण. पृथ्वीविषयीच, निसर्गाविषयीच ममत्व नसेल तर तो संत कसला? तेव्हा रामदासांना या सगळ्याविषयी अपार प्रेम आहे यात काही आश्चर्य नाही. परंतु रामदास आपल्या निसर्गावरील प्रेमास व्यावहारिक, भौतिक महत्त्वाच्या पातळीवर आणून ठेवतात. त्यामुळे ते अधिक मोठे ठरतात. म्हणजे त्यांचे निसर्गप्रेम हे नुसतेच संन्याशाने आसमंतावर केलेले प्रेम नाही. रामदासांचे प्रेम हे त्यापलीकडे जाऊन निसर्गावरील प्रेमाची व्यावहारिक उपयुक्तता दाखवून देते. अलीकडच्या काळात फॅशन झालेले सस्टेनेबल डेव्हलपमेंट, इकोसिस्टीम, पर्यावरणरक्षण वगैरे काहीही परिभाषा ज्या काळात जन्मालाही आलेली नव्हती, त्या काळात उत्तम भौतिक जगण्यासाठी उत्तम, निरोगी निसर्ग कसा आवश्यक आहे, हे ते सांगतात. म्हणूनच त्यांच्यासाठी केवळ शिवाजीमहाराज छत्रपती झाले, त्यांचा राज्याभिषेक झाला, हेच कारण आनंदवनभुवनासाठी पुरेसे ठरत नाही. 'उदंड जाहले पाणी...' ही अवस्था जेव्हा येते, तेव्हा आपल्या स्वप्नातील आनंदवन साकार झाल्याचा आनंद रामदासांना मिळतो, हे इथे लक्षात घ्यायला हवे. हे नदीवरचे, पाण्यावरचे प्रेम रामदासांच्या वाङ्मयात अनेक ठिकाणी दिसून येते...

'वळणें वांकाणें भोवरे । उकळ्या तरंग झरे ।
लादा लाटा कातरे । ठाईं ठाईं ।।
शुष्क जळाचे चळाळ । धारा धबाबे खळाळ ।
चिपळ्या चळक्या भळाळ । चपळ पाणी ।।
फेण फुगे हेलावे । सैरावैरा उदक धावे ।
थेंब फुई मोजावे । अणुरेणु किती ।।'

काय बहारदार शब्दकळा आहे पाहा! नदी वाहते कशी? ते उदक धावते कसे? याचे इतके उत्तम वर्णन करण्यासाठी निसर्गावर प्रेम तर हवेच; आणि त्याच्या जोडीला त्या प्रेमास तोलून धरणारी प्रतिभाही हवी. या पाण्यावर त्यांचे प्रेम आहे. या वाहत्या पाण्यासारखे दुसरे काहीही निरागस, सुंदर नाही असे त्यांना वाटते. रामदास लिहितात–

'त्या जळाऐसें नाही निर्मळ । त्या जळाऐसें नाहीं चंचळ ।
आपोनारायेण केवळ । बोलिजे त्यासी ।'

ही पाण्यातली सुंदरता विलोभनीय खरीच; पण त्याच्या जोडीला पाण्याचा कोणातही सहज मिसळून जाण्याचा गुणधर्मही महत्त्वाचा. त्याचे वर्णन करताना रामदास समस्त मानवजातीला नकळत सल्लाही देऊन जातात...

'येक्यासंगे तें कडवट ।
येक्यासंगें तें गुळचट ।
येक्यासंगे ते तिखट । तुरट क्षार ॥
ज्या ज्या पदार्थास मिळे ।
तेथें तद्रूपचि मिसळे ।
सखोल भूमीस तुंबळे । सखोलपणें ॥
विषामधें विषचि होतें ।
अमृतामधें मिळोन जाते ।
सुगंधीं सुगंध तें । दरुगधीं दरुगध ॥
गुणीं अवगुणीं मिळे ।
ज्याचें त्यापरी निवळे ।
त्या उदकाचा महिमा न कळे । उदकेंविघण ॥'

यातला लक्षात घ्यावा असा भाग म्हणजे रामदासांना निसर्गत: वाहते पाणी– म्हणजे नदी ही मायेसमान भासते. वाहत्या पाण्याचे रूप जसे कोणास कळत नाही, तसेच मायेचेही आहे. मायादेखील पाण्याप्रमाणे चंचल आहे. हा झाला एक विचार! पण या अशा विचाराशिवायदेखील रामदास नदीचे कोडकौतुक संधी मिळेल तेथे मोठ्या प्रेमाने करतात. या नदीवर, वाहत्या पाण्यावर त्यांचे इतके प्रेम, की 'दासबोध' लिहिण्यासाठी त्यांनी जागा निवडली तीदेखील वाहत्या पाण्याचे सतत दर्शन देणारी.

'गिरीचे मस्तकी गंगा । तेथुनि चालली बळे
धबाबा लोटल्या धारा । धबाबा तोय आदळे ॥'

हे त्यांचे वर्णन त्या शिवथर घळीचेच. तेव्हा त्यांना वाहते पाणी नेहमी खुणावत राहिले असे मानण्यास निश्चितच जागा आहे. या वाहत्या पाण्याभोवती उत्तम शेती फुलली, देवधर्म झाला आणि विविध संस्कृती उदयाला आल्या, याचे भान त्यांना असल्याचे दिसून येते. पाण्याची उपयुक्तता हा एक भाग. ती पाहताना रामदासांनी त्यामागील सौंदर्यगुणांकडे दुर्लक्ष केले असे झाले नाही.

'नाना नद्या नाना देसीं । वाहात मिळाल्या सागरासी ।
लाहानथोर पुण्यरासी । अगाध महिमे ।
नद्या पर्वतींहून कोंसळल्या । नाना सांकडिमधें रिचवल्या ।
धबाबां खळाळां चालिल्या । असंभाव्य ।'

नदीचे वर्णन करताना ते असे हरखून जातात. ही वाहती नदी त्यांना केवळ पाहायलाच आवडते असे नाही. ती त्यांना सर्वांगसुंदर भासते. त्या पाण्याचा खळखळ आवाज, त्या वाहण्यातून आसपास तयार होणारी आर्द्रता अशा सगळ्याचेच आकर्षण रामदासांच्या वाङ्मयातून ध्वनित होते.

'भूमंडळीं धांवे नीर । नाना ध्वनी त्या सुंदर ।
धबाबां धबाबां थोर । रिचवती धारा ।।
ठाईं ठाईं डोहो तुंबती । विशाळ तळीं डबाबिती ।
चबाबिती थबाबिती । कालवे पाट ।।'

वाहते पाणी सुंदर असते, सुंदर भासते म्हणून ते केवळ वाहतच राहावे आणि समुद्राला जाऊन मिळावे असे त्यांना वाटत नाही. त्यांचे म्हणणे, हे पाणी पृथ्वीच्या गर्भापर्यंत जायला हवे. 'वॉटर टेबल' हा शब्दप्रयोग त्या काळी जन्मास यावयाचा होता आणि कोणी 'पाणी अडवा, पाणी जिरवा' अशी मोहीमही हाती घेतली नव्हती. पण तरीही रामदासांना पाणी जमिनीत मुरवण्याचे महत्त्व माहीत होते. पाणी जमिनीत मुरले तरच ते साठून राहू शकते, असे रामदास सांगतात.

'पृथ्वीतळीं पाणी भरलें । पृथ्वीमधें पाणी खेळे ।
पृथ्वीवरी प्रगटलें । उदंड पाणी ।।'

पृथ्वीच्या पोटात हे असे पाणी भरले की मगच ते लागेल तेव्हा वाहू शकते. त्याचे कालवे, पाट काढता येऊ शकतात. हे सर्व रामदासांना सांगावयाचे आहे. वरवर पाहता हा संदेश तसाच दिला गेला असता तर कोरडा ठरला असता. परंतु रामदास किती काव्यात्मतेने तो देतात, ते पाहा...

'भूमीगर्भी डोहो भरलें । कोण्ही देखिले ना ऐकिले ।
ठाईं ठाईं झोवीरे जाले । विदुल्यतांचे ।।
ऐसें उदक विस्तारलें । मुळापासून सेवटा आलें ।
मध्येहि ठाईं ठाईं उमटलें । ठाईं ठाईं गुप्त ।।'

झोवीरे म्हणजे झरे. खळाळत वाहणाऱ्या झऱ्यांना रामदास आकाशातल्या विजेची उपमा देतात. पाण्याला आपण 'जीवन' म्हणतोच. रामदास पुढे जाऊन सांगतात- झाडेझुडपे, वृक्षवेली आदींना जे काही गुणधर्म प्राप्त झाले आहेत, तेदेखील पाण्यामुळे.

'नाना वल्लीमधें जीवन । नाना फळीं फुलीं जीवन ।
नाना कंदीं मुळीं जीवन । गुणकारकें ।।
नाना यक्षुदंडाचे रस । नाना फळांचे नाना रस ।
नाना प्रकारीचे गोरस । मद पारा गुळत्र ।'

तात्पर्य 'उसात गोडवा निर्माण झाला आहे तोदेखील पाण्यामुळे!' हे रामदास नमूद करून जातात. महाराष्ट्राने या गोडव्याच्या लोभाने पाण्याचा किती भ्रष्टाचार केला, हे तर विदित आहेच. सांप्रति महाराष्ट्रात जी दुष्काळी स्थिती आहे, तीदेखील या जलव्यवस्थापनाच्या अभावानेच. जवळपास ४०० वर्षांपूर्वी समर्थ रामदास हा नि:संग कवी पाण्याचे महत्त्व सांगतो; आणि आजच्या सुशिक्षित महाराष्ट्राला ते जाणवू नये, हीच या राज्याची शोकांतिका नव्हे काय? या प्रश्नाचे उत्तर म्हणजे रामदासांचा हा श्लोक-

'उदक तारक उदक मारक । उदक नाना सौख्यदायक ।
पाहातां उदकाचा विवेक । अलोलीक आहे ।।'

हा उदकाचा विवेक महाराष्ट्रात पुन्हा दिसणार काय?

८. देव पूजावा आणी टाकावा...

देव म्हणजे काय, तो कोठे असतो, आणि त्याच्या प्राप्तीसाठी काय करावे लागते, यावर रामदास आपल्या वाङ्मयात विविध ठिकाणी ऊहापोह करतात. याआधीच्या स्तंभात आपण रामदासांचा 'देवळे म्हणजे नाना शरीरे...' हा विचार पाहिला. त्याचा मथितार्थ इतकाच, की देवाच्या शोधासाठी देवळात जावयास हवे असे नाही. ही बाब अर्थातच जनसामान्यांना लक्षात येणे महाकठीण.

कारण समाजातील मोठा वर्ग नवविधा भक्तीच्या पहिल्या फेऱ्यातच अडकलेला असतो. त्यास पुजण्यासाठी सगुण मूर्ती लागते. एखाद्या देहाप्रमाणे तो त्या निर्जीव मूर्तीचे सगुण कौतुक करवतो. तिचे चोचले पुरवतो. त्यास फुले आदी वाहून, नैवेद्य दाखवून जणू काही ही मूर्ती समाधान व्यक्त करणार आहे असे त्यास वाटत असते. भक्तीचा हा सर्वार्थाने प्राथमिक आविष्कार. या वर्गातील व्यक्ती साकार आणि सगुणावरच प्रेम करू शकतात. त्यांची भक्ती करू शकतात. निर्गुण आणि निराकारावर त्यांचा विश्वास नसतो. विचारांची पूजादेखील बांधता येऊ शकते, ही बाब समजणे त्यांच्यासाठी मोठे कठीण काम असते.

हे रामदास ओळखून होते. म्हणूनच सर्व पातळ्यांवर भक्तांसाठी त्यांनी भक्तीचे विविध मार्ग सुचवले. मारुतीची उपासना हा त्यातलाच एक मार्ग. जनसामान्यांना शक्तीची उपासना करण्यास सांगावे, तर शक्ती म्हणजे काय, हे त्यांस सांगणे आले. म्हटल्यास ही फक्त कल्पनाच. परंतु सामान्य केवळ कल्पनेचे पूजन करू शकत नाहीत. तेव्हा त्यांना पूजनासाठी एखादा आकार हवा, डोके टेकवण्यासाठी एखादी मूर्ती हवी, असा विचार रामदासांनी केला. त्याच विचारांतून त्यांनी ठिकठिकाणी मारुतीची मंदिरे उभारली. तेवढेच करून ते थांबले नाहीत. हा मारुती कसा आहे, हेदेखील त्यांनी जनतेस बजावले. शरीराने तो तगडा आहेच; आणि तरीही तो बुद्धीनेही चपळ आहे, असे रामदासांचे सांगणे. असो. त्याविषयी पुन्हा कधीतरी. येथे मुद्दा आहे तो पूजेसाठी, भक्तीसाठी मंदिरांची गरज खरोखरच आहे असे रामदासांस वाटत होते काय? त्याचे उत्तर निश्चितच नकारार्थी असावे. याचे कारण त्यांनी अनेक ठिकाणी रस्त्याकडेचा म्हसोबा वगैरे पुजणाऱ्यांची यथेच्छ रेवडी उडवली आहे. उगाच

शेंदूर फासलेल्या कोणत्याही दगडास देव मानून माणसे कशी काय पुजू शकतात, असा प्रश्न त्यांनी विचारलेला आहे. त्यांना या संदर्भात पडलेले प्रश्न किती व्यापक आहेत, पाहा.

'मातीचे देव धोंड्याचे देव । सोन्याचे देव रुप्याचे देव ।
काशाचे देव पितळेचे देव । तांब्याचे देव चित्रलेपे ।।
रुविच्या लांकडाचे देव पोंवळ्यांचे देव । बाण तांदळे नर्मदे देव ।
शालिग्राम काश्मिरी देव । सूर्यकांत सोमकांत ।।'

रामदासांचे म्हणणे असे की, प्रत्येक जण आपापल्या बुद्धीप्रमाणे देव शोधू पाहतो. आश्चर्य हे, की एकाचा देव दुसऱ्यास देव वाटतोच असे नाही.

'पावावया भगवंतातें । नाना पंथ नाना मतें ।
तया देवाचें स्वरूप तें । कैसे आहें ।।
बहुत देव सृष्टीवरी । त्यांची गणना कोण करी ।
येक देव कोणेपरी । ठाईं पडेना ।।
बहुविध उपासना । ज्याची जेथें पुरे कामना ।
तो तेथेंचि राहिला मना । सदृढ करूनि ।।
बहु देव बहु भक्त । इछ्या जाले आसक्त ।
बहु ऋषी बहु मत । वेगळालें ।।'

असे म्हणत रामदास कोण कशाकशास देव म्हणून पाहतात त्याचे वर्णन करतात. जितके देव, तितक्या उपासना पद्धती. 'उदंड उपासनेचे भेद । किती करावे विशद ।' असा प्रश्न ते विचारतात.

'अन्न गंध पत्र पुष्प । फल तांबोल धूप दीप ।
नाना भजनाचा साक्षेप । कोठें करावा ।।
देवाचें तीर्थ कैसें घ्यावें । देवासी गंध कोठें लावावें ।
मंत्रपुष्प तरी वावें । कोणें ठाई ।।'

हे वा असले प्रश्न आपल्यापैकी अनेकांना पडले असतील. रामदास त्यांचा उल्लेख करतात तो काही त्या प्रश्नांचे महत्त्व अधोरेखित करण्यासाठी नव्हे. ते म्हणतात, या सगळ्याचे महत्त्व खरोखरच आहे काय? या असल्या उपचारांतून देव सापडतो अशी भावना बाळगणे योग्य आहे काय? देव ही जर चिरंतन कल्पना मानली, तर देवाचे रूप ज्यात आपण पाहतो त्याचे विसर्जन होते, ते कसे? रामदासांनी विचारलेले हे प्रश्न खरेच गंभीर.

'मृतिकापूजन करावें । आणी सवेंचि विसर्जावें ।
हें मानेना स्वभावें । अंत:कर्णासी ।।
देव पूजावा आणी टाकावा । हें प्रशस्त न वाटे जीवा ।
याचा विचार पाहावा । अंतर्यामीं ।।'

असा विचार करतो का आपण? याचे उत्तर नकारार्थीच असणार, यात काय शंका? तेव्हा देव म्हणजे काय, याचे उत्तर देताना रामदास पुन्हा सांगतात–

'देव नाना शरीरें धरितो । धरुनी मागुती सोडितो ।
तरी तो देव कैसा आहे तो । विवेकें वोळखावा ।।
नाना साधनें निरूपणें । देव शोधायाकारणें ।
सकळ आपुले अंत:कर्णे । समजलें पाहिजे ।।'

तात्पर्य, देव हा माणसांतच पाहावा असा त्यांचा सल्ला आहे. परंतु तसे करावयाचे तर विवेक हवा. विचारांमागे बुद्धीचे अधिष्ठान हवे. परंतु त्याचाच तर खरा अभाव असल्याने मनुष्य सोप्या मार्गाने देव शोधू पाहतो. हे मनुष्यस्वभावानुसारच होते. अवघड काही करण्यापेक्षा, तसे काही करण्याच्या विचारात बुद्धी शिणवण्यापेक्षा सोपी उत्तरे शोधणे केव्हाही सोपेच. ही सोपी उत्तरे मग अंगाऱ्याधुपाऱ्यांना घेऊन येतात, कधी नवसाला पावणाऱ्या देवाचे आश्वासन घेऊन येतात, तर कधी कोणत्यातरी दगडास शनी मानत येतात. आपला दैवदुर्विलास हा, की ज्या महाराष्ट्रात असे तेज:पुंज विचारी संतजन होऊन गेले, तोच महाराष्ट्र आज काही जणांना कथित दर्शनाधिकार मिळावा की न मिळावा, यासाठी डोके फोडताना आढळतो. हे असे होते याचे कारण समाजमनातून एकंदरच विचार नावाच्या गुणाची होत असलेली हकालपट्टी. तो विचारच कोणास नको असल्यामुळे भावनेच्या भरात जे काही केले जाते, त्यात जनसामान्य आनंद शोधतात आणि कर्तव्यपूर्तीचे समाधान पाहतात. अशा वेळी रामदासांचा सल्ला महत्त्वाचा ठरतो. जे काही सुरू आहे, त्याचा मुळात विचार करावा. तो कसा करायचा? रामदास म्हणतात–

'सूत गुंतलें तें उकलावें । तसे मन उगवावें ।
मानत मानत घालावें । मुळाकडे ।।'

सुताचा गुंता झाला तर तो आपण ज्या हलक्या हाताने सोडवतो, तद्वत हलक्या हाताने मनाचा गुंता सोडवावा. ते एकदा जमले की मग मुळाकडे जावे आणि मूलभूत विचाराला हात घालावा. ते एकदा जमले की मायेस... म्हणजे मिथ्या काय आहे, हे ओळखणे सोपे जाते.

'माया उलंघायाकारणें । देवासी नाना उपाय करणें ।
अध्यात्मश्रवणपंथेंचि जाणें । प्रत्ययानें ।।
ऐसें न करितां लोकिकीं । अवघीच होते चुकामुकी ।
स्थिति खरी आणि लटकी । ऐसी वोळखावी ।।'

सांप्रत महाराष्ट्रात शनिशिंगणापूर, त्र्यंबकेश्वर वगैरे ठिकाणी जो काही वेडाचार सुरू आहे, तो पाहता याची निश्चितच गरज भासते.

९. आंबे वाटावे लुटावे

कवीचे वा लेखकाचे वेगळेपण त्याने हाताळलेल्या विषयांच्या वैविध्यतेत असते. हे वैविध्य फार महत्त्वाचे. त्याअभावी लेखक वा कवी स्वत:भोवती बांधलेल्या चौकटीत अडकून जातो. मग त्याच्या लिखाणात दिसते ते तेच ते नि तेच ते. जी काही चार तुटपुंज्या अनुभवांची शिदोरी त्याच्याकडे जमा होते, तो मग तिच्यातच घुटमळताना दिसतो. तसे झाले की आपण म्हणतो- त्या लेखकाकडे काही खोली नाही वा तो पुनरुक्तीच करतो.

अशा तऱ्हेने वैविध्य हा निकष लावावयाचा झाल्यास समर्थ रामदास अत्यंत थोरच ठरतात. त्यांनी एका जन्मात जे लेखनविषय हाताळले, ते अनेकांना अनेक जन्मांत मिळूनही हाताळता येणार नाहीत. अध्यात्म, राज्यशास्त्र, आधिभौतिकाचे गुणधर्म, माया, विवेकाचे महत्त्व, मनोव्यापार, मनाचे श्लोक, करुणाष्टके असे किती म्हणून रामदासांनी हाताळलेले विषय सांगावेत. त्याचप्रमाणे त्यांच्या वाङ्मयाचे आणखी एक वैशिष्ट्य म्हणजे विविध विषयांचे त्यांना असलेले औत्सुक्य. आपला अनुभव असा की, संत वगैरे म्हणवून घेणारे हे एकसुरे असतात. त्यातही जगण्याच्या आनंदविषयांचे त्यांना अगदीच वावडे असते. शिवाय, त्यांची दुसरी एक समस्या म्हणजे तसा आनंद घेणाऱ्यांना ते कमीही लेखतात. या मर्त्य देहाचे चोचले पुरविण्यात काय हशील, असा किंवा तत्सम असा त्यांचा सूर असतो.

रामदासांचे तसे नाही. अक्षर कसे काढावे, वीट कशी भाजावी, राजकारण कसे करावे येथपासून ते उत्तम सुग्रास भोजन यापर्यंत रामदासांना काहीही अस्पर्श नाही. खाणे, भोजन, अन्न यांस व्यक्तीने आयुष्यात अतिरिक्त महत्त्व देऊ नये असे ते सांगतात. पण म्हणून त्यांच्याकडे पाहूच नये असे त्यांचे म्हणणे नाही. जेवढा काही वाटा या विषयांचा आयुष्यात आहे, तो देताना प्रेमाने, आनंदाने द्यावा, इतकेच त्यांचे म्हणणे. त्याचमुळे ते हे असे स्वयंपाक, खाणे या विषयावरचे श्लोकदेखील रचू शकतात...

'आता ऐका स्वयंपाकिणी
बहुत नेटक्या सुगरणी

अचुक जयांची करणी
नेमस्त दीक्षा'

असे म्हणून समर्थ सुगरणींना हाक देतात. हा देह मर्त्य आहे, त्याच्याकडे लक्षच कशाला द्या, वगैरे अशी मानसिकता त्यांची नसल्यामुळे आपल्या क्षुधाशांतीस मदत करणाऱ्या या पाककलानिपुण महिलांविषयी- म्हणजे त्यांच्या पाककला कौशल्याविषयी त्यांच्या मनात नितांत आदरच आहे. त्यांच्या स्वयंपाककलेचे मोल त्याचमुळे त्यांना समजते आणि ते आपल्यासारख्या वाचकांनाही समजावून देतात.

'गोड स्वादिष्ट रूचिकर । येकाहून येक तत्पर'

अशी पदार्थाची महती ते सांगतात. आणि हे पदार्थतरी कोणते?

'लोणची रायती वळकुटे । वडे पापडे मेतकुटे
मिरकुटे बोरकुटे डांगरकुटे । करसांडगे मीर घाटे ।।
नाना प्रकारीच्या काचऱ्या । सांड्या कुरवड्या उसऱ्या
कुसिंबिरीच्या सामग्र्या । नाना जीनसी'

तसे पाहू जाता समर्थ हे संन्यासी. परंतु म्हणून जगण्यावर त्यांचे प्रेम नाही असे नाही.

'कुहिऱ्या बेले माईनमुळे । भोकरे नेपति सालफळे
कळके काकडी सेवगमुळे । सेंदण्या वांगी गाजरे ।।
मेथी चाकवत पोकळा । माठ सेउप बसळा
चळी चवळा वेळी वेळा । चीवळ घोळी चीमकुरा'

इतके भाज्यांचे प्रकार अलीकडच्या गृहिणींसही ठाऊक नसतील. रामदास हे असे चहुअंगाने जगण्यास भिडतात. खाद्यपदार्थांचे वर्णन करण्यात काही कमीपणा आहे असे त्यांना जराही वाटत नाही. उदाहरणार्थ या काही रचना...

'बारीक तांदूळ परिमाळीक ।
नाना जीनसीचे अनेक
गूळ साकर राबपाक ।
तुपतेल मदराब ।।
हिंगजिरे मिरे सुंठी ।
कोथिंबिरी आवळकंठी ।।
पिकली निंबे सदटी ।

मेथ्या मोहऱ्या हरद्री ।।
फेण्या फुग्या गुळवऱ्या वडे ।
घारिगे गुळवे दहीवडे ।
लाडू तीळवे मुगवडे ।
कोडवडी अतळसे ।।'

किंवा-

'सुंठी भाजली हिंग तळीला ।
कोथिंबीर वाटून गोळा केला ।
दधी तक्री कालवला ।
लवणे सहित'

'भरीत' या पदार्थाचे वर्णन काय बहारदार आहे. पाकसिद्धी ही काही कमी मानावी अशी गोष्ट नाही, हे रामदास जाणतात. संपूर्णपणे भिन्न गुणधर्माच्या पदार्थातून या गृहिणी असे काही चविष्ट पदार्थ तयार करतात, की थक्कच व्हावे. या पदार्थांना गंध आहे. त्यांचा स्वाद घेण्याआधी त्या गंधाने आत्मा तृप्त होऊ लागतो. हे पदार्थ दिसायला आकर्षक आहेत. त्यांच्या स्पर्शाने वेगळा आनंद मिळतो. आणि अंतिमत: त्यांचा स्वाद. सगळेच कौतुक करावे असे. रामदासांच्या शब्दांत...

'सुवासेचि निवती प्राण । तृप्त चक्षु आणि घ्राण ।
कोठून आणले गोडपण । काही कळेना... ।।'

आता इतके चवीने खाल्ले म्हणून नंतर व्हा जरा आडवे, असे रामदास म्हणत नाहीत. जेवण करायचे ते आपले इहित कर्तव्य करण्यासाठी आपणास शक्ती असावी म्हणून. पण जे करावयाचे ते चवीने, असे त्यांचे म्हणणे. म्हणून असे चवीने जेवण झाल्यावर रामदास काय म्हणतात पाहा-

'येथासाहित्य फळाल केले । चुळभरू विडे घेतले ।
पुन्हा मागुते प्रवर्तले । कार्यभागासी ।।'

असे सुग्रास जेवून चूळ भरावी, विडा घ्यावा. पण नंतर पसरू नये. आपापल्या कार्यभागास लागावे, असा त्यांचा सल्ला. परंतु आपला अनुभव असा की, यातील पहिल्या सल्ल्याची अंमलबजावणी करणे अगदीच सोपे. परंतु त्यानंतर दुसऱ्या भागात सांगितल्यानुसार कार्यास लागणे अंमळ कठीणच. ती शिंची वामकुक्षी आडवी येते आपल्याबाबत. असो. सर्व रसांविषयी समर्थांचे असेच मत आहे.

'देव वासाचा भोक्ता । सुवासेची होये तृप्तता
येरवी त्या समर्था । काय द्यावे ।।'

परमेश्वरालासुद्धा सुगंध आवडतो. तेव्हा अत्तर वगैरे लावण्यात काहीही गैर नाही. आणि उगाच गचाळ राहण्यात काय अर्थ आहे?

रामदासांचे हे खाद्यपदार्थ वा भोजनप्रेम हे काही फक्त रांधून सिद्ध होणाऱ्या पदार्थांविषयीच आहे असे नाही. त्यांना फळांचेही– त्यातही आंबा या फळराजाचे विशेष अप्रूप आहे. सध्या सुरू असलेला वैशाख मास म्हणजे आंब्यांचा मोसम. तप्त उन्हाशी स्पर्धा करू पाहणारा आंब्यांचा तो तेजस्वी रंग या महिन्यात मोहवून टाकतो. या आंब्याविषयी रामदास लिहितात–

'ऐका ऐका थांबा थांबा । कोण फळ म्हणविले बा ।
सकळ फळांमध्ये आंबा । मोठे फळ ।।
त्याचा स्वाद अनुमानेना । रंग रूप हे कळेना ।
भूमंडळी आंबे नाना । नाना ठायी ।।'

इतके म्हणून रामदास आंब्यांचे प्रकार सांगतात–

'आंबे एकरंगी दुरंगी । पाहो जाता नाना रंगी ।
अंतरंगी बारंगी । वेगळाले ।।
आंबे वाटोळे लांबोळे । चापट कळकुंबे सरळे ।
भरीव नवनीताचे गोळे । ऐसे मउ ।।
आंबे वाकडेतिकडे । खर्बड नाकाडे लंगडे ।
केळे कुहिरे तुरजे इडे । बाह्यकार ।।
नाना वर्ण नाना स्वाद । नाना स्वादांमध्ये भेद ।
नाना सुवासे आनंद । होत आहे ।।'

हे त्यांचे निरीक्षणदेखील आंब्याइतकेच रसाळ. पुढे जाऊन ते आमरसाचेही वर्णन करतात. त्यांच्या मते–

'एक आंबा वाटी भरे । नुस्ते रसामध्ये गरे ।
आता श्रमचि उतरे । संसारीचा ।।'

अशा तऱ्हेने आमरसाच्या एका वाटीने संसारीचा श्रम कसा उतरतो याचा अनुभव आणि आनंद आपल्यापैकी अनेकांनी घेतला असेल. म्हणून रामदास म्हणतात त्याप्रमाणे–

'आंबे लावावे लाटावे । आंबे वाटावे लुटावे ।
आंबे वाटिता सुटावे । कोणातरी'

असा आंबे वाटणारा कोणीतरी आपणास मिळो आणि आपल्यालाही ते इतरांना वाटण्याची प्रेरणा मिळो, या शुभेच्छांसह इत्यलम्.

१०. दास डोंगरी रहातो...

'मी' आणि 'माझे' हे काही आयुष्यात सर्वसामान्य व्यक्तीपासून सुटत नाही. मी हे केले, माझ्यामुळे ते झाले, मी असे करवले... वगैरे आणि वगैरे. काही प्रमाणात तसे ते असणे गैर नसावे. परंतु ही मीपणाची असोशी कुठवर न्यावी याचे भान असणे गरजेचे असते. ते भान नसले, तर हा मीपणाचा अजगर बघताबघता त्या व्यक्तीस गिळंकृत करून टाकतो. आणि कहर म्हणजे त्या व्यक्तीस हे असे झाल्याचे कळतदेखील नाही.

अशा व्यक्तींतील 'मी'पणाचे रूपांतर मग 'आम्ही'त होते. अशा व्यक्तींची मग धारणा होते... मी तर थोर आहेच; पण माझे कुटुंबीयदेखील थोर. माझे पुत्र, सुना, नातू थोर. अशांची पुढची अवस्था त्याहीपेक्षा वाईट. अशा व्यक्ती मग 'माझ्या जमातीचे सर्व थोर, माझ्या ज्ञातीतील सर्व थोर' अशा अवस्थेपर्यंत पोहोचतात. अशांना हाताळणे ही मग मोठी सामाजिक डोकेदुखीच होऊन जाते. वास्तविक यात मी- मी वा आपले- आपले करावे असे काय असते? समर्थ म्हणतात-

कर्मयोगें सकळ मिळालीं ।
येके स्थळीं जन्मास आलीं ।
तें तुवां आपुलीं मानिलीं ।
कैसीरे पढतमूर्खा ।

याचा अर्थ असा, की यातील बऱ्याचशा गोष्टी आपणास मिळण्यामध्ये आपला काही वाटा नसतो. जसे की- जन्म. कोणत्या घरात आपण जन्मणार, हे काही आपण अजूनतरी ठरवू शकत नाही. तसेच आपला वर्ण, रूप, रंग, आपले भाऊबंद वगैरे आपण तर काहीच ठरवून येत नाही. तरीही अशा सर्वांचा गर्व तो बाळगायचा काय म्हणून? रामदास तसा तो मानणाऱ्याचे वर्णन 'पढतमूर्ख' असे करतात. हे वाचल्यावर आपल्या आसपासच्या असंख्य मूर्खांची जाणीव वाचकांना झाल्यास नवल ते काय?

बरे, समस्या ही, की अशा मंडळींच्या आयुष्यात शहाणपणाचा उदय होण्यास

बराच काळ जावा लागतो. काहींच्या बाबतीत तर तो काळ उगवतही नाही. या अशा व्यक्ती आपले मीपणाचे ओझे घेऊनच आयुष्यभर वावरतात आणि त्या ओझ्याखालीच निजधामास निघतात. तरीही त्यांचे मी- मी आणि माझे-माझे काही संपत नाही.

माथां प्रपंचाचें वोझें । घेऊन म्हणे माझें माझें ।
बुडतांही न सोडी फुंजे । कुळाभिमानें ।

वास्तविक आयुष्यात जन्माने मिळालेल्या गोष्टीचा 'गर्व से कहो...' असा अभिमान बाळगण्यात काहीही अर्थ नाही. जे आपण कमावलेलेच नाही, त्याचे यश का मिरवावे? रामदास म्हणतात-

कैचें तारुण्य कैचें वैभव । कैचें सोहळे हावभाव ।
हें सकळही जाण माव । माईक माया ।

म्हणजे या सगळ्याचे कौतुक बाळगण्याचे काहीच कारण नाही. तसेच कौतुक, अभिमान, दुरभिमान आणि गर्व या सर्वांतील सीमारेषा फारच अंधूक आणि अस्पष्ट असतात. अभिमानाचे रूपांतर दुरभिमानात होऊन मनुष्य 'गर्व से कहो...' अशा आरोळ्या कधी देऊ लागतो, हे समजतदेखील नाही. या असमंजसतेच्या टप्प्यावर अचानक मृत्यू गाठतो आणि सगळे काही संपून जाते.

येच क्षणीं मरोन जासी । तरी रघुनाथीं अंतरलासी ।
माझें माझें म्हणतोसी । म्हणौनियां ।

तेव्हा माझे माझे म्हणत असे अंतर्धान का पावावे? रामदासांच्या सल्ल्याचा हा अर्थ आहे. तो समजून घेतला तर कळते...

सावध साक्षेपी साधक । आगमनिगमशोधक ।
ज्ञानविज्ञान बोधक । निश्चयात्मक ।

या गुणांचे महत्त्व. माणसाने स्वभावाने साक्षेपी असावे. विचक्षण असावे. ज्ञानविज्ञानाची कास निश्चयाने धरावी. याचा समर्थ किती सुगम सल्ला देतात-

सुगड संगीत गुणग्राही । अनापेक्षी लोकसंग्रही ।
आर्जव सख्य सर्वहि । प्राणीमात्रांसी ।

जी व्यक्ती मीपणात रमलेली असते, ती वाद घालते. कर्कशपणे वाद घालून इतरांना नामोहरम करण्यात आनंद मानते. याउलट, साक्षेपी हा संवादी असतो. आणि संवाददेखील कसा? तर- विवादरहित. रामदासांच्या भाषेत- वेवादरहित.

वेवादरहित संवादी । संगरहित निरोपाधी ।
दुराशारहित अक्रोधी । निर्दोष निर्मत्सरी ।

अशी व्यक्ती मत्सरी नसते. दुराचारी नसते. आणि क्रोधावर तर तिने मातच केलेली असते. तेव्हा हे असे होणे हे विचारी जनांचे ध्येय असावयास हवे. किमान असे आपणास जमायला हवे, असेतरी त्यास वाटावयास हवे. हे वाटणे गरजेचे आहे, कारण आपणास भेडसावणाऱ्या बहुतांश समस्या या मी आणि माझेपण या वृत्तीतून जन्माला आलेल्या आहेत. भाषा, वर्ग, वर्ण, सीमा आदी सध्याच्या विषयांचा या दृष्टिकोनातून विचार केल्यास समर्थांच्या विचारांचा अर्थ लागू शकेल.

हा झाला एक टप्पा. जे आपण मुळात कमावलेले नाही, त्याचा अभिमान न बाळगणे, हा विचारी माणूसपणाचा पहिला टप्पा. संतपण त्यापुढे असते. हे संतपण म्हणजे- मी जे कमावलेले, बांधलेले, उभारलेले आहे, त्याचादेखील अभिमान न बाळगणे. या संदर्भात समर्थांच्या आयुष्यातील एक प्रसंग किती उदात्त आहे पाहा.

समर्थांनी कोदंडधारी रामाचे आणि मारुतीची मंदिरे अनेक ठिकाणी उभारली. त्यांतील एक जनप्रिय मंदिर म्हणजे चाफळ येथील. प्रसंग असा की, या रामाच्या मंदिराची पूर्तता झाल्यानंतर त्याच्या उद्घाटनासाठी साक्षात छत्रपती शिवाजी महाराज यांनाच बोलावणे धाडण्याची इच्छा रामदासांच्या काही शिष्यांनी व्यक्त केली. त्याप्रमाणे छत्रपतींना रीतसर निमंत्रण गेले. रामदासांनी बांधलेल्या मंदिराचेच उद्घाटन! छत्रपतींकडून ते अव्हेरले कसे काय जाईल? तेव्हा त्यांनी ते स्वीकारले आणि मंदिराच्या उद्घाटनाचा मुहूर्तदेखील ठरला.

ती घडी समीप येऊन ठेपली तर काय...? समर्थच गायब. म्हणजे ज्याने हे भव्य मंदिर उभारले आणि ज्याच्या उद्घाटनासाठी दस्तुरखुद्द छत्रपतीच येणार असल्याचे जाहीर झाले, त्या मंदिराचा निर्माताच तेथून गायब झालेला. ही बाब सर्वांसाठी चांगलीच धक्कादायक. तेव्हा रामदासांचा शोध सुरू झाला. गवसले ते. त्या वेळी त्यांच्या शिष्यांनी गळ घातली रामदासांना उद्घाटन सोहोळ्यास येण्याची. रामदासांनी ती अव्हेरली. म्हणाले, माझे काम होते मंदिर उभारण्याचे. ते झाले. तेव्हा आता मी काय म्हणून या मंदिरात गुंतावे?

प्रश्न बिनचूक. त्याच्या उत्तरात तुम्हा-आम्हा सर्वसामान्यांच्या जगण्यातील अनेक समस्यांवर उतारा सापडतो. म्हणजे असे की, आपण काही मंदिरे उभारावयास जात नाही. तेव्हा आपल्या आयुष्यातली उभारणी काय असते? तर- मुलांना शिकवणे, त्यांना मोठे करणे, आसपासच्या गरजवंतांना जमेल तितकी मदत करून त्यांना कठीण परिस्थितीतून बाहेर येण्यास हातभार लावणे... वगैरे वगैरे.

परंतु रामदास आणि आपण यांच्यातील फरक या टप्प्यावर सुरू होतो. आपण या छोट्याछोट्या गोष्टी उभारतो हे तर खरेच. आपल्यामुळे त्या मार्गी लागल्या, हेही खरे. परंतु आपण नकळतपणे त्यांच्यावर मालकी सांगू लागतो. तेथून समस्या सुरू होतात. तसेच आपल्या आयुष्यात प्रत्यक्ष छत्रपती या छोट्या यशसोहळ्यात येण्याची काहीही शक्यता नसली, तरी त्या सोहळ्याच्या साजरीकरणात आपण जीव गुंतवतो. जे काही उभारणे आहे ते उभारण्यास हातभार लावणे, हे आपले कर्तव्य. परंतु म्हणून त्याच्या उभारणीची पूर्तता झाल्यावर त्याच्या उद्घाटनासाठी रेंगाळणे अनावश्यक. रामदास चाफळच्या मंदिराच्या उद्घाटनासाठी येण्याचा आग्रह करणाऱ्या शिष्यांना नकार देत म्हणाले–

दास डोंगरी रहातो । यात्रा देवाची पाहतो ।।

हे असे डोंगरी राहता येणे हे आवर्जून अंगी बाणवावे असे कौशल्य नव्हे काय?

११. मना कल्पना धीट सैराट धावे...

ज्येष्ठ समीक्षक रा. ग. जाधव गतसप्ताहात निवर्तले. मराठी दैनिकांनी दखल घेतली; पण बातमीपुरती. प्रस्तुत दैनिकाने मात्र त्यांच्यावर सविस्तर मृत्युलेख लिहिला. एखाद्या समीक्षकावर मृत्युलेख लिहिणारी दैनिके आता मराठीत तरी फारशी नाहीत. तेव्हा या अग्रलेखाबद्दल 'लोकसत्ता'चे अभिनंदन.

परंतु या अग्रलेखातील एक उल्लेख मात्र अयोग्य. या अग्रलेखात रा. ग. जाधव यांच्या साहित्यिक कामगिरीविषयी लिहिताना प्रस्तुत दैनिकाच्या संपादकांनी 'सैराट' हा शब्द जाधव यांनी पहिल्यांदा वापरला, अशा प्रकारचे विधान केले, ते बरोबर नाही. या संपादकांना बहुधा माहीत नसावे की, समर्थ रामदासांच्या मनाच्या श्लोकात 'सैराट' हा शब्द आढळतो.

क्रियेवीण नानापरी बोलिजेते ।
परी चित्त दुश्चित्त ते लाजवीते ॥
मना कल्पना धीट सैराट धावे ।
तया मानवा देव कैसेनि पावे ॥

हा मनाच्या श्लोकातील १०४ क्रमांकाचा श्लोक.

सध्या 'सैराट' हा चित्रपट सगळीकडे चर्चेचा विषय आहे. त्यामुळे अर्थातच तो शब्द ज्याच्यात्याच्या तोंडी. अनेकांचा तर समज असा की, या चित्रपटानेच या 'सैराट' या शब्दाला जन्म दिला. तर तसे नाही. अगदी मनाच्या श्लोकातदेखील हा शब्द वापरला गेला आहे.

आपल्या संतपरंपरेचे हेच तर मोठे वैशिष्ट्य! अत्यंत सोप्या, लोभसवाण्या भाषेत ते इतका मोठा संदेश देऊन जातात, की त्याने थक्क व्हावे. हे असे थक्क होणे दोन कारणांचे. एक म्हणजे त्यांनी दिलेला सल्ला आणि दुसरे म्हणजे तो देताना वापरलेली भाषा. प्रसंगानुरूप भाषेचा वापर हे संतांचे वैशिष्ट्य राहिलेले आहे. समर्थ रामदासही यास अपवाद नाहीत. आता हेच पाहा–

जनाचे अनुभव पुसतां ।
कळहो उठिला अवचिता ।
हा कथाकल्लोळ श्रोतां ।
कौतुकें ऐकावा ॥

किती सुंदर शब्द आहे हा 'कथाकल्लोळ'! आपण जे काही सांगणार आहोत,
ते कथाकल्लोळ आहे, असे रामदास एका समासाच्या सुरुवातीलाच म्हणतात. दुसऱ्या
एका ठिकाणी रामदास 'ज्ञानघन' हा शब्द वापरतात.

परमात्मा परमेश्वरु ।
परेश ज्ञानघन ईश्वरु ।
जगदीश जगदात्मा जगदेश्वरु ।
पुरुषनामें ॥

'परेश ज्ञानघन ईश्वरु'... काय रचना आहे! अलीकडे एखाद्याविषयी बोलताना
आजची तरुण मंडळी 'ही व्यक्ती जरा हटकेच आहे' अशा स्वरूपाचा शब्दप्रयोग
करीत असतात. त्यांच्या म्हणण्याचा मथितार्थ इतकाच, की सदरहू व्यक्ती ही
सर्वसामान्यांसारखी नसून इतरांपेक्षा काहीशी वेगळी आहे. यातील 'हटके' हा शब्दप्रयोग
त्यामुळे अनेकांना आजच्या पिढीचा वाटू शकतो. परंतु रामदासांनी तो करून ठेवला
आहे. इतकेच काय, त्यांच्या काव्यातला 'हटके' हा नुसता 'हटके' नसून थेट
'हटकेश्वर' आहे. उदाहरणार्थ-

आवर्णोदकीं हटकेश्वर ।
त्यास घडे नमस्कार ।
महिमा अत्यंतचि थोर ।
तया पाताळलिंगाचा ॥

आता हटकेश्वर म्हटल्यास त्याचा महिमा थोर असणार हे सांगावयास नकोच.
आपल्या बोलण्यात अनेकदा- अमुकला कोणाचे काही कौतुकच नाही, असे
उद्गार कधी ना कधी निघालेले असतात. गुणग्राहकतेचा अभाव असलेले वाढत गेले
की त्यांचा एक समुदायच तयार होतो. रामदासांच्या मते, हा 'टोणपा समुदाव.' ते
म्हणतात-

जेथें परीक्षेचा अभाव । तो टोणपा समुदाव ।
गुणचि नाहीं गौरव । येईल कैंचें ॥

या अशा टोणप्या समाजापुढे काही सादर करावे लागणे म्हणजे शिक्षाच. अरसिकेषु कवित्वम्... असा श्लोक आहेच की! हे झाले श्रोत्यांचे. पण रामदास याप्रमाणे कवी आणि काव्य कसे असावे हेदेखील सांगतात.

कवित्व असावें निर्मळ । कवित्व असावें सरळ ।
कवित्व असावें प्रांजळ । अन्वयाचें ॥
कवित्व असावें कीर्तीवाड । कवित्व असावें रम्यगोड ।
कवित्व असावें जाड । प्रतापविषीं ॥
कवित्व असावें सोपें । कवित्व असावें अल्परूपें ।
कवित्व असावें सुल्लपें । चरणबंद ॥

'सुल्लपे' हा यातील आणखी एक असा नवा शब्द. काव्य कसे असावे, हे सांगितल्यानंतर रामदास स्वत: त्याप्रमाणे आपले काव्यगुण तोलून दाखवतात. त्याचप्रमाणे कवित्व कसे नसावे, हेदेखील ते आवर्जून सांगतात.

कवित्व नसावें धीटपाठ । कवित्व नसावें खटपट ।
कवित्व नसावें उद्धट । पाषांडमत ॥
कवित्व नसावें वादांग । कवित्व नसावें रसभंग ।
कवित्व नसावें रंगभंग । दृष्टांतहीन ॥
कवित्व नसावें पाल्हाळ । कवित्व नसावें बाष्कळ ।
कवित्व नसावें कुटीळ । लक्षुनियां ॥
हीन कवित्व नसावें । बोलिलेंचि न बोलावें ।
छंदभंग न करावें । मुद्राहीन ॥

हे त्यांनी स्वत:च स्वत:ला लावून घेतलेले निकष पाहिले की रामदासांचे लेखन हे रसाळ का आहे, हे समजून घेता येते. उदाहरणार्थ-या त्यांच्या ओळी वाहत्या पाण्याविषयी...

वळणें वांकाणें भोवरे । उकळ्या तरंग झरे ।
लादा लाटा कातरे । ठाई ठाई ॥
शुष्क जळाचे चळाळ । धारा धबाबे खळाळ ।
चिपळ्या चळक्या भळाळ । चपळ पाणी ॥
फेण फुगे हेलावे । सैरावैरा उदक धावे ।
थेंब फुई मोजावे । अणुरेणु किती ॥
वोसाणे वाहती उदंड । झोतावे दर्कुटे दगड ।
खडकें बेटें आड । वळसा उठे ॥

या ओळी वाचून तो वाहत्या पाण्याचा प्रवाहच जणू डोळ्यासमोर येतो. यातील शब्दकळा अनुभवावी अशीच. चळाळ, चळक्या, थेंबफुई, दुर्कुटे... किती म्हणून शब्द सांगावेत.

भाषा ही दुहेरी अनुभवायची असते. ती मनातल्या मनात वाचताही येते आणि तिचे सादरीकरणही होते. सादरीकरण करताना रामदास जे शब्दांशी खेळले आहेत, ते आजच्या खटपट्या कवींनाही जमणार नाही. एकेक अक्षरावरून रामदासांनी शब्दमाला सादर केल्यात.

खटखट खुंटून टाकावी । खळखळ खळांसीं न करावी ।
खरें खोटें खवळों नेदावी । वृत्ति आपुली ।।
गर्वगाणें गाऊं नयें । गातां गातां गळों नये ।
गोप्य गुज गर्जो नये । गुण गावे ।।
घष्टणी घिसणी घस्मरपणें । घसर घसरूं घसा खाणें ।
घुमघुमोंचि घुमणें । योग्य नव्हे ।।
नाना नामे भगवंताचीं । नाना ध्यानें सगुणाचीं ।
नाना कीर्तनें कीर्तीचीं । अद्भुत करावीं ।।
चकचक चुकावेना । चाट चावट चाळवेना ।
चरचर चुरचुर लागेना । ऐसें करावें ।।
छळछळ छळणा करूं नये । छळितां छळितां छळों नयें ।
छळणें छळणा करूं नये । कोणीयेकाची ।।
जि जि जि जि म्हणावेना । जो जो जागे तो तो पावना ।
जपजपों जनींजनार्दना । संतुष्ट करावें ।।
झिरपे झरे पाझरे जळ । झळके दुरुनी झळाळ ।
झडझडां झळकती सकळ । प्राणी तेथें ।।
या या या या म्हणावें नलगे । याया याया उपाव नलगे ।
या या या या कांहींच नलगे । सुबुद्धासी ।।
टक टक टक करूं नये । टाळाटाळी टिकों नये ।
टम टम टम टम लाऊं नये । कंटाळवाणी ।।
ठस ठोंबस ठाकावेना । ठक ठक ठक करावेना ।
ठाकें ठमकें ठसावेना । मूर्तीध्यान ।।
डळमळ डळमळ डकों नये । डगमग डगमग कामा नये ।
डंडळ डंडळ चुकों नये । हेंकाडपणें ।।

ढिसाळ ढाला ढळती कुंचे । ढोबळा ढसकण डुले नाचे ।
ढळेचिना ढिगढिगांचे । कंटाळवाणे ।।

तेव्हा अशा तऱ्हेने हे साहित्यवाचन हा एक 'सैराट' अनुभव ठरावा.

१२. बाहेर लंगोट बंद काये...

व्यवस्थापनशास्त्र नामक नव्या विद्याशाखेचा अलीकडे फारच गवगवा झालेला आहे. हे शास्त्र असे म्हणते, हे शास्त्र तसे सांगते, असे जो-तो उठताबसता सांगत असतो. मोठमोठी आस्थापने आपल्या कर्मचाऱ्यांना मोठमोठ्या व्यवस्थापन गुरूंकडे लाखो रुपयांचे शुल्क भरून पाठवतात. विचार हा, की नवीन व्यवस्थापनशास्त्राच्या अध्ययनाने आपले कर्मचारी नवीन काही शिकून आले की आस्थापनास त्यांच्या अनुभवाचा फायदा होईल. पीटर ड्रकर ते शिव खेरा अशी भलीमोठी यादी या व्यवस्थापन गुरूंची असते.

यात काहीही आक्षेप घ्यावा असे नाही. पण मुद्दा इतकाच, की हे सारे या व्यवस्थापन गुरूंकडूनच शिकायला हवे असे काही नाही. यातल्या बऱ्याचशा गोष्टी इतक्या साध्या असतात, की त्या समजून घेण्यासाठी लाखो रुपये शुल्काची काहीही गरज नाही. वेळेचे महत्त्व, त्याचे व्यवस्थापन, बांधिलकी, निष्ठा, भावना आणि विचार यांचे द्वंद्व असेच तर हे सगळे विषय असतात. ज्यांना हे विचार सहज, साध्या, सोप्या भाषेत समजावून घ्यायचे असतील, त्यांनी बाकी काही नाही, तरी निदान रामदासांचे वाङ्मय वाचायलाच/अभ्यासायलाच हवे.

याआधीच्या लेखांतून आपण पाहिले-रामदास हे प्रयत्नवादी आहेत. देव, दैव, नशीब, प्राक्तन अशा मानवी अशक्तपणा दर्शवणाऱ्या गोष्टींना त्यांच्या लेखी स्थान नाही. प्रयत्न, प्रयत्न आणि प्रयत्न हा व्यवस्थापनशास्त्रातला सर्वांत पायाभूत धडा. रामदास म्हणतात-

'आधी कष्ट, मग फळ
कष्टची नाही ते निर्फळ'

म्हणजे कष्टाला पर्याय नाही. रामदास विचारतात-

'होत नाही प्रेत्ने । असे काय आहे ।'

म्हणजे आपण प्रयत्न करूनही होऊ शकत नाही, असे काय आहे? उत्तर

अर्थातच-काहीही नाही. एकदा का या प्रयत्नांची कास धरली, की नशीब काय म्हणते, कुंडली काय सांगते, किंवा हातावरच्या रेषा कोठे नेतात, यास किंमत शून्य. त्यावर रामदासांचे म्हणणे असे की-

'रेखा तितकी पुसून जाते । प्रत्यक्ष प्रत्यया येते ।
डोळे झांकणी करावी ते । काय निमित्ये ।।'

तेव्हा प्रश्न व्यक्ती म्हणून आपण काय करतो त्याचा असतो. कारण व्यवस्थापन हे माणसांचे वा माणसांनी करावयाचे असते. ज्याला ते करावयाचे आहे, त्यास अनेकांना बरोबर घेऊन चालावे लागते. हे बरोबर चालणारे आपल्या चालीने चालणारे असतीलच असे नाही. काही मंद असतील, तर काही जलद. त्यावर रामदासांचा सल्ला असा की, मुलाच्या चालीने चालावे. म्हणजे सगळे बरोबर येतात की नाही, हे पाहतपाहत पुढे जावे. या बरोबर येणाऱ्यांशी संवाद हवा. तो हवा असेल, तर भाषा तशी हवी. आपल्या भाषेने त्यांना जिंकावे. त्यासाठी मृदू, सभ्यपणे संवाद साधावा. कारण आपणच मुळात ओबडधोबड भाषेत बोललो, तर समोरचा तसाच प्रतिसाद देण्याची शक्यता अधिक. कारण बोलणे हे पेरण्यासारखे असते. जे जमिनीत रुजते, ते वर येते.

'पेरीले ते उगवते । बोलिल्यासारखे उत्तर येते ।
मग कटू बोलणे । काय निमित्ये ।'

असा प्रश्न करीत रामदास बोलावे कसे, हा सल्ला देतात. तेव्हा असे बोलून अनेकांची मने जिंकावीत. आधुनिक व्यवस्थापनशास्त्र सांगते की, आपले यश आपल्याभोवती असा सकारात्मकांचा संघ आपण उभा करू शकतो की नाही, यावरही अवलंबून असते. म्हणजे आपण यशस्वी व्हावे हे जसे आपल्याला वाटायला हवे, तसेच ती आसपासच्यांचीही इच्छा हवी. म्हणूनच-

'राखावी बहुतांची अंतरे । भाग्य येते तद्नंतरे...'

म्हणजे अनेकांची मने राखावीत... आपल्या भाग्योदयासाठी ते उपयुक्त असते.

हा झाला एक भाग. आधुनिक व्यवस्थापनशास्त्रात महत्त्व आहे ते सातत्याला. म्हणजे धरसोड नसावी. जे काही करीत आहोत ते पूर्ण अंदाज घेऊन सुरू करावे आणि तडीस न्यावे. ज्यास या मार्गाच्या आधारे यशप्राप्ती करून घ्यावयाची असेल, त्याने प्रयत्नांचे सातत्य सोडू नये. असे सातत्य राखणाऱ्याकडे नेतृत्व अपरिहार्यपणे येते. ते नसेल, तर अशा व्यक्तीस गांभीर्याने घेतले जात नाही. रामदास विचारतात-

'साहेब कामास नाही गेला ।
साहेब कोण म्हणेल त्याला ।।'

व्यवस्थापनातले हे मूलतत्त्व नव्हे काय? खुद्द साहेबच जेव्हा मैदानात उतरून आघाडीवर लढताना सैनिक पाहतात, तेव्हा त्या सैनिकांचा उत्साह तर द्विगुणित होतोच; पण त्याहीपेक्षा महत्त्वाची बाब म्हणजे साहेबाबाबतचा त्यांच्या मनातला आदरदेखील कितीतरी पटीने वाढतो.

दुसरी महत्त्वाची बाब म्हणजे प्रत्यक्ष परिस्थितीचा अंदाज घ्यायचा असेल, तर साहेब हिंडता हवा. कार्यालयात वातानुकूल कक्षात बसून ढेरपोट्या साहेब नुसते 'हे करा, ते करा' असे आदेश देत असेल, तर अशा साहेबाचे शारीरिक वजन तेवढे वाढते. त्याचे व्यावसायिक वजनमात्र उत्तरोत्तर कमीच होत जाते. त्यामुळे साहेब हिंडता हवा. कोणत्या आघाडीवर काय चालले आहे याची खडान्खडा माहिती त्यास हवी.

येके ठायी बैसोन राहिला । तरी मग व्यापचि बुडाला
सावधपणे ज्याला त्याला । भेटी द्यावी ।।

कोणत्याही आधुनिक व्यवस्थापन गुरूशी स्पर्धा करेल असा हा सल्ला नव्हे काय? फरक इतकाच, की आधुनिक व्यवस्थापन गुरूंकडे आपण त्या क्षेत्रातले तज्ज्ञ म्हणून पाहतो, तर रामदासांकडे संत म्हणून. आणि संत म्हटले की देवधर्म आदी आन्हिके आली. तेव्हा त्यांस कशाला महत्त्व द्या, असे आपणास वाटते.

हे आपले वाटणे किती अयोग्य आहे हे तपासून घ्यावयाचे असेल, तर रामदासांचे वाचन करण्यास पर्याय नाही. कुटुंबनियोजनापासून ते घरबांधणीत वीट कशी भाजावी, येथपर्यंत रामदास उत्तमपणे मार्गदर्शन करतात. ते करून घेण्यासाठी आपणही ज्ञानसाधक असावयास हवे. याचे कारण कोणत्याही काळातील व्यवस्थापनशास्त्रात प्रगतीसाठी अत्यावश्यक घटक म्हणजे ज्ञान. त्याची कास कधीही सोडून चालत नाही. त्यासाठी ज्ञानमार्गी असावे लागते. त्याची सवय लावून घ्यावी लागते. या ज्ञानाचे महत्त्व रामदास सांगतात-

'ज्ञानेची सर्वही सिद्धी । ज्ञानेची सकळै कळा
ज्ञानेची तीक्ष्ण बुद्धी । नित्यानित्य विवेकु हा ।।'

तेव्हा सर्व सिद्धीक्षमता आहे ती ज्ञानात. आणि ते मिळवणे हे प्रयत्नसाध्य आहे. आवश्यक असते ते त्यासाठी प्रयत्न करीत राहणे. या ज्ञानाची आस लावून घेणे. ते शोधत राहावे लागते. मिळवत राहावे लागते. त्याच्या मिळण्याने अज्ञानाचा अंत होतो आणि संदेह दूर होतो.

'ज्ञानेची ज्ञान शोधावे । ज्ञाने अज्ञान त्यागणे ।
ज्ञानेची प्रत्यया येतो । ज्ञाने संदेह तुटतो ।।'

रामदास व्यवस्थापनाची मूलतत्त्वे ही अशी सोपी करून सांगतात. ती समजून घ्यावयाची असतील त्यांच्याकडून रामदासांनी एकच अपेक्षा केली आहे. ती म्हणजे– उद्दिष्टांविषयी प्रामाणिक असणे. व्यवस्थापनाची तत्त्वे पाळूनही जे यशस्वी होत नाहीत, त्यांच्यात ही बाब प्रामुख्याने दिसून येते. ते उद्दिष्टांविषयी प्रामाणिक नसतात. तेव्हा आपल्या आत जे काही आहे, तेच बाहेरही असावयास हवे आणि बाहेर जे काही आहे त्याचा संबंध आत जे काही सुरू आहे त्याच्याशी हवा. तो ज्यांचा नसतो त्यांच्या संदर्भात रामदास एक रोकडे उदाहरण देतात...

'बाहेर लंगोट बंद काये । आंत माकड छंद काये'

म्हणजे बाहेर दाखवावयास ब्रह्मचर्य आणि मनातील विचारमात्र अगदी त्याविरोधात. याच्याइतके करकरीत उदाहरण आणखी कोणते असू शकते? म्हणूनच रामदास हे आधुनिक व्यवस्थापनशास्त्राचे आद्यगुरू ठरतात.

१३. धावरे धाव आता...

'दासबोध' वा 'मनाचे श्लोक' इतकेच काही समर्थ रामदासांचे वाङ्मय नव्हे. या दोन कृतींसाठी समर्थ ओळखले जातात, हे खरेच. पण त्यांचे अन्य लिखाणही तितकेच उत्कट आहे. त्यातही विशेषत्वाने उल्लेख करायला हवा तो 'करुणाष्टकां'चा!

कितीही कार्यक्षम, कर्तृत्ववान व्यक्ती असली, तरी जगण्याच्या एका टप्प्यावर, कधी ना कधी तीस निराशा ग्रासते. ही निराशा बऱ्याचदा परिस्थितीजन्य असेल, तर अधिक विव्हल करणारी असते. याचे कारण- व्यक्तीचे परिस्थितीवर नियंत्रण असतेच असे नाही. खरे तर बऱ्याचदा ते नसतेच. अशा वेळी अशा व्यक्तीचे मन उदासीनतेने भरून जाते. जे क्रियाशील असतात, ते या असहायतेवर मात करतात. बाकीचे जनसामान्य या असहायतेस शरण जातात आणि परिस्थितीस दोष देत 'आपले प्राक्तनच!'असे म्हणून समोरचे जगणे मान्य करतात.

समर्थ रामदासांची असहायता ही क्रियाशीलाची असहायता आहे. ती उद्विग्नता नाही. याचे कारण- ती वैयक्तिक सुखदु:खाच्या प्रसंगातून आलेली नाही. त्याचमुळे त्यांची उदासीनता ही उदात्ततेच्या पातळीवर जाते. समाजासाठी, प्रदेशासाठी, देशासाठी बरेच काही करावयाचे आहे, पण ते करता येत नाही अशा प्रसंगी कर्तृत्ववानाच्या मनी दाटून येणारी उदासीनता रामदासांच्या मनात जमा होते. याचा अर्थ त्या औदासीन्यास वैयक्तिक स्पर्श नाही असे नाही. तो आहेच. परंतु त्या व्यक्तिगत पातळीवरील उदासीनतेस समष्टीचा परीघ आहे. या उदासीन, खिन्नतेच्या भावनेची अभिव्यक्ती म्हणजे नितांतसुंदर 'करुणाष्टके'! त्याच्या प्रारंभालाच रामदास म्हणतात-

'अनुदिन अनुतापे तापलो रामराया ।
परमदिनदयाळा नीरसी मोहमाया ।
अचपळ मन माझे नावरे आवरीतां ।
तुजविण शिण होतो धावरे धाव आता ।'

रामदासांसारख्या सर्वसंग परित्याग केलेल्यास जर या अचपळ मनाचा त्रास होत असेल, तर आपल्यासारख्यांची काय कथा? हे नको इतके चपळ मन हाच तर

तुमच्या-आमच्या जगण्यातील आव्हानाचा भाग आहे. हे मन ऐकत नाही. बंड करून उठते. आपल्याला करायचे काही असते, आणि हे मन भलतीकडेच कुठे घेऊन जाते. 'मन वढाय वढाय, उभ्या पिकातलं ढोर, किती हाकलं हाकलं, फिरी येते पिकावर' असे अलीकडच्या काळात बहिणाबाईंनाही या मनाला उद्देशून म्हणावेसे वाटले. 'बावरा मन' ही निरागस अवस्था असेलही; पण ती काही काळापुरतीच. कारण हे बावरेपण जर का व्यक्तिमत्त्वाचा भाग झाले, की मन आणखीनच हाताबाहेर जाते. अशा वेळी हातून काही कार्यभाग साधण्याऐवजी या अवखळ मनाला आवरणे हीच मोठी कामगिरी होऊन जाते.

> '*विषयजनित सूखे सौख्य होणार नाही ।*
> *तुजविण रघुनाथा वोखटे सर्व काही ।*
> *रविकुळटिळका रे हीत माझे करावें ।*
> *दुरित दुरि हरावे स्वस्वरुपी भरावे ।*'

आपली ही 'मन' हातात नसल्याची भावना रामदास अशी व्यक्त करतात. यातली पहिली ओळ आपल्या सर्वसामान्य आयुष्यात लक्षात घ्यायला हवी– '*विषयजनित सुखे सौख्य होणार नाही.*' परंतु आपले मन हे विषयजनित सुखांभोवतीच भिरभिरत राहते. फुलाभोवती माश्या घोंघावत राहाव्यात, तसे. अशा मनाला '*तुजविण रघुनाथा वोखटे सर्व काही*' असे सांगावे लागते. पण म्हणून ते ऐकेलच असे नाही. हे असे सुनावले म्हणून त्या मनाचे चपळपण मोडेल याची काही शाश्वती नाही.

> '*चपळपण मनाचें मोडिता मोडवेना ।*
> *सकळस्वजनमाया तोडितां तोडवेना ।*
> *घडिघडि विघडे हा निश्चयो अंतरीचा ।*
> *म्हणउनि करुणा हे बोलतो दीनवाचा ।*'

त्यामुळे मनावर ताबा मिळवण्याचा निश्चय हा असा घडी घडी बिघडतो. आपल्यालाही असा अनुभव अनेकदा आला असेल. या अनुभवाची अडचण ही, की तो आतल्या आतला असतो. आपल्याच मनाने केलेला आपला पराभव हा आपल्याला आतून कुरतडतो. बाहेरच्यांना तो दिसतही नाही. पण आतून आपल्याला तो ठसठसत असतो. ही आतली वेदना अधिक त्रासदायी असते. एखाद्या गळवाचे तोंड आतल्या बाजूला असावे तशी. ती व्यक्त करताना रामदास म्हणतात–

> '*जळत हृदय माझे जन्म कोट्यानकोटी ।*
> *मजवरी करुणेचा राघवा पूर लोटी ।*

तळमळ निववी रे राम कारुण्यसिंधु ।
षड्रिपुकुळ माझे तोडि याचा विरोधु ।'

ही आर्तता जशी असहायतेची असते, तशीच ती हातातून नकळतपणे निसटत जाणाऱ्या यशस्वितेमुळेही आलेली असते. ही यशस्विता म्हणजे लौकिक अर्थाने ज्याला यश म्हणतात तीच असते असे नाही. बऱ्याचदा ती नसतेही. कधी ती यशस्विता एखाद्या प्रतिभासंपन्नावर रुसलेली त्याची कविताही असू शकते. मग आत्माराम रावजी देशपांडे यांच्यासारखा अनिल कवी 'अजुनी रुसुनी आहे, खुलता कळी खुलेना' अशा आर्त ओळी लिहून जातो. समर्थ रामदासांत असा कवी दडलेला आहे. एरवी 'लवथवती विक्राळा'सारखे रौद्र लिहिणारे रामदास करुणाष्टकांत इतके हळवे होतात, की हेच का ते, असा प्रश्न पडावा.

'भजनरहित रामा सर्वही जन्म गेला ।
स्वजनधनाचा व्यर्थ म्यां स्वार्थ केला ।
रघुपति मति माझी आपुलीशी करावी ।
सकळ त्यजुनि भावे कास तूझी धरावी ।'

या भावावस्थेत असताना आपला जन्मच वाया गेला, फारसे काही नाही लागले आपल्या हाताला– असेही मनाला वाटून जाते.

'असंख्यात रे भक्त होऊनि गेले ।
तिहीं साधनांचे बहू कष्ट केले ।
नव्हे कार्यकर्ता भुमीभार जालो ।
तुझा दास मी व्यर्थ जन्मास आलो ।'

करुणाष्टकातल्या या भागातल्या सर्व रचनांचा शेवट 'तुझा दास मी व्यर्थ जन्मास आलो' या ओळीने होतो. उदाहरणार्थ–

'सदा प्रेमरासी तयां भेटलासी ।
तुझ्या दर्शने स्पर्शने सौख्यराशी ।
अहंतामनी शब्दज्ञाने बुडालो ।
तुझा दास मी व्यर्थ जन्मास आलो ।।'

किंवा–

'कितेकी देहे त्यागिले तूजलागी ।
पुढे जाहले संगतीचे विभागी ।

देहे दुःख होतांचि वेगी पळालो ।
तुझा दास मी व्यर्थ जन्मास आलो ।।
किती योगमूर्ती किती पुण्यमूर्ती ।
किती धर्मसंस्थापना अन्नशांती ।
पस्तावलो कावलो तप्त जालो ।
तुझा दास मी व्यर्थ जन्मास आलो ।'

यावरून रामदासांची तंत्रावरदेखील किती हुकमत आहे, ते कळून यावे. करुणाष्टकांची गंमत त्याच्या वृत्तबद्ध रचनेत आहे. त्यामुळे ते म्हणताना आपोआपच एक लय सापडून जाते.

'उपरति मज रामी जाहली पूर्णकामी ।
सकळभ्रमविरामी राम विश्रामधामी ।
घडिघडि मन आतां रामरुपी भरावे ।
रविकुळटिळका रे आपुलेसें करावे ।'

यातली सकळभ्रमविरामी किंवा रविकुळटिळका ही शब्दरचना बघा. वास्तविक यात तीन स्वतंत्र शब्द आहेत. पण वृत्तात बसवण्यासाठी रामदासांनी ते असे काही बेमालूमपणे एकत्र केले आहेत, की ते आपले वेगळे अस्तित्व अलगदपणे हरवून जातात.

परंतु लक्षात घ्यायची बाब म्हणजे- अशी तंत्रावर हुकमत असलेल्यांच्या कवितेत बऱ्याचदा प्राण नसतो. अशांची कविता ही तंत्रात अडकते आणि प्राण हरवते. रामदासांच्या कोणत्याही कवितेचे असे होत नाही. याचे कारण म्हणजे ती कमालीची प्रामाणिक आहे. ती प्रामाणिक आहे, कारण कवी होणे, साहित्य प्रसवणे हे काही त्यांचे ध्येय नव्हते. साहित्य हे त्यांचे साधन होते; साध्य नव्हे.

हे असे जेव्हा होते, तेव्हा साहित्याला काही अर्थ येतो. ते साहित्य कालातीत होते. कारण त्यातली आर्तता प्रामाणिक असते. (पूर्वार्ध)

१४. उदास वाटते जीवी...

'करुणा' या भावनेचासुद्धा एक गुंता आहे. म्हणजे ती नक्की कोणाविषयी असावी? रक्षकाच्या मनात शार्विलकाविषयी असावी का? गुन्हेगाराविषयी शासनाच्या मनात ती असावी का? अत्याचारांत होरपळणाऱ्या अश्रापांविषयी ती असावीच. पण अत्याचार करणाऱ्यास शासन होत असताना त्याच्याविषयीही ती असावी का?

याचे उत्तर अर्थातच 'नाही' असे असेल. मग करुणाष्टकांचा अर्थ काय? आणि त्याहूनही महत्त्वाचा मुद्दा म्हणजे त्यांची गरजच काय?

तेव्हा या संदर्भात आवर्जून लक्षात घ्यावा असा मुद्दा म्हणजे रामदासांकडून व्यक्त होणारी करुणा ही एका क्रियाशील कर्तृत्ववानाची करुणा आहे. या अशा कर्तृत्ववानांच्या करुणेस काहीएक अर्थ असतो. म्हणजेच या करुणेमागे काही कर्तृत्व नसेल, तर अशांच्या ठायी असणाऱ्या करुणेस कींव किंवा कणव म्हणतात. महाभारतात ऐन युद्धक्षणी रुतलेले रथाचे चाक राधेयाविषयी करुणा उत्पन्न करते. 'रथचक्र उद्धरू दे...' असे म्हणणारा कर्ण म्हणूनच केविलवाणा वाटत नाही. आपला पोटचा मुलगा शत्रुपक्षाला मिळालेला पाहणे नशिबी आलेल्या छत्रपती शिवाजी महाराजांविषयीदेखील म्हणूनच आपल्या मनात करुणा उत्पन्न होते. कींव येते ती संभाजीची.

करुणा आणि कणव यांत हा फरक आहे. रामदासांची करुणाष्टके त्याचमुळे आपल्या मनात नकळतपणे एक उदात्ततेची भावना दाटून आणतात. सोळाव्या शतकात आनंदवनभुवनी स्वातंत्र्याचे स्वप्न पाहणाऱ्या, शक्तीची उपासना करा असे सांगणाऱ्या, कोणत्याही इहवादी सौख्यास कमी न लेखणाऱ्या समर्थ रामदासांची करुणाष्टके म्हणूनच अतीव आनंददायी ठरतात. एरवी कोणीतरी कोणाविषयी व्यक्त केलेली करुणा ही अन्यांना दखलपात्र का वाटावी?

इंद्रिय दमन झालेले, बरेच काही साध्य करून झालेले समर्थ या करुणाष्टकांतून स्वत:साठी काही मागतात. कसली असते ही मागणी?

'उदासीन हे वृत्ति जीवीं धरावी ।
अति आदरे सर्व सेवा करावी ।

सदा प्रीति लागो तुझे गुण गातां ।
रघुनायका मागणे हेंचि आतां ।।'

ही अशी उदासीनतेची आस लागणे केव्हाही महत्त्वाचे. ती महत्त्वाची अशासाठी, की आपल्या कर्तृत्वाने काही साध्य झाल्यावर त्या यशाबाबत मनात मालकी हक्क उत्पन्न होऊ नये, म्हणून.

'जोडोनिया धन उत्तम वेव्हारे । उदास विचारे वेच करी' या तुकारामांच्या सल्ल्यामध्येही हीच उदासी आहे. ती नसेल तर माणसाच्या मनात 'मी' जागा होतो. एकदा का तो जागा झाला, की तो मनात सतत नागासारखा फणा काढूनच असतो. ही 'मी'पणाची भावना विसरून जाता येणे हे म्हणूनच महत्त्वाचे. अशा वेळी ही संत मंडळी परमेश्वराला मध्ये घेतात. म्हणजे 'मी काही केले' असे म्हणण्याऐवजी 'माझ्याकडून त्याने ते घडवले' असे त्यांचे म्हणणे. त्यासाठी रामदास म्हणतात-

'सदासर्वदा योग तुझा घडावा ।
तुझे कारणी देह माझा पडावा ।
नुपेक्षी कदा गुणवंता अनंता ।
रघुनायका मागणें हेंचि आतां ।।'

सर्व इच्छा आहे चांगल्या कारणासाठी आपला देह पडावा, याची. आणि त्याचबरोबर त्यातल्या आणखी एका इच्छेची... ती म्हणजे- गुणवंताची उपेक्षा कधी होऊ नये, याची. किती महत्त्वाची आणि अमलात यायला किती अवघड अशी इच्छा आहे ही. सर्वसाधारण आपला अनुभव असा की, गुणवंताची उपेक्षा ही नित्यनियमाचीच. साडेतीनशे-चारशे वर्षांपूर्वी समर्थ रामदासांनी व्यक्त केलेली गुणवंतांची उपेक्षा होऊ नये, ही चिंता आजही किती सार्थ आहे आणि आजही रघुनायकाकडे हेच मागणे मागावे लागत आहे, हे वास्तव किती कटू आहे.

करुणाष्टकातली खरी काव्यात्म आर्तता आहे ती त्याच्या शेवटच्या भागात. तो सुरू होतो...

'युक्ति नाही बुद्धि नाही ।
विद्या नाही विवेकिता ।
नेणता भक्त मी तुझा ।
बुद्धि दे रघुनायका ।।'

या श्लोकाने. यातल्या तपशिलाविषयी, त्याच्या अर्थाविषयी सर्व जण सहमत होतील- न होतील; परंतु त्याच्या काव्यगुणाविषयीमात्र कोणतेही दुमत असणार नाही.

'मन हे आवरेना की ।
वासना वावडे सदा ।
कल्पना धावते सैरा ।
बुद्धि दे रघुनायका ।।'

ही सैरा धावणारी कल्पना आपल्याला कधी ना कधी डसलेली असते. नियंत्रण नसलेल्या या कल्पनेवर स्वार होणे आणि आपल्याला हव्या त्याच ठिकाणी तिला नेणे हे बुद्धीचे कौशल्य असते. रामदास नेमकी तीच बुद्धी त्यांच्या देवाकडे... रघुनायकाकडे मागतात. यातला लक्षात घ्यावा असा मुद्दा म्हणजे प्रत्येकाला तो रघुनायक रामदासांना भासला तसा भासेल असे नाही. प्रत्येकाचा रघुनायक तोच असेल असे नाही. पण प्रत्येकाला एकतरी रघुनायक असायला हवा, हे मात्र खरे. या रघुनायकाची आळवणी ही प्रत्येकाचे जीवनध्येय असते... असायला हवे. तो मूर्तच असायला हवा असे नाही. हा रघुनायक कोणासाठी एखादा ग्रंथ असेल, एखादी ज्ञानशाखा असेल, एखादा राग असेल, एखादे पद असू शकेल, किंवा एखाद्यासाठी स्वतःचे मन हेच रघुनायक असेल. पण त्या रघुनायकाच्या साक्षीने आयुष्याचा प्रवास आनंददायी होत असतो. या रघुनाथाची आस लागावी लागते. प्रसंगी त्या रघुनायकापुढे मान्य करावे लागते, की...

'बोलतां चालतां येना ।
कार्यभाग कळेचिना ।
बहू मी पीडलो लोकीं ।
बुद्धि दे रघुनायका ।।'

'मला काहीही जमत नाही, बहू मी पीडलो लोकी' असे ज्यास सांगता येईल असा रघुनाथ आयुष्यात असणे, हीच किती लोभस बाब आहे. या रघुनायकासमोर रामदास काय काय सांगतात...

'नेटकें लिहितां येना ।
वाचितां चुकतो सदा ।
अर्थ तो सांगता येना ।
बुद्धि दे रघुनायका ।।
प्रसंग वेळ तर्केना ।
सुचेना दीर्घ सूचना ।
मैत्रिकी राखितां येना ।
बुद्धि दे रघुनायका ।।'

आणि हे सगळे कधी? आणि का? तर काया-वाचा-मनोभावे मी स्वतःला तुझा समजत असल्याने माझ्या अशा अवस्थेने तुझीच लाज निघेल म्हणून. तेव्हा तसे होऊ नये म्हणूनतरी मला बुद्धी दे, असे रामदास म्हणतात.

> 'काया वाचा मनोभावे ।
> तुझा मी म्हणवीतसे ।
> हे लाज तुजला माझी ।
> बुद्धि दे रघुनायका ।।'

ही एक अवस्था असते. प्रत्येकास त्यातून जावे लागते. जे बुद्धीचे प्रामाणिक आणि खमके असतात, ते या परिस्थितीवर मात करतात आणि त्यातून बाहेर येतात. ती वेळ, तो काळ असा असतो, की त्यात स्वार्थ काय आणि परमार्थ काय, याचे भानच सुटते.

> 'कळेना स्फूर्ति होईना ।
> आपदा लागली बहू ।
> प्रत्यही पोट सोडीना ।
> बुद्धि दे रघुनायका ।।
> संसार नेटका नाहीं ।
> उद्वेगो वाटतो जीवीं ।
> परमार्थू कळेना की ।
> बुद्धि दे रघुनायका ।।'

हे सगळेच काव्य मोठे आर्त आहे. त्यातला एक श्लोक माझा सर्वांत आवडता. प्रत्येकाला कधी ना कधी अनुभवायला लागलेला.

> 'उदास वाटते जीवी ।
> आता जावे कुणीकडे ।
> तू भक्तवत्सला रामा ।
> बुद्धि दे रघुनायका ।।'

ही अशी कलात्मक आर्तता प्रत्येकास लाभो!

(उत्तरार्ध)

१५. ऐका सजना मनमोहना...

कलाकाराच्या प्रतिभेच्या मोजमापाची साधने कोणती? अनेक आहेत. त्यातील एक म्हणजे अर्थातच त्याने हाताळलेले घाट. म्हणजे तो ज्या कलाप्रकारात आहे त्यात त्याने कोणकोणते नवनवे प्रयोग केले? अभिनेता असेल तर किती प्रकारच्या भूमिका केल्या? गायक असेल तर किती विविध घराण्यांचे परिशीलन त्याने केले? कोणकोणत्या रागांचे सादरीकरण तो करतो? कवी असेल तर काव्याचे किती घाट त्याने हाताळले?...

या निकषांवर समर्थ रामदास यांनी हाताळलेले प्रकार थक्क करणारे आहेत. दासबोध, मनाचे श्लोक, आरत्या, अभंग हे तर आपण पाहिलेच. परंतु या काहीशा अभिजनांना भावेल अशा प्रकारच्या काव्यसाहित्याबरोबरच रामदासांनी प्रचंड प्रमाणावर लोकसाहित्य लिहिले आहे. अनेकांना त्याची कल्पना नाही. किती असाव्यात या पद्यरचना? पांगुळ, वाघ्या, वासुदेव, दिवटा, बाळसंतोष, बहुरूपी, पिंगळा, जागल्या, डवरी, जोगी, कानफाट्या, गोंधळ, चेंडू, टिपरी, लपंडाव... एक ना दोन... असे अनेक प्रकार रामदासांनी हाताळले. हे इथेच संपत नाही. रामदासांनी मोठ्या प्रमाणावर डफगाणी लिहिली, दंडीगाणी लिहिली. रामदासांच्या वास्तव्याचा बराचसा काळ शहापूर, मसूर, चाफळ वगैरे परिसरात गेला. या वाटेवरून पाली, जेजुरीस जाणाऱ्या-येणाऱ्या शाहिरांशी त्यांची गाठभेट होत असे. त्यामुळे असावे; पण रामदासांना वाघ्यामुरळीचे कवनदेखील माहीत होते. शाहीर, वाघे, दशावतारी, बहुरूपी, गोंधळी, बाळसंतोष, पिंगळा, दिवटा, भुत्या असे देवीच्या भक्तांना प्रिय अनेक काव्यप्रकार रामदासांनी लिहिले. हे सर्व संकलन प्रसिद्ध आहे. परंतु अनेकांना 'मनाचे श्लोक' वा 'दासबोध' यापलीकडचे रामदास माहीत नाहीत.

या रामदासांनी हाताळलेला एक काव्यप्रकार निश्चितच धक्का देणारा आहे. या काव्यप्रकाराचे नाव– लावणी. होय! समर्थ रामदासांनी लावणीदेखील लिहिली. आता रामदासांनी लिहिलेली लावणी ही काही शृंगारिक लावण्यांसारखी असणार नाही, हे तर उघड आहे. तेव्हा रामदासविरचित ही लावणी आणि काही लोकगीते यांचा आज परिचय...

ऐक सजना मनमोहना । संपत्ती पाहाता कोणाची ।
जाईल काया जाईल माया । उसणि आली पांचाची ।।

अशी ठसकेबाज आहे या लावणीची सुरुवात. रामदासांनी 'ऐका सजना...' असे म्हणणे म्हणजे काय मौज आहे! रामदास एका शाहिरासारखे बसले आहेत, एका हातात डफ आहे आणि बाकी मागचे साजिंदे 'जी जी र जी जी...' वगैरे म्हणत आहेत, ही कल्पनाच करता येत नाही. पण ही लावणी आपल्याला वाटते तशी नाही. या लावणीत रामदास पुढे म्हणतात...

कौरव मेले पांडव गेले । वाणी वदली व्यासाची ।
छपन्न कोटी यादव गेले । काया राहिली कृष्णाची ।।
काय रचना आहे...
हारा होरा निघोनि गेला । वेळ आली मृत्याची ।
लेक नातू अवघे गेले । वार्ता न कळे देह्याची ।।
येक येती येक जाती । चौकी फीरे काळाची ।
ज्याचे गाठिसी पुण्य नाही । यम हो त्याला जाची ।।

हे सारे रामदासांच्या शैलीशी साजेसेच. त्यांच्या लावणीतूनही हे रामदासपण लपून राहत नाही. शेवटी ते म्हणतात...

सावध व्हावे भजन करावे । भक्ती करावी देवाची ।
आता तरी गोष्टी ऐका । रामी रामदासाची ।।

समर्थांनी आणखीही काही लावण्या लिहिल्या होत्या. परंतु त्यांचा तपशील उपलब्ध होऊ शकला नाही. कुमार गंधर्वांसारख्या प्रज्ञावान कलाकाराने त्यातील काही लावण्यांना चाली लावल्या होत्या, असेही कोठेतरी वाचल्याचे स्मरते. कोणीतरी त्या ध्वनिमुद्रित केल्या असतील आणि कधी ना कधी ते ध्वनिमुद्रण तुमच्या-आमच्यासारख्या जनसामान्यांना उपलब्ध होईल अशी आशा बाळगायला हवी.

या लावणीप्रमाणे रामदासांची डफगाणीदेखील त्यांच्यातील कलात्मक कवीची ओळख करून देणारी आहेत...

गगन निश्चळ पोकळ । चहुकडे अंतराळ ।
तरी मग आकाश पाताळ । का म्हणावे ।।
पृथ्वीकरिता पडिले नाव । येरवी नावा नाही ठाव ।
कळावयाचा उपाव । नानामते ।।

या व अशा सगळ्याच डफगाण्यांत रामदास असे गंभीर वा तत्त्वचिंतक नाहीत. उदाहरणार्थ हे डफगाणे...

शिवराव देवराव द्यानतराव दलपतराव ।
दिनकरराव दळबटराव धारेराव ।
अभिमानराव अद्भुतराव अमृतराव ।
अवघडराव अनंदराव अवधुतराव आजीराव ।

हे संपूर्ण डफगाणे असे रावांचे गाणे आहे. त्यात या अशा रावांखेरीज काही नाही. असे एक नव्हे, दोन नव्हे, तर तब्बल ७७ राव या डफगाण्यात आहेत. त्याचे वैशिष्ट्य म्हणजे या गाण्यातील पहिला शब्द ज्या अक्षराने सुरू होतो त्याच अक्षरात पुढील राव आहेत.

हे डफगाणे जसे रावांचे, तसे आणखी एक प्रदीर्घ डफगाणे केवळ गावांचे आहे.

काशी कांची कोल्हापूर । काश्मिर कुशावर्त काउर ।
कानड कर्णाट कउर । कनकलंका ।।
खडकि खडके खडकवाडी । खडसी खराडे खराडी ।
खेराव खांबाळे खरपुडी । खांबगाव ।।
जांब जांबी जांबुळपुरी । जवळे जवळगाव जेजुरी ।
जुन्नर जाफळे जांभेरी । जांबुत जलगाव ।।

हे केवळ वानगीदाखल. असे एकेका अक्षराने सुरू होणाऱ्या गावांच्या व्यवस्थित ६० ओव्या या डफगाण्यात आहेत. एका ओवीत सात ते आठ गावे. म्हणजे ६० ओव्यांतून जवळपास पाचशे गावांची नावे हे डफगाणे सादर करते. साडेतीनशे-चारशे वर्षांपूर्वी इतका भूगोल माहीत असणे, हे सर्वार्थाने कौतुकास्पदच म्हणावे लागेल. अर्थात त्या काळी रामदास पंजाब प्रांतापर्यंत पर्यटन करून आले होते. त्यामुळे त्यांचे भूगोलाचे ज्ञान निर्विवाद उत्तमच असणार. पण तरीही आजच्या गुगलेश्वरी शरणाधीन होण्याच्या काळासाठी ते निश्चितच थक्क करणारे आहे.

या सगळ्यातील शब्दकळा तर वाखाणण्याजोगीच. पण तंत्रावरील हुकमतही तितकीच ताकदीची. प्रतिभा आणि तिला वाकवणारी तंत्रावरील हुकमत यांचा समसमा संयोग रामदासांच्या ठायी झालेला असल्याने शीघ्रकवित्व त्यांना साध्य झाले होते. एकदा रामदास परळीहून- म्हणजे आताच्या सज्जनगडावरून चाफळास येण्यास निघाले असता, मध्ये पाली येथे खंडोबाची यात्रा भरलेली त्यांना दिसली. तेथे दोन शाहिरांचे

सवालजबाब सुरू होते. त्यातल्या एकाला अर्थातच समोरच्याला निरुत्तर केल्याचा गर्व झाला. आपल्या बुद्धीपुढे समोरचा नमला हे पाहून हर्षोत्साहित झालेला शाहीर पाहून रामदासांनी त्याला त्याच्याच काव्यशैलीत उत्तर दिले. ते असे...

> *किती पृथ्वीचे वजन । किती आंगोळ्या गगन ।*
> *सांग सिंधूचे जीवन । किती टांक ॥*
> *किती आकाशीचा वारा । किती पर्जन्याच्या धारा ।*
> *तृण भूमिवरी चतुरा । संख्या सांग ॥*

अशा पद्धतीने प्रश्न विचारीत रामदास त्यास त्याच्या मर्यादांची जाणीव करून देतात. शेवटी नम्रतेची आस का गरजेची आहे, ते सांगताना रामदास म्हणतात...

> *ऐक जें जें पुशिले तुज । तें तें आता सांगे मज ।*
> *अनंत ब्रह्मांडे बेरीज । किती जाहली ॥*
> *रामदासांचा विनोद । सांडी अहंतेचे बीज ।*
> *मग स्वरूपी आनंद । सुखी राहे ॥*

या अशा काव्यगुणांचे अनेक दाखले देता येतील. जिज्ञासूंनी ते मुळातूनच वाचावे. एक संत काय काय पद्धतीने विचार करतो, किती रोखठोकपणे ते मांडतो, आणि तरीही ते तसे करताना आपल्यातील अलवारपणास तडा जाऊ देत नाही, हे सारेच विलक्षण आहे. पुन:पुन्हा प्रेम करावे असे!

१६. तू दीवाना तू दीवाना तू दीवाना मेरा...

भाषा ही धर्माची निदर्शक असते काय? मुळात भाषेला असे धर्माच्या कप्प्यात अडकवावे काय? म्हणजे उर्दू बोलणारे सर्व मुसलमानच असायला हवेत काय? इंग्रजी आता जगाची भाषा झाली असली, तरी इतिहासकाळात ती बोलणारे सर्वच ख्रिस्ती होते काय?

अलीकडच्या काळातील वातावरणात या व अशा प्रश्नांचे उत्तर काही मूढमती होकारार्थी देतीलही; पण आदर्श अवस्थेत ते नकारार्थी असावयास हवे. भाषेस कशासाठी धर्माचा अंगरखा चढवायचा? ज्या भाषेत व्यक्त व्हायला हवे असे वाटते, त्या भाषेचे कौशल्य जर प्राप्त झालेले असेल, तर कोणालाही हव्या त्या भाषेत व्यक्त होता यायला हवे. एखाद्याची अभिव्यक्ती उर्दूत झाली, तर लगेच आपण त्यास मुसलमान म्हणणार की काय? तेव्हा प्रश्न असा की, अलीकडच्या या अशा वातावरणात आपल्या संतांचे आपण काय करणार?

उदाहरणार्थ समर्थ रामदास!

समर्थांनी मोठ्या प्रमाणावर अमराठी साहित्य प्रसवलेले आहे. त्यात मोठा वाटा आहे तो दख्खनी उर्दू या भाषेचा. उर्दूच ती; पण दख्खनी शैलीने, लिपीत लिहिलेली.

आपणास हे विदित आहेच, की समर्थांनी त्या काळात देशभ्रमण केले. भूगोलाची, वाहनाची कोणतीही आयुधे आणि साधने नसतानाही रामदासांनी श्रीलंका ते अफगाणिस्तान इतक्या विशाल पट्ट्यात प्रवास केल्याच्या नोंदी आहेत. १६३२ ते १६४४ असा १२ वर्षांचा त्यांचा देशाटनाचा काळ. त्यातही लक्षात घ्यावा असा मुद्दा म्हणजे रामदासांचे त्या वेळचे वय. ही इतकी भटकंती ज्या काळात त्यांनी केली, तेव्हा रामदास हे २५ ते ३७ या वयात होते. या वयातल्या तरुणांची आज काय परिस्थिती असते त्यावर न बोललेलेच बरे!

या सर्व भटकंतीचे पुरावे आजही आहेत. धुळे येथील श्री समर्थ वाग्देवता मंदिर या संस्थेत समर्थ रामदासांच्या स्वरचित आणि त्यांच्यावर त्या काळातील अन्यांनी लिहिलेल्या वाङ्मयाची, हस्तलिखिताची बाडेच्या बाडे आहेत. यातील काहींचा

अद्याप अभ्यासही झालेला नाही. ज्यांचा झालेला आहे, त्यातून समर्थांच्या या प्रवासाचा तपशील उपलब्ध होतो. त्यानुसार दिसते ते असे, की १६३५च्या आसपास समर्थ अयोध्येत होते. नंतर चार ते पाच वर्षांनी ते काशी येथे सक्रिय होते. त्या वेळी स्थानिक महंतांना हाताशी धरून त्यांनी धर्मसंस्था उभारणीचे काम सुरू केल्याचे आढळते. त्याची गरज त्यांना वाटली. कारण एव्हाना औरंगजेबाकडून मोठ्या प्रमाणावर धर्मच्छल सुरू झाला होता. गागाभट्ट यांच्यासारख्या पंडितांशी रामदासांचा संपर्क होता. अशा स्थानिक धर्मपंडितांना बरोबर घेऊन काशी येथे रामदासांनी मठाची स्थापना केल्याचेदेखील आढळते. पुढे रामदास पंजाबातील आनंदपूर येथेही गेल्याची नोंद आहे. त्याचमुळे शिखांचा पवित्र धर्मग्रंथ 'गुरूबानी'त रामदासांच्याही ओव्या आहेत. अजमेर आदी ठिकाणांनाही समर्थांनी भेट दिली.

दक्षिणेकडे गोकर्ण-महाबळेश्वर, श्रवणबेळगोळ, बेंगळुरू, चेन्नई, तंजावर, हैदराबाद अशा अनेक ठिकाणी रामदास गेले होते. इतकेच काय, दक्षिणेकडे त्यांचा शिष्यपरिवारही तयार झाला होता. विख्यात इतिहासकार सेतुमाधवराव पगडी यांनी या विषयावर विस्तृत लेखन केले आहे. समर्थ-जिज्ञासूंनी ते जरूर वाचावे. त्यांच्या संशोधनानुसार, रामदासांनी रामेश्वर येथेही मारुतीची स्थापना केली आणि स्थानिक अनुयायांकडे त्याच्या पूजनाची व्यवस्था लावून दिली. या मंदिराचे आजचे पुजारी हे रामदासांनी नेमलेल्यांचे वंशज, असे पगडी म्हणतात.

या अशा प्रवास करण्याच्या, प्रदेश समजून घेण्याच्या इच्छेचे परिवर्तन पुढे बद्रिकेदार, प्रयाग, ग्वाल्हेर, उज्जैन, सुरत, द्वारका, सोमनाथ, वडोदरा, पूर्वेकडे प. बंगालातील कृष्णनगर अशा अनेक ठिकाणी मठ स्थापन करण्यात झाले. स्थानिक पातळीवर धर्म टिकवून ठेवण्यात या मठांचा मोठा वाटा आहे, हे विसरून चालणार नाही. या सर्व प्रवासात मजल-दरमजल करताना मठ स्थापन करण्याची कल्पना रामदासांच्या मनात निश्चितच बळावत गेली असणार. त्याचप्रमाणे रामदासदेखील अनेकांच्या मनात रुजले असणार.

तेव्हा या आपल्या चाहत्यांसाठी रामदासांनी उर्दू हिंदीत मोठ्या प्रमाणावर विविध रचना केल्या. मराठी युवकांसाठी स्फूर्तिकाव्ये, ओजस्वी रचना करताना अन्य भाषकांसाठीही हे सारे देणे आपले कर्तव्य आहे, या भावनेतून रामदासांनी दख्खनी उर्दू या भाषेत बऱ्याच रचना केल्या. मनीषा बाठे या रामदासप्रेमी लेखिकेने बरेच संशोधन करून त्या उजेडात आणल्या आहेत. रामदासांचे अनेक वाङ्मयप्रकार अद्यापही प्रसिद्धीच्या, प्रकाशनाच्या प्रतीक्षेत आहेत. परंतु निदान त्यांची ही काव्ये उजेडात आणण्याच्या ऐतिहासिक कामगिरीसाठी आपण मनीषा बाठे यांचे आभार मानावयास हवेत. बाठे यांच्या संकलनातील अशा सुमारे ३०० दख्खनी उर्दू पदावल्या प्रकाशित

करण्यात आल्या आहेत. परंतु दख्खनी उर्दू या एकाच मराठीतर भाषेत रामदासांनी साहित्यरचना केली असे नाही, तर गुजराती, मारवाडी, अरबी, फारसी, कन्नड, संस्कृत आणि तेलुगु अशा विविध भाषांत रामदासांनी लिहिले. या अशा लिखाणाची किमान दोन हजारभर बाडे धुळ्याच्या वाग्देवता मंदिरात आज अभ्यासकांच्या प्रतीक्षेत आहेत. मनीषा बाठे यांनी याच कागदपत्रांच्या आधारे रामदासांच्या दख्खनी उर्दू भाषेतील रचनांचा संग्रह सिद्ध केला. महाराष्ट्र संस्कृतीत मुळात दस्तावेजीकरणाचे महत्त्व कमीच. गुरूने मरताना शिष्याच्या कानात सांगितले आणि पुढे शिष्याने मरताना त्याच्या शिष्याच्या कानात सांगितले... अशाच पद्धतीने मोठी ज्ञानपरंपरा क्षीण होत गेली. अशात रामदासांसारख्याने लिहिलेले शाबूत राहणे, हेच मुळात आश्चर्य. परंतु त्याचा अभ्यास आदी न होणे हे आपले कपाळकरंटेपण. हे संतांच्याबाबतच होते असे नाही. याच धुळ्यात इतिहासाचार्य वि. का. राजवाडे संशोधन केंद्रातदेखील इतिहासाचार्यांची अनेक हस्तलिखिते प्रकाशनाअभावी पडून आहेत. हे विषयांतर झाले. तेव्हा मुद्दा इतकाच, की बाठेबाईंचे आभार मानून रामदासांच्या दख्खनी उर्दू साहित्याचा आस्वाद घ्यावयास हवा.

तो घेताना जाणवते ती रामदासांची शैली. मराठीचे सर्व सौष्ठव रामदासांच्या शैलीतून आणि शब्दकळेतून सातत्याने डोकावत असते. मग ती 'सुखकर्ता दु:खहर्ता' ही किंवा 'लवथवती विक्राळा'सारखी आरती असो, 'गिरीचे मस्तकी गंगा...'सारखा श्लोक असो, मनाचे श्लोक असोत; रामदासांच्या भाषेचे समर्थपण या सगळ्यातून ठसठशीतपणे समोर येत राहते.

त्यांच्या दख्खनी उर्दू रचनांतही ते लपत नाही. म्हणजे रामदास आपली मराठी भाषाशैली घेऊनच उर्दूच्या महालात शिरतात, ही बाब जरूर शिकण्यासारखी. याचे कारण अलीकडच्या काळात आपल्याकडचे सुशिक्षित आपले इंग्रजी कसे साहेबी धाटणीचे आहे हे सर्वांना कळावे म्हणून जिवाचे रान करीत असतात. वास्तविक भाषा ही त्या-त्या भूप्रदेशातील जीवनशैलीच्या अंगरख्यातच यायला हवी. म्हणजे नागपूरकराने 'चालले जाऊ' वगैरेच भाषेत बोलावयास हवे. नागपूरकर जर पुणेकरांसारखे बोलायला लागले, तर मजाच संपेल. तेव्हा रामदास मराठीची पगडी घालून हिंदी उर्दूच्या व्यासपीठावर गेले त्यात काही वावगे नाही. तेव्हा त्या रचनांचा आस्वाद घ्यायला हवा. उदाहरणार्थ-

तू दीवाना तू दीवाना तू दीवाना मेरा
मैं गुलाम मैं गुलाम मैं गुलाम तेरा
दो लंगोटी येक रोटी

दरबार तेरा पडा ।
काम क्रोध लोभ भय त्यजे
रामनाम गाउ रामदास प्यारा...

अधिक पुढील भागात...
(पूर्वार्ध)

१७. हम तो बैरागी...

याआधीच्या लेखात आपण समर्थ रामदासांच्या दख्खनी उर्दू रचनांचा परिचय करून घेतला. खरे तर ती तोंडओळखच म्हणावयास हवी. रामदासांनी आताच्या उत्तर प्रदेश, राजस्थान, गुजरात आदी उत्तर प्रांतांत केलेली भ्रमंती या उर्दू रचनांमागील प्रेरणा होती. या भ्रमंतीतून त्यांना उत्तर भारतीयांनाही जोडून घेण्याची गरज वाटली. त्यातून या रचना निर्माण झाल्या. लेखिका मनीषा बाठे यांनी विविध ठिकाणची जुनी दफ्तरे धुंडाळून या उर्दू रचनांचे संकलन केले आणि त्यांनी ते स्वत:च छापले.

या रचनांचे तीन प्रमुख भाग पडतात. पहिला आहे अमराठी युवकांसाठी समाजपरिवर्तनाची स्फूर्तिकाव्ये. यात प्रामुख्याने दखनी पदावल्या आढळतात. दुसरा भाग मुसलमानी अष्टके आणि स्फुटे. गणेश शारदा ते आलख निरंजन अशा अनेकांचा आधार घेत समर्थांनी यात आपली मते व्यक्त केलेली आहेत. तिसरा प्रकार आहे तो मराठीबा हिंदू समाजासाठी ईशस्तवने. नावात सूचित केल्याप्रमाणे यात सरळ-साधी ईशस्तवने आहेत.

यातल्या पहिल्या भागातल्या अनेक रचना हिंदुस्थानी शास्त्रीय संगीताच्या विविध रागांत बांधल्या गेलेल्या आहेत. म्हणजे सारंग, ललित, वगैरे. म्हणजे विचार गंभीर. आणि तशाच गंभीर सादरीकरणातून त्याची मांडणी. आपल्या भ्रमंतीत समर्थांनी समाजाचे झपाट्याने होत असलेले अध:पतन जवळून पाहिले. अभ्यासले. ते रोखावयाचे तर कोणत्या प्रकारच्या वृत्तीची जोपासना या तरुणांत करवली पाहिजे, असा प्रश्न यांतून रामदासांना पडत गेला. कारण हे तरुण एका बाजूने परकीय आक्रमणाचा परिणाम सहन करत होते आणि त्याच वेळेस त्यांच्या भरकटण्यास या परकीय आक्रमणांनी अधिक गती येत होती. म्हणजे हे दुष्टचक्र परस्परपूरक होते. अशा वेळी या तरुणांचा परिचय अद्वैताशी करून द्यायची निकड समर्थांना वाटली. त्यातूनच-

‘आलेख ज्यागे झुटी माया भागे
जन बीन है सो देव नीरंजन । संत संग शुधी लागे ।।
मुद्रा आसन ध्यान समाधी ।

देखन भेद न लागे ।।
दास कहे साधु की संगत ।
ताहां भवकाल न ज्यागे ।।'

अशासारखी रचना रामदास लिहून गेले. ग्रंथप्रामाण्य वगैरे सोडा, परमेश्वरासाठी त्याची गरज नाही, प्रत्येक मानवात तो आहे, साधुसंतांच्या संगतीत त्याची जाणीव होईल, असे ते यातून सांगतात. थोडक्यात, धर्माकडे नव्याने कसे पाहायला हवे हे रामदास या तरुणांना त्यांच्याच भाषेत सांगतात. हा तरुण आसपास दिसणाऱ्या आक्रमकांना पाहून दडपलेला, गोंधळलेला आहे. रामदास त्याला म्हणतात–

'ज्यागो रे तुम भाई । राजाराम की दुहाई ।।
जगत का जोर देखकर । मत दहशत खाओ भाई ।।
रामदास कहे दिल से बाबा । छोडो मोह बुराई ।
प्रेम भय क्रोध तुमारे । अवर है दुष्मन कोई ।।'

समर्थांच्या काळात–म्हणजे ते देशाटनास निघाले होते तोपर्यंत–देशात इस्लामी आक्रमकांची सत्ता साधारण ३०० वर्षांची जुनी होती. म्हणजेच एव्हाना ती स्थिरावलेली होती. त्या वेळच्या समाजाच्या अडचणी दुहेरी होत्या. एक म्हणजे पारंपरिक जातिव्यवस्था आणि त्यामुळे पिचला गेलेला तळाचा समाज आणि वर दुसरीकडून हे यवनी आक्रमण. यातल्या एका टप्प्यावर हिंदू समाजात सातत्याने उपेक्षित राहिलेल्या एका वर्गास इस्लामचा स्वीकार करणे अधिक सोयीचे वाटले असण्याची शक्यता नाकारता येत नाही. अशा वेळी या समाजास रोखण्यासाठी आणि धर्मांतरापासून वाचवण्यासाठीही समर्थांनी काही रचना लिहिल्या.

'येक ही जमीन येक हि पानी । येक आतश आसमान ।
येक बाज आलम च्यलावत । येक ही चंद्रश्रुभान
रे भाई कायकु लडतें लडतें सब पडते ।।'

ही अशीच एक. मुसलमानी काव्यांतून संवाद साधताना समर्थांनी अद्वैत तत्त्वज्ञानाद्वारे ईश्वरी उपासनेबद्दल रचना केल्या आहेत. त्या करताना रामदासांनी धर्माच्या सामाजिक नियमांबद्दल वाच्यता केलेली नाही.

'आलख वो निरंजन कैसा हय रे
किसेही सारिखा नहि क्या कहु रे'

अशा सोप्या सोप्या रचनांतून रामदास आपला संदेश पोचवत राहतात.

'हमारे पिरोंने अकल सें बताया
निराकार अलाई सें मों मिलाया'

म्हणजे आपल्या पूर्वजांनी विचार करून सांगून ठेवले आहे, की ईश्वर हा निराकार आहे. अन्य कोणत्याही धर्माप्रमाणे इस्लामातही बाबा-बुवा होते आणि त्यांचेही अंगारेधुपारे चालत. त्यांच्याविषयी रामदास म्हणतात-

'करामत्करे सो भुलाहे दिवाना
ईनो काक हंसो समज्जे तुमाना
करामत बुरि हे भुतों देवतोंकि
न कर्ना कबों बंदगी हि ईनोंकि ।।'

म्हणजे करामत करणाऱ्यांना सगळेच भुलतात. असे भुलणारे मग कावळ्यांना संत मानू लागतात. तेव्हा असे होण्यापासून वाचायचे असेल, तर भुताखेतांच्या, जादूटोण्याच्या चमत्कारांवर विश्वास ठेवू नका, असा रामदासांचा सल्ला आहे. दासबोधात त्यांचा अशाच अर्थाचा श्लोक आहे. तुमचा गुरू असला चमत्कार वगैरे करणारा असेल तर त्यास नाकारा.

'ऐसे गुरू अडक्याचे तीन । मिळाले तरी त्यजावे'

अशी रामदासांची दासबोधातली मसलत आहे. त्याचा हिंदी आविष्कारही असाच लोभस आहे. दख्खनी हिंदीत लिहिताना ते म्हणतात-

'आबे छोड दे बे करामत्भुतोंकि
बुरि छोड देना राह इन देवतोंकि
नहि बे नहि बे ईसे मे कछुहि
न मिले न मीले कबोंहि ईलाहि'

या भुताखेतांच्या, जादूटोण्यांच्या मागे जावयाचे असेल, तर देव देव न केलेलेच बरे. कारण या मार्गाने ईलाही- म्हणजे देव मिळायची सुतराम शक्यता नाही. परमेश्वर या सगळ्यापेक्षा वेगळा असतो. या सगळ्यांवर असतो. म्हणून मग रामदास म्हणतात-

'खुदा कौन बंदा कहो ये हि कैसा
समजभी न फकिरी करे वो तमाशा
पिरोंकेहि मुंसे भला खोज्य लेना
कहे रामदासो न्यारा दिल न कार्णा...'

देव कोण? त्याचा खरा भक्त कोण? यावर कसले वाद घालता? हे वाद घालणे हेच मूर्खपणाचे आहे. बंद करा हे सर्व. कारण ईश्वर या सगळ्यापेक्षा निराळा आहे.

रामदासांच्या इस्लामी रचनांवर सुफी पगडा बराच आहे. त्यांनी एक रचना तर राजस्थानातील अजमेर येथील विख्यात गरीबनवाज दर्गा येथे केल्याचीदेखील नोंद आहे.

'घट घट साहि यारे आज्यब आलमीया रे
ये हींदु मुसलमान दोन्हो चलावे'

अशी त्या रचनेची सुरुवात आहे. प्रत्येकाचा- मग तो हिंदू असो वा मुसलमान- रक्षणकर्ता तो ईश्वर... म्हणजे आलामीया हाच आहे, असे रामदास सांगतात.

हे झाले इस्लामधर्मीयांसाठी. त्याच्याबरोबरीने रामदासांनी अमराठी समाजातील हिंदूंसाठीही पुष्कळ रचना लिहिल्या. त्याही फार मधुर आहेत.

'हम तो बैरागी रामजी बाबा दरबार के ।
गावत नाचत राम राम सीता राम के ।'

या रचनांत कृष्ण वारंवार येतो. दक्षिणेकडच्या रचनांत रामदासांचा कोदंडधारी राम प्रमुख आहे. उत्तरेकडे कृष्ण. मोहन, कान्हा, ब्रजबाला, ब्रीजवाला अशी शब्दकळा रामदास आवर्जून वापरतात.

याचे कारण रामदासांचा त्यामागील विचार. आजच्या समाजकार्यकर्त्यांनी तो लक्षात घ्यायला हवा. ज्या समाजात आपल्याला सुधारणा करायच्या आहेत, बदल घडवायचा आहे, त्या समाजाची भाषा प्रथम अवगत करावी लागते. कारण या भाषेच्या माध्यमातून जनांच्या मनापर्यंत आणि मनातून मेंदूपर्यंत जाता येते. रामदासांचा अभ्यास का करायचा, यामागील हे एक कारण.

(उत्तरार्ध)

१८. त्रयोदश भीमरूपी

गेले दोन महिने आपण रामदासांच्या अपरिचित वाङ्मयाचा परिचय करून घेतला. रामदासांनी लिहिलेल्या लावण्या, त्यांचे दख्खनी उर्दूतील लिखाण वगैरे... आज याच मालिकेतील आणखी एक अप्रकट गोष्ट.

रामदास, रामचंद्र आणि हनुमान असे तिघांचे एक अद्वैत होते हे आता नव्याने सांगावे असे नाही. त्याचमुळे रामदासांच्या वाङ्मयात या दोघांचे दर्शन विविधांगांनी होते. याच्या बरोबरीने रामदासांनी त्यांच्या आवडत्या हनुमानासाठी स्वतंत्र मंदिरे बांधली. यातली गंमत बघा. समर्थ हे रामचंद्राचे भक्त. तो कोदंडधारी राम त्यांना सतत खुणावत असतो. परंतु रामदासांनी प्रभु रामचंद्रापेक्षा मंदिरे बांधली अधिक ती या रामचंद्राचा दास असलेल्या हनुमानाची. त्यांनी स्थापलेले ११ मारुती तर प्रसिद्धच आहेत. परंतु त्याखेरीजदेखील महाबळेश्वरपासून अनेक ठिकाणी रामदासांनी मारुतीची मंदिरे उभी केली. अशक्त, असत्त्व समाजाला स्फूर्ती देण्याची, शक्तीची जाणीव हा मारुतरायाच करू शकेल असे वाटल्यामुळेही असेल; परंतु रामदासांनी हनुमानास अनन्यसाधारण महत्त्व दिले. त्यांनी बांधलेली मंदिरे ही या महत्त्वाची भौतिक प्रतीके.

त्याखेरीज मारुतीविषयी अभौतिक अशी १४ शिल्पे रामदासांनी उभी केली. त्यातील एकच शब्दशिल्प अनेकांना ठाऊक असते. ते म्हणजे 'भीमरूपी महारुद्रा...' हे मारुतीस्तोत्र. आजही घराघरांत लहान मुलांना ते पाठ करून म्हणावयास लावण्याची परंपरा पाळली जाते. खरे तर या परंपरापालनाच्या नादात या श्लोकाचा आनंद काही घेता येत नाही, किंवा त्याकडे लक्षच जात नाही. किती सुंदर शब्दकळा आहे यातील! 'वज्रहनुमानमारुती, गतीसी तुळणा नाही, आणुपासोनी ब्रह्मांडाएवढा...' सारेच कसे त्या हनुमानाच्या आकारास साजेसे. पण 'भीमरूपी' हा काही आपला आजचा विषय नाही.

तर तो आहे अशी अन्य १३ हनुमानस्तोत्रे.

होय. 'भीमरूपी' हे एकमेव मारुतीस्तोत्र लिहून समर्थ रामदास थांबलेले नाहीत. त्यांनी याखेरीज अन्य १३ हनुमानस्तोत्रे लिहिली आहेत. त्यातील प्रत्येकाची शब्दकळा

वेगळी आहे, हे सांगावयास नकोच. परंतु त्याचबरोबर प्रत्येकाचे वृत्तदेखील वेगवेगळे आहे. कसे, ते आपण आज पाहू या.

'भीमरूपी' हे स्तोत्र अनुष्टुभ वृत्तात आहे. या वृत्तात मोठ्या आवाजात म्हणण्याची एक आगळी मजा असते. एक वेगळा ताल आपोआप धरला जातो. अचंबित करणारा भाग असा की, रामदासांनी अन्य स्तोत्रांसाठीदेखील अशीच वृत्ते निवडली आहेत. प्रामाणिक, चामर, मालिनी आदी एरवी अपरिचित वृत्तांसाठी ही स्तोत्रे जरूर पहावीत. अलीकडच्या पिढीस मुळात वृत्त म्हणजे काय, हेच ठाऊक नसल्याने त्यांना हे प्रकरण कळणारे नाही. पण तरीही त्यांनी ते पहावे. याचे कारण विशिष्ट घाटात आपल्या प्रतिभेस वाट करून देणे आणि आपणास हवा तो पूर्वनियोजित आकार आपल्या कलाकृतीस देण्याच्या तंत्रावर हुकमत मिळवणे हे महत्त्वाचे असते. रचनेचे तंत्र कळल्यास प्रतिभेच्या मंत्राची परिणामकारकता वाढते याची जाणीव असावयास हवी. त्या दृष्टीने या अन्य मारुतीस्तोत्रांचा आनंद घेणे उपयुक्त ठरेल.

'जनी ते अंजनी माता ।
जन्मली ईश्वरी तनू ।
तनू मनू तो पवनू ।
एकची पाहता दिसे ।।'

अशा श्लोकाने दुसऱ्या मारुतीस्तोत्राची सुरुवात होते. हे वृत्तदेखील 'भीमरूपी...'सारखेच. मारुतीचे वर्णन करताना यात रामदास म्हणतात-

'बाळाने गिळीला बाळू ।
स्वभावे खेळता पहा ।
आरक्त पीत वाटोळे ।
देखले धरणीवरी ।'

याचा वेगळा अर्थ सांगावयास नको, इतका तो स्पष्ट आहे. या मारुतीस्तोत्रात एकूण श्लोक आहेत ११.

तिसरे मारुतीस्तोत्र सहाच श्लोकांचे आहे.

'कोपला रूद्र जे काळी ।
ते काळी पहाविचेना ।
बोलणे चालणे कैसे ।
ब्रह्मकल्पांत मांडला ।।'

या श्लोकाने नव्या मारुतीस्तोत्राची सुरुवात होते.

तिसरे मारुतीस्तोत्रदेखील ११ श्लोकांचे आहे.

'अंजनीसुत प्रचंड, वज्रपुच्छ कालदंड ।
शक्ति पाहता वितंड, दैत्य मारिले उदंड ।।
चळचळीतसे लिळा, प्रचंड भीम आगळा ।
उदंड वाढला असे, विराट धाकुटा दिसे ।।'

काय रचना आहे! अगदी कवीकुलगुरूंनाही हेवा वाटावा.

चवथे स्तोत्र मोठे आहे. २४ श्लोकांचे. यात मारुतीच्या वर्णनावर रामदासांनी अनेक श्लोक खर्च केले आहेत.

'हनुमंता रामदुता । वायुपुत्रा महाबला ।
ब्रह्मचारी कपीनाथा । विश्वंभरा जगत्पते ।।
धीर वीर कपि मोठा । मागे नव्हेचि सर्वथा ।
उड्डाण अद्भुत ज्याचे । लंघिले समुद्राजळा ।।'

असे हनुमानाचे वर्णनपर अनेक श्लोक यात आढळतात. अगदी लक्षात ठेवावे असे हे काव्य आहे.

पुढचे स्तोत्र मात्र अगदीच वेगळ्या वृत्तात आहे. याचेही ११ श्लोक आहेत.

'कपि विर उठला तो वेग अद्भुत केला ।
त्रिभुवनजनलोकी कीतचा घोष केला ।
रघुपति उपकारे दाटले थोर भारे ।
परमवीर उदारे रक्षिले सौख्यकारे ।।'

यातील श्लोक हे अशा चालीचे आहेत, की ते वाचताना करुणाष्टकांची आठवण यावी.

नंतरचे मारुतीस्तोत्र २० श्लोकांचे आहे. त्याचेही वृत्त वेगळे.

'काळकूट ते त्रिकुट धुट धुट उठिले ।
दाट थाट लाट लाट कुट कुट कुटिले ।
घोरमार ते भुमार लुट लुट लुटिले ।
चिडलेची घडलेची फुट फुट फुटले ।।'

अशा पद्धतीची यातील रचना. ते वाचण्यात इतका आनंद आहे, की बास.

नंतरचे भीमरूपी स्तोत्र फक्त आठ श्लोकांचे आहे.

'भुवनदहनकाळी काळ विक्राळ जैसा ।
सकळ गिळीत उभा भासला भीम तैसा ।।'

ही याची सुरुवात. किती ताकदीची रचना आहे, पहा. मारुतीचे इतके यथार्थ वर्णन अन्य कोणाला सुचलेही नसते. यात एके ठिकाणी रामदास लिहितात—

'थरकत धरणी हे हाणता वज्रपुच्छे
रगडित रणरंगी राक्षसे तृणतुच्छे...'

यानंतरच्या मारुतीस्तोत्रात तर फक्त तीन श्लोक आहेत.

'लघुशी परि मुर्ती हे हाटकाची । करावी कथा मारुती नाटकाची...' अशी त्याची सुरुवात. याचीही रचना पारंपरिक श्लोक पद्धतीची. म्हणजे म्हणावयाचे झाल्यास त्याच्या तालात आपोआप माना डुलाव्यात. या तुलनेत पुढील भीमरूपी स्तोत्र १० श्लोकांचे आहे. त्यात मारुतीचे वर्णन करताना रामदास लडिवाळ होतात.

'चपळ ठाण विराजतसे बरे । परमसुंदर ते रूप साजरे...' अशा हळुवार शब्दांत रामदास येथे मारुतीचे वर्णन करतात. 'त्रिकुटाचळी, समिरात्मज...' अशा पद्धतीची शब्दयोजना येथे आढळते.

पुढील मारुतीस्तोत्र मात्र चांगले २२ श्लोकांचे आहे. तेदेखील भीमरूपीइतकेच परिपूर्ण म्हणावे लागेल. त्याची सुरुवात सौम्य आहे आणि उत्तरोत्तर ते अधिकाधिक रौद्र होत जाते. त्यानंतरचे मारुतीस्तोत्र लहान आहे. बाराच श्लोकांचे. पण उग्र आहे.

'भिम भयानक तो शिक लावी । भडकला सकळा भडकावी ।
वरतरू वरता तडकावी । बळकटा सकळा धडकावी ।'

असा याचा थाट.

यातील शेवटचे मारुतीस्तोत्र पुन्हा मध्यम आहे. दहाच श्लोकांचे.

'बळे सर्व संहारिले रावणाला । दिले अक्षयी राज्य बीभीषणाला ।
रघुनायका देव ते मुक्त केले । अयोध्यापुरा जावया सिद्ध झाले...'

अशी याची सुरुवात.

ही सर्वच स्तोत्रे वाचायलाच हवीत इतकी आनंददायी. अनेक अर्थांनी. आपले ज्याच्यावर प्रेम असते त्याकडे किती नवनव्या नजरेने पाहता येते, हेदेखील यातून शिकण्यासारखे.

१९. घरी वाट पाहे राणी...

अभंग कसा असतो... निदान कसा असायला हवा... याचे काही आडाखे आपल्या मनात असतात. तो आर्त असतो, त्यात अभंगकर्ता विरघळून गेलेला असतो, वगैरे वगैरे... हे असे असल्यामुळे अभंगकर्ता कोण, याचीदेखील आपल्या मनात एक आकृती तयार झालेली असते. परमेश्वरशरण वगैरे अशी.

या आकृतीवरून आठवले. 'प्रभात'ने काढलेला 'संत तुकाराम' हा चित्रपट अनेकांना माहीत असेल. त्यात एक अभंग आहे– 'आधी बीज एकले...' असा. खूप गाजला तो. परंतु त्यामुळे तुकाराम अभ्यासक गोंधळले. त्यांना तुकारामांच्या वाङ्मयांत तो कुठेच आढळेना. कसा आढळणार? तो तुकारामांचा नव्हताच. शांताराम आठवले यांनी लिहिलेला तो. इतका तुकारामांच्या व्यक्तिमत्त्वाशी तादात्म्य पावलेला अभंग होता तो, की अनेकांना तो तुकारामाचांच वाटला. हे असे होऊ शकले, कारण अभंग आणि तो लिहिणाऱ्याचे व्यक्तिमत्त्व हे नाते अभंग होते, म्हणून.

हे सांगायचे कारण म्हणजे– यामुळे रामदासांनी अभंगदेखील लिहिले असतील असे आपल्याला वाटतच नाही. रामदासांचा स्वभाव, भाषा सगळेच उग्र. त्यामुळे हा सद्गृहस्थ अभंगांच्या वाट्यालाही गेला असेल हे जरा पचनी पडायला अंमळ वेळच लागतो. म्हणून आज रामदासांच्या अभंगांची ही ओळख...

हे अभंग रामदासांकडून विषयवार लिहिले गेलेत. म्हणजे विवेक, बंधन, भक्ती वगैरे असे. त्यांची धाटणी अभंगासारखीच आहे. पण तरी त्यात रामदासांचा म्हणून वेगळेपणा आहे. त्यांचे ते ठोस ठाशीवपण या अभंगांतूनही दिसते. आता आपण अभंग लिहितोय, म्हणून आपला रोखठोकपणा बाजूला ठेवू, असे काही रामदासांनी केलेले नाही. त्याचे काही मासले...

'डोळे चिरीव चांगले । वृद्धपणी सरक्या जाले ।
बोले मातीचा भर्वसा । काय धरिती माणसा ।।
मुख रसाळ चांगले । पुढे अवघे सुरकुतले ।
रम्य नासिक सरळें । सर्वकाळ पाणी गळे ।।

कर्ण भुषणी सुंदर । पुढे जाहले बधी ।
बरवी दंतांची पंगती । परि ते उन्मळोनि जाती ।।
अंगकांती होती बरी । जाली चिरकुटाचे परी
गर्व तारुण्याचा गेला । प्राणी दीनरूप जाला ।।
रामी रामदास म्हणे । आता सावधान होणे ।।'

या अभंगांची गंमत म्हणजे नेहमीच्या धुमाळी ठेक्यावर ते गायचा प्रयत्न केला तर त्यांना आपोआप चालही लागते. गाताना ते अभंग असल्याची जाणीव होते. या अशाच प्रकारे रामदासांनी आपल्या अभंगांची रचना केलेली आहे. खास अभंगलेखन पद्धतीप्रमाणे या सर्व अभंगांचा शेवट 'रामी रामदास म्हणे', 'दास म्हणे' अशा रामदास-निदर्शक शब्दप्रयोगांनी झालाय.

'वेल चालिला कोमल । त्यासी माया आले फल ।
आदि अंती एक बीज । जाले सहजी सहज ।
तयामध्ये बीज सार । थेट तृणाचा विचार ।
मूळ तुटले बीज जळाले । होते जयांचे ते गेले ।
सर्व संग परित्यागी । दास म्हणे महायोगी ।।'

अभंगांच्या विषयसूचीत प्रस्तावना पंचक म्हणून एक प्रकार आहे. वर ज्या विषयांचा उल्लेख केलाय, ते सगळे पंचक प्रकारातले आहेत. हा प्रकार अभंगांच्या छंदांवरून झालाय. बारा ओव्याची शतके, अभंगांची पंचके, अष्टके अणि दशके, स्फुट ओव्या वगैरे अशा अनेक प्रकारांत रामदासांच्या अभंगांचे वर्गीकरण करता येईल. तुकारामांसारख्या संताने लिहिलेल्या अभंगांचे संकलन असे आहे. म्हणजे तुकारामगाथा. रामदासांचे असे संकलन प्रसिद्ध नाही. पण 'रामदासगाथा' म्हणता येईल इतके अभंग त्यांनी लिहून ठेवलेत. ते लिहिताना आपल्या अन्य वाङ्मयाप्रमाणे रामदासांनी छंदबद्ध लिखाणाचेही काही प्रयोग केलेत. यात ओवी आहे, भुजंगप्रयातसारखे वृत्त आहे. अनुष्टुभ छंदही त्यांनी मोठ्या प्रमाणावर हाताळलाय. या खेरीज आरत्या, स्तोत्रे इथपासून ते कव्वाली, लावणी... असे म्हणाल ते वाङ्मय रामदासांनी लिहून ठेवलेय. त्याचे विविध दाखले या स्तंभातून आपण अनुभवतोच आहोत. आणि हे छंद, वृत्त काही त्यांनी नुसते आधारासाठी वापरलेले नाही. त्याची तत्त्वे पूर्णपणे त्यांनी पाळलीयेत. म्हणजे अभंगांचे म्हणायचे, तर त्यांची रचना बऱ्याच अंशी साखळीसारखी आहे. यात पहिल्या चार चरणांचा शेवट ज्या शब्दाने होतो, त्यानेच पुढच्या चार चरणांची सुरुवात होते. याचा उपयोग केवळ सौंदर्यवृद्धीसाठी नाही. त्यामागे उपयुक्ततेचा विचार आहे.

तो असा की, त्या काळी अभंग, ओव्या वगैरे पाठ करण्याची पद्धत होती. म्हणजेच आपली परंपरा ही मौखिक होती. गुरूने लिहून ठेवलेले शिष्याने पाठ करून ठेवायचे आणि पुढे आपल्या शिष्याला ते द्यायचे. हे असे करायचे, तर आपल्या रचनांची मांडणी सुलभ हवी. मुखोद्गत करायला सोपी अशी. ते तसे मुखोद्गत करायचे तर स्मरणशक्ती उत्तम हवी. नसेल, तर ती वाढवायला हवी. हा सगळा विचार या रचनांच्या मागे आहे. रामदासांच्या या पद्धतीत पाठांतर सोपे होते. हवे तर करून बघा. मुक्तछंदात एखादी कविता पाठ असणे वेगळे आणि समग्र वाङ्मय डोक्यात बसलेले असणे वेगळे. रामदासांच्या या रचना त्याच उद्देशाने पाठ करायला सोप्या आहेत. अशी काही उदाहरणे आता पाहू या...

'आम्ही सावधान गावे । तुम्ही सावध ऐकावे ।
सकळ सृष्टीचा गोसावी । त्याची वोळखी पुसावी ।
स्वयें बोलिला सर्वेशु । ज्ञानेविणे । अवघे पशु ।
दास म्हणे नाही ज्ञान । तया नरकी पतन ।।'

दुसऱ्या अशाच एका पंचकातील हा एक अभंग बघा-

'संतापले संतापले । संतापले मन संतापले ।
झिज लागे झिज लागे । झिज लागे देहा झिज लागे ।
सोसवेना सोसवेना । सोसवेना सीण सोसवेना ।
धीर नाही धीर नाही । दास म्हणे अंतर पाही ।'

या पंचकातले सगळेच्या सगळे अभंग या शैलीतले आहेत. म्हणजे शब्दांची पुनरुक्ती करतकरत असा काही नाद त्यातून तयार होतो, की ते सहज लक्षात राहू शकतात.

हे करताना रामदास जे धक्के देतात, त्याचे आश्चर्य वाटते. उदाहरणार्थ हा एक अभंग...

'जे जे संसारासी आले । ते ते तितुके येकले ।
वाया आपुली मानिली । सखी दुरी दुऱ्हावली ।
सखी सांडुनिया देसी । मृत्यु पावला विदेसी ।
खातां व्याघ्र आणि लांडगे । तेथे कैची जीवलगे ।
घरी वाट पाहे राणी । आपण मेला समरांगणी ।
रामी रामदास म्हणे । अवघी जाणावे पिसुणे ।।'

या अभंगातली 'घरी वाट पाहे राणी' ही अगदी आजची वाटावी अशी ओळ. रामदासांचे हे वैशिष्ट्य. त्यांचे वाङ्मय सदासर्वकाळ नित्य नवे वाटत राहते. ते नव्याने भेटते. जुन्यातले काही नव्याने सापडते. आणि म्हणूनच ते सदैव वाचनीय वाटते.

२०. मूर्खासी समंध पडो नये

गेले काही महिने आपण रामदासांच्या विविध वाङ्मयाचा परिचय करून घेतला. जसे की– विविध त्रयोदश भीमरूपी, अभंग वा लावण्या किंवा उर्दू वाङ्मय. यावरून आपल्याला एव्हाना त्यांच्या साहित्याच्या परिघाचा अंदाज आला असेल. आता पुन्हा एकदा आपण दासबोधाकडे वळू.

याचे कारण 'दासबोध' समर्थ रामदासांच्या सर्व वाङ्मयावर दशांगुळे उरतो. आपली संपूर्ण प्रतिभा, सर्जनशीलता रामदासांनी 'दासबोध'निर्मितीवर लावली असावी असे तो वाचून वाटते. दुसरे असे की, या वर्षअखेरीस हे सदर संपेल. तेव्हा दासबोधातील व्यक्तिगत आवडीचे असे जे काही आहे, त्याचा परिचय करून देणे आवश्यक वाटते. 'दासबोध' हा संपूर्ण ग्रंथच आनंददायी असला, तरी त्यातील काही समास विशेष हे अतीव आनंददायी आहेत. ते वाचताना एक विशेष आनंद मिळतो. अतिशय साधी, सोपी आणि सुलभ त्यांची मांडणी आहे.

त्यातला असा एक समास म्हणजे दुसऱ्या दशकातला दुसरा. 'उत्तमलक्षण' असे त्याचे शीर्षक. फारच सुंदर रचना आहेत त्यातील. आणि मुख्य म्हणजे दैनंदिन जगताना त्यातला प्रत्येक सल्ला उपयुक्त ठरू शकेल असा आहे. उदाहरणार्थ–

'वाट पुसिल्याविण जाऊं नये । फळ वोळखिल्याविण खाऊं नये ।
पडिली वस्तु घेऊं नये । येकायेकीं ।।'

किती सोपी गोष्ट आहे. रस्ता माहीत नसताना जाऊ नये. आणि उगीच समोर एखादे फळ झाडावरून पडलेय, सुंदर दिसतेय म्हणून खायला जाऊ नये.

'अति वाद करूं नये । पोटीं कपट धरूं नये ।
शोधल्याविण करूं नये । कुळहीन कांता ।।'

आता यातील 'शोधल्याविण करू नये, कुळहीन कांता...' हा शेवटचा श्लोक हल्लीच्या काळात प्रतिगामी वाटू शकेल. पण तो चारशे वर्षांपूर्वी लिहिलेला आहे, हे ध्यानात घेतल्यास तसा भासणार नाही. एका अर्थाने ही बाब कालातीत आहे. म्हणजे

आजही कोणा मातेस आपल्या पुत्राचा वा कन्येचा विवाह होणार असेल तर ती/तो कोणत्या घरचा आहे, कोठे राहते/राहतो... वगैरे चौकशी करावीशी वाटतेच. असो.

'विचारेंविण बोलों नये । विवंचनेविण चालों नये ।
मर्यादेविण हालों नये । कांहीं येक ॥
प्रीतीविण रुसों नये । चोरास वोळखी पुसों नये ।
रात्री पंथ क्रमूं नये । येकायेकीं ॥'

हे चार श्लोकही तसेच. विचार केल्याशिवाय बोलू नये, हा सल्ला तर अलीकडच्या काळात प्रत्येकानेच ध्यानी ठेवलेला बरा. माध्यमांच्या या प्रस्फोटकाळात प्रत्येक जण इतका काही बोलतो आहे, की कान किटून जावेत. या बोलण्यास ना विचार, ना उद्देश. तेव्हा रामदासांचा हा सल्ला तसा आजही महत्त्वाचाच. दुसऱ्या श्लोकातील पहिली ओळ 'प्रीतीविण रुसो नये...' हीदेखील अशीच चपखल.

कारण एखाद्यावर रुसायचे असेल, तर मुळात अंतःकरणात त्या व्यक्तीसंदर्भात प्रीती हवी. तीच जर नसेल, तर रुसण्याचा उद्देशच निरर्थक. याच अनुषंगाने रामदासांचा आणखी एक सल्ला आहे-

'क्षणाक्षणां रुसों नये । लटिका पुरुषार्थ बोलों नये ।
केल्याविण सांगों नये । आपला पराक्रमु ।'

आधी ते मुळात प्रेम असल्याशिवाय रुसू नये, असा सल्ला देतात. पण पुढे जाऊन हेही सांगतात, की सारखे आपले उठता-बसता रुसू नये. म्हणजे प्रेम आहे म्हणून आपले येता-जाता रुसणे-फुगणे वाढू लागले की त्याची किंमत जाते. तसेच अन्य सल्लेही. परिसराची काहीही माहिती नसताना रात्री येकायेकी हिंडावयास बाहेर पडू नये. केल्याखेरीज आपलाच पराक्रम उगाच सांगत बसू नये, हेदेखील महत्त्वाचे. अलीकडच्या काळात तर याचे महत्त्व फार. चार आण्याच्या कर्तृत्वाला बारा आण्यांचा मसाला लावून सांगण्याकडेच सगळ्यांचा कल. उत्पादनात खोट असली तरी हरकत नाही, पण त्याचे मार्केटिंग जोरात व्हावयास हवे. अशा काळात नव्या मंडळींना रामदासांचा सल्ला कालबाह्य वाटेल. पण तसा तो नाही.

खातरजमा करावयाची असेल, तर संबंधितांनी ब्रँडिंग आदीचे सिद्धान्त तपासून पाहावेत. अति मार्केटिंग- मग ते स्वतःचे असो की एखाद्या उत्पादनाचे- हे अंतिमतः अनुत्पादकच ठरते असा इतिहास आहे. म्हणून एखादी व्यक्ती स्वतःची टिमकी फारच वाजवावयास लागली, की लवकरच या व्यक्तीची घसरगुंडी सुरू होणार आहे याची जरूर खात्री बाळगावी. या सल्ल्याला रामदासांनी उत्तमगुणलक्षणांत स्थान दिले आहे,

हे महत्त्वाचे. स्वत:चे वा आपल्या उत्पादनाचे अतिरिक्त मार्केटिंग करू नये, हे रामदास सांगतात. पण म्हणून बोलावयाची वेळ आली तर गप्प राहू नये, असेही त्यांचे म्हणणे.

'सभेमध्यें लाजों नये । बाष्कळपणें बोलों नये ।
पैज होड घालूं नये । काहीं केल्या ।'

सभेत काही वक्तव्य करावयाची वेळ आल्यास लाजू नये. बोलावे. परंतु त्यात बाष्कळपणा नसावा. तसेच पैज होड घालू नये... हा त्यांचा सल्ला अन्य ठिकाणीही येतो. उगा एकमेकांशी स्पर्धा, पैजा लावण्यास त्यांचा सक्त विरोध आहे. यातून तात्पुरते शौर्य गाजवल्याचे समाधान मिळते; पण अंतिमत: या पैजा बाधकच असतात, असे रामदास म्हणतात.

'आळसें सुख मानूं नये । चाहाडी मनास आणूं नये ।
शोधिल्याविण करूं नये । कार्य कांहीं ।
सुखा आंग देऊं नये । प्रेत्न पुरुषें सांडूं नये ।
कष्ट करितां त्रासों नये । निरंतर ।'

किती सोपी शिकवण आहे. निरंतर कष्टाची तयारी ठेवावी आणि प्रयत्न करणे कधी थांबवू नये. हे असे व्यापक सल्ले देता देता समर्थ रामदास मध्येच काही छोटे वैयक्तिक मुद्देही मांडतात. उदाहरणार्थ...

'शोच्येंविण असों नये । मळिण वस्त्र नेसों नये ।
जाणारास पुसों नये । कोठें जातोस म्हणौनी ।'

म्हणजे प्रातर्विधी वगैरे केल्याखेरीज घरातून बाहेर पडू नये. आणि नंतर बाहेर जाताना स्वच्छ, धूतवस्त्रे परिधान करून जावे. तसेच आपण घरात असताना कोणी बाहेर जावयास निघालाच, तर त्यास कोठे जातोस, असे कधी विचारू नये. त्याने सांगितले तर उत्तम; नाहीतर आपण विचारू नये, ही शिकवण तर आजही घराघरांत दिली जाते. रामदासांनी ती चारशे वर्षांपूर्वी लिहून ठेवली आहे.

'बहुत अन्न खाऊं नये । बहुत निद्रा करूं नये ।
बहुत दिवस राहों नये । पिसुणाचेथें ।
आपल्याची गोही देऊं नये । आपली कीर्ती वर्णूं नये ।
आपलें आपण हांसों नये । गोष्टी सांगोनी ।'

मर्यादा आणि विवेक हे रामदासांसाठी नेहमीच विशेष महत्त्वाचे गुण राहिले

आहेत. वरच्या श्लोकांतून तेच दिसून येते. पण यातला शेवटचा सल्ला जरा गमतीचा. आपलीच ग्वाही आपणच देऊ नये, आपलेच मोठेपण आपणच सांगू नये, हे ठीक. परंतु आपल्याच विनोदी प्रतिपादनाला आपणच हसत बसू नये, हे रामदास सांगतात ते मजेशीरच. असो.

हा संपूर्ण समासच अनेकदा वाचावा असा आहे. फक्त या सगळ्याकडे मोकळेपणाने पाहावयाची दृष्टी हवी. त्या अनुषंगाने रामदासांच्या याच समासातील एका श्लोकाने आजच्या लेखाची सांगता करू या.

'मूर्खासीं समंध पडों नये । अंधारीं हात घालूं नये ।
दुश्चितपणें विसरों नये । वस्तु आपुली । '

यातला 'मूर्खासी समंध पडो नये...' हा सल्ला कायमच लक्षात ठेवावा असा.

२१. अंतर आर्ताचे शोधावे...

पु. ल. देशपांडे यांची 'म्हैस' ही तशी विख्यात कथा. त्यात म्हशीचे वर्णन वगैरे जे काही आहे, ते बहारदारच. परंतु त्याआधी बसमधल्या प्रवाशांच्या झोपेच्या ज्या तऱ्हा त्यांनी वर्णिल्या आहेत, त्या त्यांच्या निरीक्षणशक्तीची प्रचिती देतात. चालत्या बसमधले प्रवासी डोळा लागला की बऱ्याचदा एकमेकांच्या खांद्यावर माना टाकतात. पुलंनी त्याचे वर्णन 'स्कंदपुराण' असे केले आहे.

पुलंच्या आधी साडेतीनशे वर्षे रामदासांनी असेच माणूस किती प्रकारे झोपतो याचे वर्णन करून ठेवले आहे. तेही तितकेच बहारदार आणि त्यांच्या निरीक्षणशक्तीचा प्रत्यय देणारे. दासबोधात 'निद्रानिरूपण' असा एक खास समासच त्यांनी अंतर्भूत केलेला आहे. वाचायला हवा तो.

'निद्रेनें व्यापिली काया । आळस आंग मोडे जांभया ।
तेणेंकरितां बसावया । धीर नाहीं ।।'

झोप आली की हे असेच होते. माणसे जेथे कोठे असतात तेथे पेंगायला लागतात. काय होते त्याच्या आधी?

'कडकडां जांभया येती । चटचटां चटक्या वाजती ।
डकडकां डुकल्या देती । सावकास ।।
येकांचे डोळे झांकती । येकाचे डोळे लागती ।
येक ते वचकोन पाहाती । चहुंकडे ।।'

जांभया देणे अनावर होते. काही जण चुटक्या वाजवून झोपेस लांब ठेवण्याचा प्रयत्न करतात. फारच अनावर झाली, तर काही बसल्या ठिकाणी पेंगायला लागतात. हा अनुभव आपणही कधीतरी घेतलेला असतो. तसे झाले की मानेला एका क्षणी झटका बसतो. आणि तसा झटका बसला की तात्पुरती जाग येऊन ती व्यक्ती ओशाळी होत आसपास पाहते. कोणी पाहिले तर नसेल आपल्याला-अशी खंत असते त्यामागे. याच्या पुढची अवस्था म्हणजे माणसे प्रत्यक्ष आडवी होतात.

निद्रेस अधिक दूर ठेवणे त्यांना जमत नाही. कशी झोपतात माणसे? किंवा झोपलेली माणसे दिसतात कशी?

'येक हात हालविती । येक पाय हालविती ।
येक दांत खाती । कर्कराटें ।।
येकांचीं वस्त्रें निघोनि गेलीं । ते नागवींच लोळों लागलीं ।
येकांचीं मुंडासीं गडबडलीं । चहुंकडे ।।
येक निजेलीं अव्यावेस्तें । येक दिसती जैसीं प्रेते ।
दांत पसरुनी जैसीं भूतें । वाईट दिसती ।।'

यास काही स्पष्टीकरणाची गरज नसावी. परंतु वस्त्रे निघोन गेली, येक दिसती जैसी प्रेते, दांत पसरूनी... भुते... हे वर्णन फारच भयंकर म्हणावे लागेल. म्हणजे झोप उडवणारेच. आपले असे तर नाही होत, असा प्रश्न प्रत्येकास हे वाचून पडेलच पडेल. आता हे पाहा...

'येक हाका मारूं लागले । येक बोंबलित उठिले ।
येक वचकोन राहिले । आपुले ठाईं ।।
येक क्षणक्षणा खुरडती । येक डोई खाजविती ।
येक कढों लागती । सावकास ।।
येकाच्या लाळा गळाल्या । येकाच्या पिका सांडल्या ।
येकीं लघुशंका केल्या । सावकास ।।
येक राउत सोडिती । येक कर्पट ढेंकर देती ।
येक खांकरुनी थुंकिती । भलतीकडे ।।
येक हागती येक वोकिती । येक खोंकिती येक सिंकिती ।
येक ते पाणी मागती । निदसुऱ्या स्वरें ।।'

हे असे रोखठोक मराठी हे रामदासांचे वैशिष्ट्य. अलीकडे सर्वांच्याच जाणिवा हलक्या होण्याच्या काळात तर हे असे मराठी पचनी पडणे अंमळ अवघडच. परंतु अगदी एकोणिसाव्या शतकाच्या मध्यापर्यंत मराठीने आपला हा कुर्रेबाजपणा सांभाळलेला होता, हे लक्षात घ्यावयास हवे. या अशा तेजतर्रार मराठीचे सर्वोत्तम उदाहरण म्हणजे रामदासांचे वाङ्मय. शरीरधर्माची अपरिहार्यता विशद करताना ते एके ठिकाणी म्हणतात...

'जरी भक्षिता मिष्टान्न । काही विष्ठा काही वमन ।
भगिरथीचे घेता जीवन । त्याची होये लघुशंका ।।'

कशास हवे स्पष्टीकरण? असे अनेक दाखले देता येतील. अर्थात समर्थांचा उद्देश याआधी अनेकदा नमूद केल्याप्रमाणे आपली शब्दकळा दाखवणे हा नव्हता. या अशा रोखठोक मुद्द्यांचा दाखला देत देत ते आपणास अलगदपणे महत्त्वाच्या मुद्द्याकडे नेतात. हा झोपेचा समासच पाहा...

'इकडे उजेडाया जालें । कोण्हीं पढणें आरंभिलें ।
कोणीं प्रातस्मरामि मांडिलें । हरिकिर्तन ।।
कोणीं आठविल्या ध्यानमूर्ति । कोणी येकांतीं जप करिती ।
कोणी पाठांतर उजळिती । नाना प्रकारें ।।
नाना विद्या नाना कळा । आपलाल्या सिकती सकळा ।
तानमानें गायेनकळा । येक गाती ।।
मागें निद्रा संपली । पुढें जागृति प्राप्त जाली ।
वेवसाईं बुद्धि आपुली । प्रेरिते जाले ।।'

झोपाळूंचे वर्णन करताकरता रामदास योग्य वेळी जागे होण्याचे महत्त्व विशद करतात. आणि मग सुरू होतो-योग्य वेळी जागे होण्याचे महत्त्व सांगणारा समास...

'अवघाचि काळ जरी सजे । तरी अवघेच होती राजे ।
कांहीं सजे कांहीं न सजे । ऐसें आहे ।।'

हे योग्य वेळी जागे का व्हायचे? कारण आपापले विहित कर्म करावयाची वेळ होते म्हणून. हे कर्म करावयाचे कारण त्यातूनच जे काही मिळवावयाचे असते, ते मिळू शकते. नपेक्षा... अवघेच होती राजे... असे रामदास म्हणतात. म्हणजे या कर्माखेरीज फळ मिळत असते, तर सर्वच राजे झाले असते. हे राजेपण काही जणांना मिळते, काहींना नाही. रामदासांच्या मते, हे राजेपण कष्टसाध्य आहे. रामदास नियती, नशीब वगैरेंना फार महत्त्व देत नाहीत. कष्ट करायला हवेत. आणि या कष्टांच्या जोडीला विवेक हवा.

'ऐकल्याविण कळलें । सिकविल्याविण शाहाणपण आलें ।
देखिलें ना ऐकिलें । भूमंडळीं ।।
सकळ कांहीं ऐकतां कळे । कळतां कळतां वृत्ति निवळे ।
नेमस्त मनामधें आकळे । सारासार ।।'

जे काही आपण समजून घेऊ इच्छितो, ते समजून घेता येते. त्याचे मार्ग रामदास सांगतात. त्यासाठी शहाण्यांचे ऐकावयास हवे.

'श्रवणीं लोक बसले । बोलतां बोलतां येकाग्र जाले ।
त्याउपरी जे नूतन आले । ते येकाग्र नव्हेती ।।
मनुष्य बाहेरी हिंडोनि आलें । नाना प्रकारीचें ऐकिलें ।
उदंड गलबलूं लागलें । उगें असेना ।।'

एकाग्रतेने शहाण्यांचे ऐकावयास हवे. अशा ऐकणाऱ्यांत जरा कोठे काही हिंडून आलेला, पाहून आलेला असला की त्यास वाटते-आपणास फार कळते. रामदास म्हणतात, अशा व्यक्ती उगे असेना. म्हणजे गप्प बसत नाहीत. अशा हिंडणाऱ्यांना सतत वाटत असते-आपणास फार समजते. रामदास विचारतात... 'वणवण हिंडोन काय होते ।'

म्हणजे उगाच सारखेसारखे हिंडत बसण्याने काय होते? हिंडण्याचे, नवीन स्थळे पाहण्याचे, त्यातून शिकण्याचे महत्त्व रामदासांना आहेच. पण ते म्हणतात, 'थोडासा लोकांत । थोडासा येकांत' हवा. केल्याने देशाटन आहेच. पण म्हणून सारखे देशाटनच करत बसू नये. लोकांत मिसळणे जितके जरुरीचे आहे, तितकेच योग्य वेळी लोकांपासून लांब राहणेदेखील महत्त्वाचे आहे. एकांत म्हणून महत्त्वाचा.

श्रवणाचे महत्त्व सांगून झाल्यावर रामदास लेखनाचे महत्त्व मांडतात. त्यासाठी अक्षर कसे असावे, शाई कशी असावी, बोरू कसा तासावा, आदी अनेक सूचना ते करतात. हे सर्व करायचे कारण- त्यामुळे अर्थभेद करण्याची क्षमता तयार होते म्हणून. ही क्षमता फार महत्त्वाची. कारण त्यामुळे चांगले आणि वाईट असा नीरक्षीरविवेक विकसित होतो. या संदर्भातले सगळेच श्लोक उद्धृत करावेत इतके सुंदर आहेत.

'बाष्कळामधें बसो नये । उद्धटासीं तंडों नये ।
आपणाकरितां खंडों नये । समाधान जनाचें ।।
नेणतपण सोडूं नये । जाणपणें फुगों नये ।
नाना जनांचें हृदय । मृद शब्दें उकलावें ।।
प्रसंग जाणावा नेटका । बहुतांसी जाझु घेऊं नका ।
खरें असतांचि नासका । फड होतो ।।
शोध घेतां आळसों नये । भ्रष्ट लोकीं बसों नये ।
बसलें तरी टाकूं नये । मिथ्या दोष ।।
मज्यालसींत बसों नये । समाराधनेसी जाऊं नये ।
जातां येळीलवाणे होये । जिणें आपुलें ।।
उत्तम गुण प्रगटवावे । मग भलत्यासी बोलतां फावे ।
भले पाहोन करावे । शोधून मित्र ।।'

या सगळ्याचा उद्देश एकच...

'अंतर आर्ताचें शोधावें । प्रसंगीं थोडेंचि वाचावें ।
चटक लाउनी सोडावें । भल्या मनुष्यासी ॥'

आर्ताचे अंतर... काय सुंदर कल्पना आहे! रामदासांना समर्थ म्हणतात ते यामुळे.

२२. परंतु येकचि राहिले...

दैनंदिन जगण्यात उपयोगी, मार्गदर्शक ठरतील अशी सूत्रे सुलभपणे सांगणे हे समर्थ रामदासांचे वैशिष्ट्य. गेल्या वर्षभरात त्याचे अनेक दाखले आपण पाहिले. याच संदर्भातील अतिशय अटळ आणि महत्त्वाच्या विषयांवरचे त्यांचे विवेचन आज.

हे दोन महत्त्वाचे विषय म्हणजे मूर्खपणा आणि मृत्यू. प्रत्येक माणसाच्या ठायी कमी-अधिक प्रमाणात यातील पहिला घटक असतो. आणि दुसरा घटक तर प्रत्येकासाठी अटळच असतो. प्रथम आपल्या मूर्खपणाविषयी.

रामदासांनी सर्वसाधारण मूर्खपणाची जवळपास ७५ लक्षणे सांगितलेली आहेत. पढतमूर्खाची ४० लक्षणे वेगळीच. अशा तऱ्हेने दोन्ही मिळून रामदासांनी मूर्खांना ओळखण्याचे जवळपास सव्वाशे मार्ग दिलेले आहेत. आपल्यापैकी अनेकांना यातील काही लक्षणे लागू पडतील; तर काहींना काही. परंतु कोणालाही यातील काहीच लागू नाही अशा व्यक्ती दुर्मीळ असाव्यात. नमुनादाखल रामदास कोणाकोणास मूर्ख म्हणतात, ते पाहू या...

'समर्थावरी अहंता । अंतरीं मानी समता ।
सामर्थ्येविण करी सत्ता । तो येक मूर्ख ।।'

म्हणजे आपल्या संगतीत आलेल्या समर्थांच्या सान्निध्यात एखादी व्यक्ती स्वत:लाही समर्थ मानत असेल आणि कोणत्याही सामर्थ्यांविना सत्ता राबवू पाहत असेल तर तीस खुशाल मूर्ख मानावे.

'आपली आपण करी स्तुती, सांगे वडिलांची कीर्ती, अकारण हास्य करी, विवेक सांगतां न धरी, बहुत जागते जन, तयांमध्यें करी शयन, परस्थळीं बहु भोजन, घरीं विवेक उमजे... आणि सभेमध्यें लाजे, आपणाहून जो श्रेष्ठ... तयासीं अत्यंत निकट, सिकवेणेचा मानी वीट, नायेके त्यांसी सिकवी, वडिलांसी जाणीव दावी, जाला विषईं निलाजिरा, मर्यादा सांडून सैरावर्ते, औषध ने घे असोन वेथा... पथ्य न करी सर्वथा, संगेंविण विदेश करी, वोळखीविण संग धरी, उडी घाली माहापुरीं, आपणास जेथें मान... तेथें अखंड करी गमन, विचार न करिता कारण... दंड करी

अपराधेंविण, मार्गे जाय खात खात, करी थोडें बोले फार, विद्या वैभव ना धन... कोरडाच वाहे अभिमान, दंत चक्षु आणि घ्राण... सर्वकाळ जयाचे मळिण। तो येक मूर्ख...' असे यातील काही दाखले. किती विविध आहेत पहा ते. म्हणजे स्वत:ची स्तुती करणारा, वाडवडिलांच्या नावे फोके मारत हिंडणारा, चारचौघे बसलेले असताना त्यात लोळत राहणारा, घरी बडबड करून बाहेर मात्र बोलावयास लाजणारा, दुसऱ्याच्या घरी जाऊन तुडुंब जेवणारा, नवीन काही शिकावयाचा कंटाळा करणारा, आपल्यापेक्षा वडील व्यक्तीस शहाणपण शिकविणारा, आजार असूनही पथ्ये न सांभाळणारा, उगाच पुरात उडी मारून पौरुष मिरवू पाहणारा, रस्त्यावरून मार्गक्रमण करताना खाणारा, तोंड, नाक आदींची स्वच्छता न पाळणारा... असे सर्व मूर्ख समजावेत असे रामदास सांगतात. खरे तर ही अशी सर्वच्या सर्व ७५ लक्षणे येथे देण्याचा मोह होतो; पण स्थळमर्यादेअभावी ते शक्य नाही.

यात थक्क व्हायला होते ते रामदासांचे विचार आणि कल्पनाशक्तीने. माणसाकडे किती दूरवरून, तरीही किती सर्वांगाने ते पाहतात हे पाहिल्यास आपणास थक्क होण्याखेरीज पर्याय नसतो. अशी आणखी काही वेगळी उदाहरणे...

'तश्करासी वोळखी सांगे... देखिली वस्तु तेचि मागे, समर्थासीं मत्सर धरी... अलभ्य वस्तूचा हेवा करी, घरीचा घरीं करी चोरी, अल्प अन्याय क्षमा न करी, सर्वकाळ धारकीं धरी, जो विस्वासघात करी, क्षणा बरा क्षणा पालटे, ज्याची सभा निर्नायेक, अनीतीनें द्रव्य जोडी, संगतीचें मनुष्य तोडी...' वगैरे.

म्हणजे तस्कराशी ओळख सांगणारे, दिसेल ती वस्तू मागत सुटणारे, उच्चपदस्थांचा मत्सर करणारे, जी वस्तू आपल्याला अप्राप्य आहे तिचा हेवा करणारे, स्वत:च्या घरी चोरी करणारे, लहानशा चुकीची शिक्षा देणारे, सतत आरडाओरड करत लोकांना धारेवर धरणारे, विश्वासघात करणारे, स्वत:च्या मन:स्थितीवर नियंत्रण नसणारे, शेंडा ना बुडखा अशा सभेत जाणारे, अनीतीने द्रव्य जोडणारे, संगतीच्या मनुष्यास तोडणारे... हे सर्व रामदासांच्या मते मूर्ख. इतकी सर्व 'मूर्ख'पणे ओळखून त्याप्रमाणे त्यांची लक्षणे नोंदविणारा हा जगातील एकमेव संत असेल. रामदासांचा हा रोखठोकपणा विलोभनीय आहे.

अशाच रोखठोकपणाने त्यांनी हाताळलेला आणखी एक विषय म्हणजे- मृत्यू. रामदास अगदी मनाच्या श्लोकातही- 'मरे एक त्याचा। दुजा शोक वाहे। अकस्मात तोही। पुढे जात आहे।।' अशा स्वरूपाचा सल्ला सहज देऊन जातात. दासबोधात तर त्यांनी मृत्यूवर एक समग्र समासच्या समासच लिहून ठेवलाय. मूर्खांच्या लक्षणांइतकाच तोही तितकाच बोधप्रद आहे.

'होतां मृत्याची आटाटी। कोणी घालूं न सकती पाठीं।'

म्हणजे एकदा का ती वेळ आली की कोणीही मृत्यूपासून वाचू शकत नाही. जगातील कोणते एखादे अंतिम सत्य असेल तर ते मृत्यू हेच- असे रामदास बजावतात. मोठी काव्यात्म मांडणी आहे मृत्यूविषयक समासाची.

'मृत्य न म्हणे किं हा क्रूर । मृत्य न म्हणे हा जुंझार ।
मृत्य न म्हणे संग्रामशूर । समरंगणीं ।।
मृत्य न म्हणे किं हा कोपी । मृत्य न म्हणे हा प्रतापी ।
मृत्य न म्हणे उग्ररूपी । माहाखळ ।।
मृत्य न म्हणे बळाढ्य । मृत्य न म्हणे धनाढ्य ।
मृत्य न म्हणे आढ्य । सर्व गुणें।।
मृत्य न म्हणे हा विख्यात । मृत्य न म्हणे हा श्रीमंत ।
मृत्य न म्हणे हा अद्भुत । पराक्रमी ।।'

याच्या स्पष्टीकरणाची काही गरजच नाही. इतक्या सुलभ मराठीत आजदेखील फार कमीजणांना लिहिता येते. रामदासांनी हे चारशे वर्षांपूर्वीच्या मराठीत लिहिले आणि आजही ते सहजपणे समजते हे त्यांच्या भाषिक द्रष्टत्वाचेही लक्षण मानावयास हवे.

'मृत्य न म्हणे वरिष्ठ जनीं । मृत्य न म्हणे राजकारणी ।
मृत्य न म्हणे वेतनी । वेतनधर्ता ।।
मृत्य न म्हणे वित्पन्न । मृत्य न म्हणे संपन्न ।
मृत्य न म्हणे विद्वज्जन । समुदाई ।।
मृत्य न म्हणे हा धूर्त । मृत्य न म्हणे बहुश्रुत ।
मृत्य न म्हणे हा पंडित । माहाभला ।।
मृत्य न म्हणे बाळ तारुण्य । मृत्य न म्हणे सुलक्षण ।
मृत्य न म्हणे विचक्षण । बहु बोलिका ।।'

हे असे सांगून रामदास म्हणतात...

'च्यारी खाणी च्यारी वाणी । चौऱ्यासी लक्ष जीवयोनी ।
जन्मा आले तितुके प्राणी । मृत्य पावती ।।
मृत्याभेणें पळों जातां । तरी मृत्य सोडिना सर्वथा ।
मृत्यास न ये चुकवितां । कांहीं केल्या ।।
गेले बहुत वैभवाचे । गेले बहुत आयुष्याचे ।
गेले अगाध महिमेचे । मृत्यपंथें ।।'

हे जर सत्य असेल तर आहे तो काळ सार्थकी लावणे इतकेच काय ते आपल्या हाती राहते. हे का करायचे?

'असो ऐसे सकळही गेले । परंतु येकचि राहिले ।
जे स्वरुपाकार जाले । आत्मज्ञानी ॥'

कारण आपल्या पश्चात तेच राहणार आहे.

याचा अर्थ इतकाच, की जे जन्माला येते ते मरण पावते. आणि जे सुरू होते ते कधी ना कधी संपते.

त्याप्रमाणे 'रामदास विनवी' या स्तंभाच्या संपण्याचा हा क्षण. यावर्षीच्या जानेवारीस तो सुरू झाला. 'लोकसत्ता' संपादकांनी घालून दिलेल्या मुदतीत तो संपवणे आवश्यक आहे. तेव्हा हा स्तंभ संपवण्यासाठी मृत्यूविषयक समास अगदी चपखल. म्हणून त्याची येथे निवड केली.

या वर्षभरात शेकडो वाचकांनी ई-मेलद्वारे प्रस्तुत लेखकाशी, 'दै. लोकसत्ता' कार्यालयाशी संपर्क साधून याविषयी प्रतिक्रिया दिल्या. यातून समर्थ रामदासांचे कालजयीत्व तेवढे दिसून येते. चारशे वर्षांनंतर आजही त्यांची शिकवण इतकी समर्पक वाटत असेल, तर ती जास्तीत जास्त जणांपर्यंत पोहोचवणे हे आपले कर्तव्य ठरते. त्या कर्तव्यभावनेतूनच प्रस्तुत लेखकाने हे स्तंभलेखन केले. ज्यांनी हे सर्व आधीच वाचले असेल त्यांना यातून पुनःप्रत्ययाचा आनंद मिळाला असावा. जे यास अपरिचित आहेत, त्यांना या लिखाणाचे महत्त्व लक्षात आले असावे. ते अधिक समजून घेण्यासाठी जिज्ञासूंनी समर्थांचे समग्र वाङ्मय मुळातूनच वाचावे.

'वीस दशक दोनीसें समास । साधकें पाहावें सावकास ।
विवरतां विशेषाविशेष । कळों लागे ॥'

हे झाले 'दासबोधा'विषयी. पण त्याखेरीजदेखील रामदासांनी विपुल लेखन केले आहे. रामदास त्याविषयी सांगतात...

'ग्रंथाचें करावें स्तवन । स्तवनाचें काये प्रयोजन ।
येथें प्रत्ययास कारण । प्रत्ययो पाहावा ॥'

तेव्हा असा प्रत्ययो प्रत्येक जाणत्याने घ्यावा. असा प्रत्यय घेण्याची इच्छा प्रस्तुत लेखमालेने निर्माण झाली असेल तर हे प्रयत्न सार्थकी लागले असे म्हणता येईल. नसेल तर ते प्रस्तुत लेखकाचे न्यून. असो. इति लेखनसीमा.

लोकसत्ता ग्रंथमाला

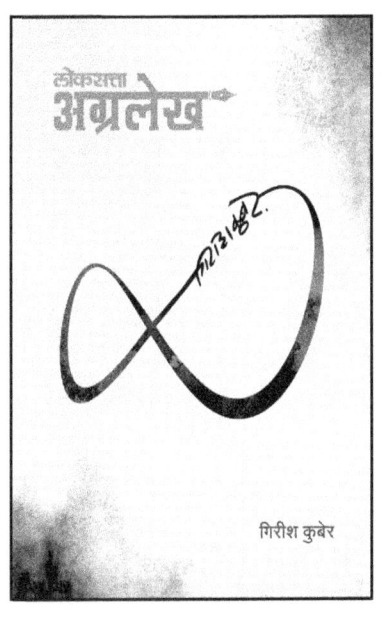

सखोल विचार, परखड विवेचन, सौष्ठवपूर्ण भाषा आणि ठोस भूमिका

लोकसत्ता अग्रलेख

गिरीश कुबेर

किंमत : ₹ ३९५/-

अल्पावधित तृतीय आवृत्ती

भारतासमोरील प्रमुख आर्थिक प्रश्नांना थेट भिडणारे अर्थशास्त्रीय लघुनिबंध!

वित्तार्थ

डॉ. रूपा रेगे नित्सुरे

किंमत : ₹ १५०/-

महाराष्ट्रातील निवडक
सामाजिक-सांस्कृतिक संस्थांची
परिचय कहाणी

लोकसत्ता
सर्वकार्येषु सर्वदा

संकलन
लोकसत्ता संपादकीय विभाग

किंमत : ₹ २००/-

इतिहास घडवणाऱ्या
क्षणांचे संकलन

लोकसत्ता
अन्यथा

गिरीश कुबेर

किंमत : ₹ ३५०/-

www.ingramcontent.com/pod-product-compliance
Lightning Source LLC
Chambersburg PA
CBHW051715280525
27283CB00038B/815
* 9 7 8 9 3 8 6 4 0 1 0 0 7 *